सांगावेसे वाटले, म्हणून

शान्ता ज॰ शेळके

मेहता
पब्लिशिंग
हाऊस

✆ +91 020-24476924 / 24460313

Email : info@mehtapublishinghouse.com
production@mehtapublishinghouse.com
sales@mehtapublishinghouse.com

Website : www.mehtapublishinghouse.com

- *या पुस्तकातील लेखकाची मते, घटना, वर्णने ही त्या लेखकाची असून त्याच्याशी प्रकाशक सहमत असतीलच असे नाही.*

SANGAVESE VATLE MHANUN by SHANTA J. SHELKE

सांगावेसे वाटले म्हणून : शान्ता शेळके /ललित विषयक

© सुरक्षित

मराठी पुस्तक प्रकाशनाचे हक्क मेहता पब्लिशिंग हाऊस, पुणे.

प्रकाशक : सुनील अनिल मेहता, मेहता पब्लिशिंग हाऊस,
१९४१, सदाशिव पेठ, माडीवाले कॉलनी, पुणे - ४११ ०३०

प्रकाशनकाल : ऑगस्ट, १९९४ / मार्च, १९९६ / सप्टेंबर, १९९८ /
मार्च, २००६ / सप्टेंबर, २००९ / पुनर्मुद्रण : नोव्हेंबर, २०१३

मुखपृष्ठ : चंद्रमोहन कुलकर्णी

P Book ISBN 9788177668797
E Book ISBN 9788171618248

प्रिय पु. ल. देशपांडे
प्रिय सौ. सुनीताबाई
तुम्हां उभयतांना अत्यंत स्नेहपूर्वक
                    - शान्ताबाई

सांगावेसे वाटले, म्हणून

शान्ताबाईंच्या ललितलेखांवर खास त्यांची म्हणून एक ठसठशीत मुद्रा असते.

उत्कट जीवनप्रेम, रसिकता, मन:पूर्वकता, मानव आणि निसर्ग यांबद्दलचे तीव्र कुतूहल आणि वाचकांशी संवाद साधण्याची हौस ही त्यांच्या ललितलेखनामागची प्रमुख प्रेरणा आहे. त्यांच्या विपुल वाचनाने या लेखनाला आकर्षक संदर्भसंपन्नता दिली आहे आणि त्यांच्या प्रसन्न शैलीने त्यात विलक्षण वाचनीयता निर्माण केली आहे.

'ययातीचा वारसा', 'सावल्या', 'ती हळवी, दुखरी जागा', 'संतुष्ट', 'फसवी दारे', 'हेमाला मुलगी झाली' या आणि अशा अनेक कुतूहलजनक लेखांचे हे संकलन वाचकांचे चित्त वेधून घेतल्याखेरीज राहणार नाही.

'आनंदाचे झाड', 'पावसाआधीचा पाऊस', 'एकपानी', 'संस्मरणे', 'मदरंगी' या संग्रहांच्या परंपरेतला शान्ताबाईंच्या ललितलेखांचा हा नवा, चैतन्यपूर्ण, लोभस आविष्कार...

अनुक्रमणिका

शब्द, शब्द, शब्द...

मध्यंतरी मी एक अभिनव प्रयोग करून पाहिला. एक संपूर्ण आठवडा मी मौन पाळले. आता हे विधान तितकेसे बरोबर नाही. मौन म्हटले, म्हणजे आपणांला गांधीजींचे ते सुप्रसिद्ध मौन आठवते. ते, म्हणे, दर सोमवारी मौन पाळीत आणि त्या काळात ते कुणाशीही अवाक्षर देखील बोलत नसत. अगदीच काही महत्त्वाचे सांगायचे असेल, तर तेवढा मजकूर ते कागदावर लिहीत आणि त्याद्वारा आपले मनोगत प्रकट करीत.

माझे मौन अर्थातच गांधीजींच्या मौनासारखे नव्हते. कसे असणार? अशा तऱ्हेचे मौन सिद्धीस नेण्यासाठी जी व्यक्तिगत आणि सामाजिक महत्ता माणसापाशी असावी लागते, ती माझ्यापाशी नव्हती. गांधीजी सर्वाथाने महापुरुष, तर मी एक सामान्य, दैनंदिन व्यवहारांत गुरफटलेली बाई. मी गांधीजींसारखे कठोर मौन कसे आचरणार? आणि मला तसे मौन पाळू तरी कोण देणार? घरातील माणसे तर आहेतच, पण त्यांखेरीज दूधवाला, पेपरवाला, भाजीवाला, पोस्टमन, मोलकरीण, शेजारी-पाजारी, आला-गेला या साऱ्यांशी हरघडी माझ्यासारखीचा संबंध येणार. त्यांच्याशी बोलावेच लागणार.

यांची गोष्ट एक वेळ सोडली, तरी काही अनोळखी माणसे वाट वाकडी करून अगत्याने मुळी आपल्याला भेटायला, आपल्याशी गप्पा मारायलाच येतात. त्यांना न भेटून कसे चालेल?

सांगायचे कारण इतकेच, की माझे मौन गांधीजींसारखे नव्हते. मी मौन पाळले, याचा अर्थ इतकाच घ्यायचा, की अनावश्यक असे जे आपण भडाभडा बोलत असतो, ते बोलायचे नाही, मुद्द्याचे तेवढेच बोलायचे, असे मी ठरवले.

पहिले दोन दिवस मला खूप त्रास झाला. जन्मादारभ्य बडबडायची लागलेली सवय. ती इतक्या चटकन थोडीच सुटणार? त्यातून मी पडले बाई. बायका पुरुषांपेक्षा कितीतरी जास्त आणि कारण नसताना बोलत असतात, हे पुरुषांनाच नव्हे, तर बायकांना देखील माहीत आहे. बरे, माझा स्वभावही तसा माणूसघाणा किंवा तुसडा नाही. मला माणसे आवडतात आणि गप्पा मारायलाही आवडतात.

या साऱ्या गोष्टी माझ्या निर्धाराला पदोपदी सुरुंग लावणाऱ्या. तरीही एकदा निश्चय केला, म्हणजे केला. मी खरोखरच मनाशी ठरवले, की ज्याची गरज नाही,

असे काही शक्य तो बोलायचे नाही. बघू या तर खरे, काय होते, ते! आणि मी बोलणे कमी केले, सुरुवाती–सुरुवातीला शब्द कसे ओठांपर्यंत दाटून येत. ओठांबाहेर पडण्यासाठी नुसते तडफडत असत. पण मी ते अगदी गिळून टाकत असे. आता इतक्या धडपडीतही एखादा शब्द ओठांवाटे निसटायचाच, पण ते विसरून पुढल्या वेळी अधिक निग्रहाने मी प्रयत्न करायची.

हळूहळू हे न बोलणे - वायफळ न बोलणे मला जमू लागले; आणि मग त्याचे एक एक फायदेही माझ्या निदर्शनाला येऊ लागले. पहिला फायदा, म्हणजे माझे माणसांचे निरीक्षण वाढले. आजवर मी माझ्या बोलण्यात इतकी रंगून गेलेली असे, की समोरच्या माणसाच्या बोलण्याकडे देखील माझे पुरेसे लक्ष नसायचे. मग त्याच्या चेहऱ्याचे, त्यावरील भावभावनांचे अवलोकन करणे तर दूरच राहिले. पण माझे बोलणे मी जसे कमी केले, तसे समोरच्या माणसांचे चेहरे मी अधिक बारकाईने न्याहाळू लागले आणि मग अशा एकेक गमती ध्यानात येऊ लागल्या, म्हणून सांगू!

माणसे सगळीच बोलतात; पण बोलताना प्रत्येकाचा आविर्भाव वेगळा असतो. कुणाच्या तोंडातून शब्द इतक्या घाईघाईने बाहेर पडतात, की त्यांचे - म्हणजे त्या शब्दांचे - पाय एकात एक अडकताहेत, असे वाटते. तर कुणाच्या दोन शब्दांत मैलामैलांचे अंतर असते. माझी एक मैत्रीण बोलताना कधी डोळ्याला डोळा देत नाही. ती तिसरीकडेच कुठे तरी बघत असते आणि तिच्या कपाळाला कळे न कळेशी सूक्ष्म आठी पडते. प्रत्येक शब्द विचारपूर्वक ती बोलते. कॉलनीतले एक गृहस्थ बोलता बोलता एकदम गप्प होतात, तर माझ्या नात्यातल्या एक वयस्क बाई आपले कुठलेही वाक्य पुरेच करत नाहीत, आणि बोलण्याची गडबड इतकी, की जणू मागे वाघ लागला आहे.

कुणी बोलताना मध्येच ओठ चावतात. कुणी भुवयांच्यामधले कपाळ चिमटीत धरून चुरगळतात. कुणाचे बोलणे हातवाऱ्यांच्या संगतीनेच प्रकट होते, तर कुणी प्रत्येक शब्द लिमलेटच्या गोळीसारखा चघळत चघळत बोलतात. कुणाचे बोलणे अतिशयोक्त, विशेषणांनी नुसते लगडलेले, भारावलेले असते, तर कुणाच्या बोलण्यात मराठीपेक्षा इंग्रजी शब्दांचे प्रमाण नको तितके असते. असे किती प्रकार!

माणसांच्या चेहऱ्यांचे मी निरीक्षण करू लागले, त्याबरोबर त्यांचे बोलणेही मी अधिक लक्ष देऊन ऐकू लागले; आणि माणसे किती निरुपयोगी, निरर्थक बोलत असतात, त्याची मन हादरवून टाकणारी जाणीव मला झाली. एक मुद्द्याची गोष्ट सांगताना दहा अवांतर गोष्टी माणसे बोलतात. गडकऱ्यांच्या धुंडिराजाचे अनेक अवतार आजही पावलोपावली भेटतात.

बोलण्यातून माणसे जितकी जाणवतात, तितकी ती प्रत्यक्ष कृतीतून व्यक्त होत नाहीत. कारण बोलणे सहज, उत्स्फूर्त, विनासायास असते. अनेकांच्या बाबतीत ती

केवळ शारीरिक क्रियाच होऊन बसते. आमच्या एका मित्राच्या तोंडी 'असं का? अरे, वा! छान!' हे वाक्य गाण्याच्या अक्कडकडव्यासारखे दर दोन मिनिटांनी येत राहाते. अशी कथा ऐकिवात आहे, की एकदा तर कुणाच्या निधनाची वार्ता ऐकल्यावर देखील नेहमीच्या सवयीने त्यांनी 'असं का? अरे, वा! छान!' असे उद्गार काढून समोरच्या माणसाला बुचकळ्यात टाकले होते आणि स्वत:वर अनवस्था प्रसंग ओढवून घेतला होता!

हे निरीक्षण करताना मला आत्मदर्शनही होऊ लागले. आजवर आपण सुद्धा या साऱ्यांतलेच एक होतो, त्यांच्यासारखेच असंबद्ध, निरर्थक, फाफटपसाऱ्याने भरलेले बोलत होतो, हे ध्यानात आले आणि माझी मला लाज वाटू लागली. मला माझी फोनवरची लांबलचक संभाषणे आठवली, बोलताना अनावश्यक माहिती समोरच्या माणसाला सांगण्याची माझी सवय आठवली आणि बोलण्याची रंगत वाढावी, म्हणून क्वचित कधी सांगोवांगी ऐकलेल्या (इतरांबद्दलच्या) चमचमीत वदंता चघळताना मनाला झालेला विकृत आनंदही आठवला. आपण किती वाईट बोलतो, याचा साक्षात्कार झाला.

- आणि मग मला आपला एकूणच सामाजिक व्यवहार या शब्दरोगाने किती पछाडलेला आहे, हे दिसू लागले. मूळ मुद्दा सोडून व्यासपीठावरून हवे ते भकणारे वक्ते, आश्वासनांची तोंड भरून खैरात करणारे राजकीय पुढारी, साध्या बोलण्यात देखील झीट यावी, असे बोल बोल बोलणारे सामान्य लोक यांची आठवण झाली आणि हा रोग आपल्या समाजदेहात किती खोलवर चरत गेला आहे, याचे भयावह दर्शन घडले. एकूणच आपण किती बोलतो! आणि त्या बोलण्यात शक्तीचा, वेळेचा केवढा दुरुपयोग करतो. इंग्रज माणूस फार कमी बोलणारा, म्हणून त्याची आपण चेष्टा करतो. पण आपल्या सामाजिक जीवनात इंग्रजांचा हा गुण उतरवण्याची फार आवश्यकता आहे, असे मला वाटते.

खरेच, माणसे अशी आणि इतकी का बोलतात? आपली कृतिशून्यता लपवावी, म्हणून? आपले क्षुद्रत्व आपल्यालाच खुपत असल्यामुळे आपले महत्त्व दुसऱ्याला जाणवून देण्याची निकड भासते, म्हणून? की केवळ 'मुखमस्तीति वक्तव्यं' म्हणून? काहीही असेल; पण आपण भारी बडबडतो. शब्दांना जर दृश्यरूप असते, शरीर असते, तर शब्दांचे डोंगर आपल्याभोवती उभे राहिले असते. रस्त्यावर त्यांचा इतका कचरा साठला असता, की तो झाडून टाकताना आपली हैराणगत झाली असती. माणसे आपली बोलताहेत. घरात, बसमध्ये, रेल्वेमध्ये, रस्त्यावर, व्यासपीठावर, लोकान्तात आणि एकान्तात देखील! हे सगळे शब्द निष्क्रिय, दुबळे, क्षीण, रिकेटी पोरांसारखे असतात. त्यांचा उपयोग काही नाही. उपद्रव मात्र भरपूर.

आपले शासन कुटुंबनियोजनाचे महत्त्व आपल्या मनांवर ठसवत आहे. त्याप्रमाणेच

शब्दनियोजनाचाही कार्यक्रम त्याने हाती घ्यायला हवा आणि त्याची पहिली सक्ती, अंमलबजावणी, शासकीय अधिकाऱ्यांवरच करायला हवी. फालतू बडबड करणे हा गुन्हा दंडाला पात्र ठरवण्यात यावा. एखाद्या निसर्गरम्य ठिकाणी, एखाद्या पवित्र मंदिरात किंवा एखाद्या मन भारावून टाकणाऱ्या ऐतिहासिक वास्तूमध्ये जो कुणी बोलून तिथल्या सौंदर्याचा, पावित्र्याचा, गंभीर शांततेचा भंग करील, त्याला तर कडेलोटापेक्षा कमी दर्जाची शिक्षा करूच नये. 'आवश्यक असेल, तेवढेच बोला' अशा पाट्या सार्वजनिक ठिकाणी लावाव्यात आणि निषेधासाठी नव्हे, तर चांगली सवय लागावी, म्हणून मूक मोर्चे अधूनमधून काढावेत. असे झाले, तर किती छान होईल!

आपल्या अध्यात्मात वाक्संयमाचे फार महत्त्व मानलेले आहे. माणसाने सर्व अर्थांनी जीभ ताब्यात ठेवावी, असे सांगितले आहे. 'झेन बुद्धिझम'मध्ये देखील मौनाची महती वारंवार वर्णिली आहे. शब्द हा ईश्वराने माणसाला दिलेली केवढी सुंदर देणगी. पण त्या शब्दाची वारंवार उधळपट्टी करून आपण त्याचे सारे सामर्थ्य,सौंदर्य आणि पावित्र्य गमावले आहे. 'शब्द दिला', 'शब्द पाळला', 'शब्दाला जागलो', 'शब्द म्हणजे शब्द' अशी वाक्ये आज कवडीकिमतीची होऊन बसली आहेत. मुख्य म्हणजे, माणसाला शब्दांवाचूनही बोलता येते, किंबहुना अशी शब्दहीन भाषा निसर्गात सर्वत्र अस्तित्वात आहे, याचा आम्हांला पार विसर पडला आहे.

माणसे नुसत्या स्मिताने बोलतात. डोळ्यांनी बोलतात. स्पर्शाने बोलतात. झाडांवर नुकते उमललेले फूल आपल्या रंगगंधाच्या भाषेत आपल्याशी बोलत असते. शेपूट हलवणारा कुत्रा आपल्याला ओळख देत असतो. पाळण्यातले तान्हुले जेव्हा कुणाला बघून हातपाय आनंदाने नाचवते, तेव्हा तेही त्याच्या भाषेत समोरच्या माणसाशी बोलतच असते. झाडांची सळसळती पालवी, आभाळात भरून आलेले ढग, वाऱ्याची हळुवार झुळूक या साऱ्यांची एक भाषा असते. ती शब्दहीन असते; पण फार बोलकी, फार अर्थपूर्ण असते. सतत ठणठणात करणाऱ्या कर्कश शब्दांच्या कोलाहलात ही शब्दांपलीकडली भाषा आपण विसरून चाललो आहोत का?

◆◆◆

जेथे जातो, तेथे...

क्लिफ्टन वेब या अमेरिकन नटाचे नाव बहुतेकांच्या परिचयाचे असेल. बऱ्याच चित्रपटांतून त्याने विनोदी, तशाच गंभीर भूमिकाही केल्या आहेत. हे त्याचे चित्रपटही पुष्कळ जणांनी पाहिले असतील. त्याने एका मुलाखतीत स्वत:विषयी बोलताना गमतीने म्हटले होते,

'Wherever I go, I go too, and spoil all the fun!'

'जिथे जिथे म्हणून मी जातो, तिथे तिथे मी स्वत:ही आपला हजर असतोच... अन् मग सारी मजा नाहीशीच होऊन जाते!'

क्लिफ्टन वेब एक उत्तम अभिनेता आहे. तो बुद्धिमान आहे, यात शंका नाही. पण तो काही कुणी मोठा तत्त्वज्ञ, विचारवंत किंवा गाजलेला लेखक नव्हे. भारतीय तत्त्वज्ञानाशी तर त्याचा दूरत:ही संबंध आलेला नसेल. तरी देखील त्याच्या मुलाखतीतले हे वाक्य वाचले आणि क्षणभर मी स्तिमित झाले. वरवर विनोदी वाटणारे क्लिफ्टन वेबचे हे विधान तसे फार गंभीर, अर्थपूर्ण आहे. जो जो विचार करावा, तो तो त्यातून आशयाचे अनेक स्तर उलगडताना दिसतात; आणि केवळ वेबच्या संदर्भातच नव्हे, तर आपणां सर्वांच्याच बाबतीत त्याचे विधान किती सत्य आहे, याचा प्रत्यय येऊ लागतो.

क्लिफ्टन वेबला कदाचित अभिप्रेत असेल, त्या विनोदी अर्थाने जरी त्याच्या विधानाचा आपण विचार करू लागलो, तरी आपल्या स्वत:च्या अनुभवांशी ते किती मिळतेजुळते ठरते, पाहा. आपण सर्वसामान्य मध्यमवर्गीय माणसे, कधी तरी केवळ गंमत करण्यासाठी, मजा मारण्यासाठी, थोडीशी चैन करण्यासाठी घर सोडून बाहेर पडतो. कधी सिनेमाला जातो. कधी नाटकाला जातो. कधी एखाद्या थंड हवेच्या ठिकाणी चार दिवसांची सहल काढतो. किंवा फारच झाले, तर एखाद्या प्रवास कंपनीबरोबर कुठला तरी प्रवास करतो. अष्टविनायकांच्या दर्शनापासून तो काश्मीरच्या प्रवासापर्यंत अनेक तऱ्हेचे प्रवास यांत येतात. याच्या पुढली पायरी म्हणजे परदेशप्रवास. पण तो देवदुर्लभ योग फारच थोड्या भाग्यवंतांच्या वाट्याला यायचा. विशेषत:, आपल्यासारख्यांच्या बाबतीत. सांगायचे कारण इतकेच, की असे जेव्हा आपण आनंदासाठी घर सोडून बाहेर पडतो, त्या वेळी आपण निखळ मुक्त, निर्भर, निश्चिंत असतो का? मुळीच नाही. प्रवासात आपल्याबरोबर असणाऱ्या सामानात ट्रंका -

पेट्या - गाठोड्यांबरोबर आणखी एक अदृश्य बोचके असते. ते म्हणजे आपल्या व्यक्तिगत आणि कौटुंबिक काळज्यांचे. 'आता चार दिवस सगळे अगदी पार पार विसरून जायचे. निव्वळ मजा करायची. बस्स!' असे आपण तोंडाने नुसते म्हणतो मात्र. प्रत्यक्षात तसे कधीच घडत नाही. बायका हा मराठी लेखकांनी सनातन विनोदाचा विषय करून ठेवला आहे. तेव्हा प्रवासाला निघाल्यानंतर वाटेत अचानक, 'अय्या, मी दुधाला विरजण लावायला विसरलेच की!' किंवा 'अगोबाई, गोद्रेजच्या कपाटाला मी किल्ली केली, की नाही, मेलं आठवतच नाही!' असे म्हणणाऱ्या आणि चिंतातुर होणाऱ्या स्त्रियांची चित्रे मराठी लेखकांनी भरपूर रंगवली आहेत. आणि किती या बायका मूर्ख, असे म्हणून मराठी वाचकही आत्मसंतुष्टपणे त्या चित्रांनी मनसोक्त हसले आहेत. पण या बाबतीत बायकांपेक्षा पुरुष फारसे वेगळे असतात, असे मानण्याचे कारण नाही. बायकांच्या चिंता निराळ्या असतील, पुरुषांच्या निराळ्या असतील. पण तेही सहलीतला, प्रवासातला किंवा साध्या नाटक - सिनेमातला आनंद निर्भरपणे लुटताना घरचे किंवा ऑफिसातले भलभलते प्रश्न, समस्या मनांत घोळवत राहातात आणि प्रत्यक्षात समोर उभ्या असलेल्या सुखाला मुकतात. 'Wherever I go, I go too, and spoil all the fun!' या क्लिफ्टन वेबच्या उद्गाराचे रहस्य तरी याहून निराळे काय आहे?

वेबचे हे विधान मला अनेक अर्थांनी मार्मिक वाटते, असे मी वर म्हटले आहे. हे म्हणताना काही आठवणी माझ्या मनात जाग्या होत आहेत. एकदा एका मराठी लेखकाजवळ दुसऱ्या एका मराठी लेखकाच्या मी नुकत्याच वाचलेल्या कथेविषयी मी अगदी मनापासून बोलत होते. ती कथा उत्कृष्ट होती आणि या दुसऱ्या लेखकाने ती वाचावी, असे मी त्याला आग्रहपूर्वक सांगत होते. पण माझे वाक्य पुरते ऐकूनही न घेता हा लेखक ताड्कन मला म्हणाला,

'त्या हलकटाचं नाव देखील माझ्यासमोर काढू नका. मी त्याचं अक्षरसुद्धा वाचणार नाही!'

मी आश्चर्यचकित झाले आणि म्हणाले,

'का पण? त्याचं अक्षरसुद्धा का नाही वाचायचं?'

माझ्या प्रश्नाने हा दुसरा लेखक अधिकच चिडला. दात-ओठ खात तो मला म्हणाला,

'या बदमाशानं दहा वर्षांपूर्वी माझ्या एका कथेबद्दल कुठंतरी तिरकं, कुत्सित लिहिलं होतं. माझी खूप टवाळी केली होती. तेव्हापासून मी त्याचं नाव देखील घेत नाही. मग त्याचं काही वाचणं तर दूरच राहिलं!'

बाप, रे! त्या लेखकाची ती चीड, तो तिटकारा, तो एकंदर आविर्भाव बघून मी हादरलेच! दहा वर्षांपूर्वी स्वतःवर झालेल्या टीकेचे जहर या लेखकाने स्वतःत

इतके भिनवून घेतले होते, इतका आकस, इतका दीर्घद्वेष इतक्या दीर्घकाळ त्याने मनात जोपासला होता, की त्यामुळे त्याचे साहित्यप्रेम, त्याची रसिकता, त्याची साधी माणुसकीदेखील हरवून गेली होती; आणि एका सुंदर कलाकृतीच्या निर्मळ आस्वादाला तो पारखा झाला होता. त्याच्यातल्या कलावंतावर त्याच्यातल्या सामान्य माणसाने मात केली होती. कलावंताबरोबर हा सामान्य माणूस प्रत्येक वेळी हजर राही आणि तो त्या कलावंताचा आनंद नाहीसा करून टाकी - 'Wherever I go, I go too, and spoil the fun!'

हे एक उदाहरण झाले. अशी किती तरी इतर उदाहरणे मलाच नव्हेत, तर तुम्हांलाही आठवतील. उत्तम पुस्तके वाचणे, उत्कृष्ट संगीत ऐकणे, चित्रकला, शिल्पकला यांचा आस्वाद घेणे याही आपल्या आनंदाच्या सहली असतात. या सहलींना जाताना आपण मुक्त, निर्भर, निश्चिंत मनाने जायला नको काय? पण अशा वेळी आपण आपली मते, आपले पूर्वग्रह, नीतिअनीतीच्या आपल्या कल्पना, इतकेच नव्हे, तर आपल्या राजकीय किंवा सामाजिक भूमिका देखील बरोबर घेऊन जातो.

आपली दोन व्यक्तिमत्त्वे असतात. किंवा खांडेकर म्हणतात, त्याप्रमाणे आपली दोन मने असतात. यांतले एक मन रसिक, कलाप्रेमी, बालकासारखे निर्भर आणि निरागस असते; तर दुसरे मन बऱ्यावाईट अनुभवांनी बिघडलेले, दूषित झालेले, पूर्वग्रहांनी पछाडलेले आणि आपल्या शहाणपणाचा नको तितका अभिमान बाळगणारे असते. श्रेष्ठ कलाकृतीचा आस्वाद घेताना हे दुसरे मन पहिल्या मनाला पछाडून टाकते. मग तपस्वी गायकाच्या गंधर्वतुल्य गायनाचा आनंद लुटत असताना नको तेव्हा त्याच्या अतिरिक्त मद्यपानाची आपल्याला आठवण येते. एखाद्या अभिनेत्रीचा सुंदर अभिनय बघताना तिच्या खऱ्याखोट्या प्रेमप्रकरणांची व तथाकथित अनैतिक वर्तनाची चर्वितचर्वणे करण्यात आपल्याला एक विकृत समाधान मिळते. एखादा कवी केवळ कम्युनिस्ट आहे, म्हणून त्याच्या उत्तम कवितेला आपण भिकार म्हणतो किंवा गांधीवाद अगर सर्वोदय यांविषयी आपले मन पूर्वग्रहदूषित असेल, तर त्या क्षेत्रांतल्या थोर विचारवंतांच्या उदात्त विचारांचीही टर उडवण्यात, टिंगल करण्यात आपल्याला धन्यता वाटू लागते. यामध्ये त्या कलावंतांचे, विचारवंतांचे फारसे काही बिघडते, अशातला भाग नाही. आपले मात्र निश्चित बिघडते. एका सुंदर आनंदयात्रेला आपण निघालेले असतो. परंतु आपल्या पूर्वग्रहांचे बोचके डोक्यावर घेतलेले असल्यामुळे त्या ओझ्याने आपण इतके वाकलेले असतो, की समोर दुथडी भरून वाहत असलेल्या आनंदसरितेत अवगाहन करण्याची आपली ताकदच आपण गमावून बसतो.

कविवर्य विंदा करंदीकर यांनी एके ठिकाणी म्हटले आहे, 'कविता कपडे

काढून भोगावी.' त्यांचे हे विधान केवळ कवितेच्या संदर्भातच नव्हे, तर प्रत्येक आनंदाच्या संदर्भात खरे आहे.

कुठल्याही आनंदयात्रेला जाताना आपल्यातला क्षुद्र, हिशेबी, व्यवहारी, अतिशहाणा, कोडगा, लाचार वगैरे वगैरे जो एक दुसरा 'मी' असतो ना, त्याला आपण कटाक्षाने टाळून, मागे ठेवून जावे. तरच ती यात्रा सुफळ संपूर्ण होते. पण हे सांगायला जितके सोपे आहे, तितकेच प्रत्यक्षात आचरणात आणायला अवघड आहे. आपल्याबरोबर आपला तो दुसरा 'मी' त्या सिंदबादच्या मानेवर बसलेल्या कुबड्या म्हाताऱ्यासारखा आपल्या मानेवर सतत बसतो आणि आपल्या कानाशी सारखे कुजबुजत राहातो,

'हं, हे वाईट आहे. हे फार खर्चाचे आहे. या कादंबरीत किंवा नाटकात चक्क अनीतिकारक दृश्ये दाखवलेली, रंगवलेली आहेत. हे तुझ्या राजकीय श्रद्धांवर घाव घालणारे आहे. हे भारतीय संस्कृतीचा मुळापासून उच्छेद करणारे आहे. सांभाळ, हो! याचे कौतुक करशील आणि तू बिघडशील!'

या 'मी' रूपी कुबड्या म्हाताऱ्याचा मानेवरून उतरून बाजूला फेकून द्यावे आणि मगच एखाद्या आनंदयात्रेला निघावे. निघताना इतर चार महत्त्वाच्या वस्तू मागे राहिल्या, तरी चालतील, पण हा दुसरा 'मी' कधी बरोबर घेऊ नये. पण तो बेटा येतोच येतो आणि सगळ्या आनंदावर विरजण घालतो.

भारतीय तत्त्वज्ञानाने सांगितले आहे, की माणसाने प्रपंचात पाण्यातल्या कमलपत्राप्रमाणे अलिप्त राहावे. 'पद्मपत्रमिवाम्भसि' असे असावे. साहित्यशास्त्र सांगते, की साहित्यकृतींचा आस्वाद 'स्व' ला विसरून, अलिप्त, वस्तुनिष्ठ दृष्टीने घ्यावा. तर साधे व्यावहारिक शहाणपण सांगते, की घटना काय, मते काय, माणसे काय - त्यांच्याकडे आपण शक्य तो निर्मळ, निकोप, पूर्वग्रहरहित दृष्टीने बघावे.

आपण हे सारे वाचलेले असते. आपल्याला हे सगळे माहीत असते. पण प्रत्यक्षात मात्र हे आपल्याला आचरणात आणता येतेच, असे नाही. मला वाटते, इतके छान, निर्मळ, स्वत:चा अहंभाव विसरून वागणे जमते फक्त दोघांनाच. एक अगदी लहान मुलांना आणि एक उच्च आध्यात्मिक पातळीवर पोचलेल्या महात्म्यांना.

एकदा काही तरी कारणाने दोन-अडीच वर्षांच्या एका छोट्या मुलाचा मला राग आला आणि मी त्याला चापट मारली. दुसऱ्याच क्षणी माझ्या अविचारीपणाचा मला पश्चाताप झाला. मला फार वाईट वाटले, त्याबरोबर त्या मुलाच्या मनात माझ्याबद्दल काही आकस तर राहाणार नाही ना, असे मला भयही वाटले. मी अगदी ओशाळून गेले. पण माझे चापट मारणे त्या छोट्याच्या मनात घडीभरसुद्धा राहिले नाही. थोड्याच वेळाने कुणी तरी त्याला दोन लिमलेटच्या गोळ्या दिल्या. त्यांतली एक त्याने मला इमाने इतबारे आणून दिली, इतकेच नाही, तर आपल्या चिमुकल्या हाताने ती माझ्या तोंडात घातली! त्याच्या त्या निर्व्याज, निरागस आणि क्षमाशील

वृत्तीने मला अगदी गहिवरून आले.

ज्ञानदेवांसारखे सिद्धपुरुष हेही याच कोटीतले. समाजाने या भावंडांना किती छळले. जगाचे किती कटु अनुभव त्यांनी पचवले. पण या साऱ्या जहराचे ज्ञानदेवांनी निखळ अमृत केले आणि ते सर्वांना समभावनेने वाटून टाकले. त्यांच्या लेखनात जगाबद्दल कुठेही कटुता नाही. विद्वेष नाही. आहे, तो शुद्ध प्रेमभाव.

तुकारामांनी एका संदर्भात देवाला म्हटले आहे,

'जेथे जातो तेथे तू माझा सांगाती। चालविसी हात धरूनिया।'

मर्ढेकरांनी एका वेगळ्या संदर्भात म्हटले आहे,

'जेथे जातो तेथे मी माझा सांगाती। झाल्या ऐशा भिंती डोळ्यांच्याच।'

या दोन्ही कवींची विधाने दोन वेगवेगळ्या अर्थांनी जीवनाचे वेगवेगळे दर्शन घडवतात. आपण ना तुकाराम, ना मर्ढेकर. आपण आपले आपणच असतो. क्लिफ्टन वेबच्या जातीचे. मग आपण जिथे जातो, तिथे आपले क्षुद्र भिकारडेपण घेऊन जातो. स्वत:ला मागे ठेवून कुठेच जाऊ शकत नाही.

- Wherever I go, I go too and spoil all the fun!

◆◆◆

सलगी देणे...

क्रप नावाची एक जर्मन कंपनी होती. तिचे नावही कदाचित आज कुणाला ठाऊक नसेल. पण पहिल्या महायुद्धाच्या वेळी या कंपनीने बनवलेल्या तोफा फार गाजलेल्या होत्या आणि त्या शत्रुपक्षाचा अगदी धुव्वा उडवून देत. तर या कंपनीचे मालक व त्यांची पत्नी हे जोडपे फार सुसंस्कृत होते आणि आतिथ्यशील वृत्तीबद्दल त्यांची प्रसिद्धी होती. त्यांचे एक सुंदर, प्रशस्त, अद्ययावत पद्धतीने सजवलेले अतिथिगृह होते; आणि कंपनीत काम करणाऱ्या अधिकाऱ्यांना, इतर पाहुण्यांना वर्षातून एकदा दोनदा या अतिथिगृहात बोलवून त्यांचा उत्तम पाहुणचार करणे, सर्व तऱ्हेने त्यांची सरबराई ठेवणे हा या पतिपत्नींचा नित्यक्रम होता. पाहुणेमंडळी अतिथिगृहात येऊन राहिली, म्हणजे ही पतिपत्नी रोज सायंकाळी तिथे एक खेप टाकीत, पाहुण्यांच्या आतिथ्यात कुठे काही उणे पडत नाही ना, हे स्वत: बघत आणि कित्येकदा रात्रीचे जेवणही ते पाहुण्यांबरोबर घेत. पाहुण्यांच्या सुखसोयींसाठी अतिथिगृहात सर्व प्रकारची काळजी घेतली जाई. त्या काळजीचाच एक भाग असा, की पाहुण्यांसाठी दर्जेदार मद्य, इतर पेये, भारी सिगारेट्स वगैरे सामग्रीही तिथे ठेवलेली असे.

आता काही पाहुणे असेही असत, की जे या आतिथ्याचा गैरफायदा घेत. एखादी मद्याची बाटली हळूच आपल्या सामानात लपवीत. भारी सिगारेट्सपैकी काही आपल्या खिशात घालीत.

एका सायंकाळी क्रप दांपत्य अतिथिगृहात गेले होते. मद्यपान चालले होते. पाहुण्यांबरोबर गप्पागोष्टी रंगात आल्या होत्या. तेवढ्यात एका पाहुण्याचा हातरुमाल खाली पडला. तो उचलून घेण्यासाठी पाहुणा वाकला, तेव्हा त्याने खिशात कोंबलेल्या सिगारेट्स खाली गालिच्यावर पडल्या. पाहुणा भयंकर ओशाळला. इतर मंडळीही गोरीमोरी झाली. क्षणभर तिथे एक चमत्कारिक ताण निर्माण झाला. गप्पांमध्ये खंड पडला. तेवढ्यात क्रप यांनी आपल्या सेक्रेटरीला हाक मारली आणि ते त्याच्यावर रागारागाने खेकसून त्याला म्हणाले,

'अशीच का तुम्ही आपल्या पाहुण्यांची व्यवस्था ठेवता? त्यांच्या आदरातिथ्यात काही उणे पडू नये, म्हणून मी तुम्हाला सतत बजावून सांगत असतो... आणि तरी माझ्या पाहुण्यांना स्वत:साठी घरून सिगारेट्स आणाव्या लागतात, ही माझ्या,

तुमच्या, आपल्या कंपनीच्या दृष्टीने किती नामुश्कीची गोष्ट आहे! जा, भरपूर उत्तम सिगारेट्स इथे आणून ठेवा. आणि पुन्हा असा हलगर्जीपणा कधी होता कामा नये!'

सेक्रेटरीही आपल्या मालकाच्याच तालमीत तयार झालेला होता. काय झाले असेल, याचा चटकन् त्याला अंदाज आला आणि मालकांच्या नाटकात सामील होत अत्यंत अपराधी मुद्रा करून, तो क्षमायाचनेच्या स्वरात म्हणाला,

'माफ करा, साहेब. माझ्या हातून थोडासा हलगर्जीपणा झाला खरा. पण यापुढे असे कधी घडणार नाही, याची मी काळजी घेईन!'

सेक्रेटरीने प्रसंग चतुराईने निभावून नेला.

बैठकीतला ताण सैल झाला. माणसे पुन्हा गप्पा मारू लागली.

क्रप हे फार मोठे उद्योगपती होते. ते व्यवहारचतुर तर असणारच, परंतु माणसे सांभाळून घेण्याचे, त्यांची मने जाणून घेण्याचे कौशल्य त्यांच्यापाशी होते. मुख्य म्हणजे, औदार्य व क्षमाशीलता होती. लहानशीच गोष्ट, पण त्यातून क्रप दांपत्याच्या मनोवृत्तीवर केवढा प्रकाश पडतो.

अशीच दुसरी गोष्ट वाचलेली आठवते, एक अमेरिकन करोडपती व त्यांची पत्नी यांची. एके दिवशी सायंकाळी त्यांनी आपल्या घरी मोठी डिनर पार्टी आयोजित केली होती. अशा पार्टीला वेगवेगळ्या व्यवसायांत, कलाक्षेत्रात नावाजलेली, समाजाच्या फार बड्या थरात वावरणारी मंडळीच उपस्थित राहात असत. यजमानीणबाई मोठ्या हौशी होत्या.

पार्टीला सर्व स्त्रीपुरुष - विशेषत: स्त्रिया - भारीतला भारी पोशाख करून, अंगांवर निवडक अलंकार घालून येत असत. यजमानीणबाईंचाही पार्टीचा पोशाख खूप सुंदर असे. त्या उत्तम केशभूषा करीत आणि हिऱ्यांचे, पाचूंचे, मोत्यांचे झगमगते अलंकार अंगावर चढवीत.

त्या विशिष्ट दिवशी मात्र पार्टीला आलेल्या पाहुणेमंडळींना आश्चर्याचा धक्का बसला. कारण एरव्ही भरपूर नटणाऱ्या यजमानीणबाईंनी आज अंगावर एक स्वच्छ पण साधा पोशाख चढवला होता. अलंकार तर एकही नव्हता. त्यांचे हे वेगळे रूप पाहून पाहुणेमंडळी आपापसांत तर्क करू लागली. पण थोड्याच वेळाने त्या रहस्याचा उलगडा झाला. पार्टी देणाऱ्या जोडप्याने गावामध्ये कोणत्या तरी एका मीटिंगच्या निमित्ताने आलेल्या एका संशोधक विदुषीला आज आमंत्रण दिले होते. ती विदुषी आपल्या वैचारिक क्षेत्रात फार गाजलेली होती. परंतु बहुतेक विद्वानांची असते, तशी तिचीही आर्थिक परिस्थिती बेताची होती. शिवाय चार दिवस चर्चेत भाग घेण्यासाठी ती इथे आली होती. अर्थात पार्टीसाठी सुरेख पोशाख तिच्यापाशी असणे शक्य नव्हते. या सर्व पुढल्या गोष्टी ध्यानात घेऊन यजमानीणबाईंनी त्या

पाहुणीला विचित्र, अवघडल्यासारखे वाटू नये, या हेतूने आपण स्वत:ही अगदी साधा पोशाख अंगावर चढविला होता. नेहमीच्या भारी अलंकारांना रजा दिली होती.

ती विदुषी पार्टीच्या वेळी आपल्या रोजच्या साध्यासुध्या गरीबाऊ पोशाखातच तिथे आली. उत्कृष्ट वेषभूषेने व अलंकारांनी नटलेल्या या श्रीमंत समुदायात तिला एरव्ही फारच न्यूनगंड वाटला असता; पण खुद्द यजमानीणच साध्या पोशाखात असल्यामुळे तिचे अवघडलेपण दूर झाले आणि मग इतरांनीही तिला आपल्यामध्ये छानसे सामावून घेतले.

पंडित जवाहरलाल नेहरू यांनी एके ठिकाणी सुसंस्कृतपणची व्याख्या करताना म्हटले आहे:

'तुमच्या सहवासात आलेल्या कुठल्याही माणसाला अवघडल्यासारखे वाटता कामा नये, तरच तुम्ही खरे सुसंस्कृत.'

मला ही व्याख्या फार आवडली. वर उल्लेखिलेले क्रप दांपत्य आणि पार्ट्या देण्याची हौस असलेली अमेरिकन श्रीमंत यजमानीण या उभयतांनी सुसंस्कृतीचे मर्म पूर्णपणे उमगलेले होते व त्यांच्या अगदी साध्या कृतींतून ते व्यक्त झाले होते.

आपल्या सहवासात आलेल्या, विशेषत: आपल्यापेक्षा अनेक दृष्ट्या खालच्या पातळीवर असलेल्या माणसांशी बरोबरीच्या नात्याने वागणे, त्यांना समजून घेणे, त्यांना मोकळे, बोलके करणे ही कला वाटते तेवढी सोपी नाही. कित्येक बडी माणसे या बरोबरीच्या नात्याचे नुसते नाटक करतात. पण समोरची व्यक्ती बुद्धिमान, संवेदनशील असेल, तर तिला हे नाटक चटकन उमगते आणि मग मोकळी होण्याऐवजी ती व्यक्ती अधिक संकोचून जाते. उमलण्याऐवजी आतल्या आत मिटते. परंतु काही थोर लोक हे जात्याच सुसंस्कृत असतात, आणि कसलेही नाटक न करता, कसलाही मुखवटा चेहऱ्यावर न चढवता ते अंगभूत सौजन्याने, सुसंस्कृत वृत्तीने समोरच्या माणसाशी वागत असतात. माणसांचे हे सौजन्य, अभिजात चांगुलपणा व निरभिमान वृत्ती त्याच्या अगदी लहान लहान गोष्टींमधून प्रगट होत असते.

या वृत्तीचे वर्णन करताना ज्ञानेश्वरांनी एक फार सुंदर दृष्टांत दिला आहे. ज्ञानेश्वर म्हणतात, 'भूमीचे मार्दव। सांगे कोंभाची लवलव।' जमीन किती मृदु व कोवळी आहे, हे तिच्या अंगप्रत्यंगांतून फुटलेल्या हिरव्यागार, टवटवीत तृणपात्यांच्या लवलवत्या उल्लासातूनच माणसांना कळून चुकते.

माणसाचे चांगुलपणही अशाच लहान लहान गोष्टींमधून इतरांना जाणवते. फार मोठ्या आणि महत्त्वाच्या प्रसंगी सुसंस्कृततेने वागणे सोपे आहे, फार मोठ्या

जमावापुढे नम्रता आणि विनय दाखवणे सोपे आहे. पण जीवनात हरघडी सान्निध्यात येणाऱ्या लहान, क्षुद्र, दुर्बल, अडाणी, अशिक्षित, मूर्ख माणसांशीही सुसंस्कृतपणे वागणे, त्यांना सांभाळून घेणे आणि त्याच्या चुकांकडे क्षमाशील वृत्तीने बघणे हे फार अवघड आहे. इथे नाटक करता येत नाही. हा अंगभूत निखळ भलेपणाचाच भाग असतो.

मला आठवते, 'निश्चयाचा महामेरू। सकळ जनांसी आधारू। अखंड स्थितीचा निर्धारू। श्रीमंत योगी।।' असा प्रारंभ असलेले समर्थ रामदासांचे एक कवित्व आहे. त्यात त्यांनी शिवाजीमहाराजांचे एक शब्दचित्र रेखाटले आहे. आजपर्यंत अनेक कवींनी, कादंबरीकारांनी, नाटककारांनी, बखरलेखकांनी आणि संशोधकांनी शिवाजीमहाराजांची अनेक परींनी वर्णने केली आहेत. पण रामदासांनी त्यांच्या केलेल्या वर्णनाइतके सुंदर, समर्पक आणि भव्योत्कट वर्णन मी अन्यत्र कुठेही पाहिले नाही.

इथे शिवाजीमहाराजांचे कोणते गुण आठवावेत, हे सांगताना रामदास म्हणतात, 'शिवरायाचे कैसे बोलणे। शिवरायाचे कैसे चालणे। शिवरायाचे सलगी देणे। कैसे अस।।' या वर्णनातील 'शिवरायाचे सलगी देणे' ही शब्दसंहती फार सुंदर आहे. शिवाजीमहाराजांच्या थोरवीचे अनेक पैलू आहेत; पण त्यांचे इतरांना 'सलगी देणे' हे जे अत्यंत महत्त्वाचे वैशिष्ट्य ते रामदासांनी इथे किती अचूक पकडले आहे!

ही ओळ मी जेव्हा वाचते, तेव्हा एक चित्रच माझ्या डोळ्यांसमोर उभे राहाते. भोवताली पोट खपाटी गेलेले, कमरेला केवळ लंगोटी लावलेले, विळ्या-कोयत्यावाचून दुसरे हत्यार माहित नसलेले अडाणी, हीनदीन,परिस्थितीने दबलेले व गांजलेले मावळे गोळा झाले आहेत आणि स्वत:चे खानदान, ऐश्वर्य, नेतेपण पूर्णपणे विसरलेले शिवाजीमहाराज त्यांना 'सलगी' देत आहेत! ही सलगी ते कशी देत असतील? कुणाच्या फडक्यात बांधलेल्या चटणीभाकरीचा घास ते आपुलकीने खात असतील, कुणाच्या म्हाताराम्हातारीची किंवा लेकराबाळांची आस्थेने चौकशी करीत असतील, कुणाच्या भीमथडी तट्टाची पारख करण्यासाठी स्वत: त्यावरून फेरफटका मारून येत असतील किंवा कुणाला आपले लहानसे काम प्रेमाच्या हक्काने सांगत असतील.

'मराठा तितुका मेळवावा। महाराष्ट्र धर्म वाढवावा' हे शिवाजीमहाराजांचे ब्रीद होते. पण मराठा मेळवताना त्यांनी अधिकार गाजवला नाही. जुलूम - जबरदस्ती केली नाही. लोकांमध्ये फूट पाडून त्याचा फायदा उठवला नाही. त्यांनी लोकांना सलगी देऊन आपलेसे केले. प्रेमाने त्यांना जिंकले आणि लोकसंग्रह केला. हे उत्कट जिव्हाळ्याचे निरभिमानी वर्तन हृदय हेलावून टाकते. कुठे हे लोकसंग्राहक वृत्तीचे शिवाजीमहाराज आणि कुठे आपल्या परीटघडीची इस्त्री सांभाळीत लोकसमुदायातून

अलिप्त शरीराने व कोरड्या मनाने वावरणारे आजचे मंत्री, पुढारी, लोकनेते? याला काही सन्मान्य अपवाद असतीलही. नाही, असे नाही, पण सामान्यत: डोळ्यांना दिसणारे चित्र तरी असेच नाही काय?

मोठ्या राज्यकर्त्यांची, धनाढ्य उदयोजकांची, ऐश्वर्यसंपन्न सत्ताधाऱ्यांची गोष्ट सोडून देऊ; पण सर्वसामान्य माणसांकडे नजर वळवली, तर काय दिसून येते? हा निर्व्याज साधेपणा आपल्या जीवनात कितपत राहिला आहे? या प्रश्नाचे उत्तर नकारार्थीच द्यावे लागेल, असे वाटते. कुणाला जातीचा अहंकार, कुणाला आपल्या श्रीमंतीचा डौल, कुणाला आपण वावरत असलेल्या 'हाय सोसायटी'चा अभिमान, तर कुणाला कुठल्यातरी क्षेत्रात गाजवलेल्या अगदी अंगुष्ठमात्र कर्तबगारीचा गंड! तो विसरून चटकन चार सामान्य माणसांसारखे इतरांशी समरस होणे किती थोड्यांना जमते!

फार मोठ्या सभासंमेलनांत, मेजवान्यांत, पार्ट्यांत वरकरणी सभ्यता, सौजन्य, सामाजिक रितीरिवाज, एटिकेट्स अगदी कसोशीने पाळल्या जातात. पण हे वरचे आवरण जरासे बाजूला करून पाहिले, तर अंतरंग अगदी वेगळेच असल्याचा प्रत्यय येतो. तथाकथित 'हाय सोसायटी'मध्ये माणसांचे वागण्याचे नियम ठरलेले आहेत; आणि धार्मिक कर्मकाण्डाइतके त्यांचे कसोशीने पालन होत असते. एखाद्या लग्नसमारंभात आपल्याला ओळख देणारी माणसे इतर सामाजिक वा राजकीय महत्त्वाच्या सभेत ओळख देतीलच, असे नाही. नाटकसिनेमाहून किंवा एखाद्या सांस्कृतिक कार्यक्रमावरून परत घरी जाताना आपल्या गाडीतून कुणाला 'लिफ्ट'द्यायची आणि कुणाला द्यायची नाही, याचे हिशेबी गणित करणारी बडी मंडळी मी पाहिली आहेत. इतकेच काय, पंडित भीमसेन जोशी यांच्या गाण्याच्या बैठकीत आपल्याशी येऊन ऐसपैस व अघळपघळ बोलणारी माणसे तीच सलगी कुमार गंधर्वांच्या मैफलीच्या वेळी दाखवतील, याचा भरवसा नसतो!

समाजात 'स्नॉब' लोकांचा एक वर्ग असतो. या 'स्नॉब' शब्दासाठी 'शालशिष्ट' असा फार समर्पक प्रतिशब्द माडखोलकरांनी वापरलेला आहे. कुठल्याही सार्वजनिक कार्यक्रमामध्ये जरा बारकाईने अवलोकन केले, तर हे उच्चभ्रू 'स्नॉब' किंवा शालनिष्ट लोक चटकन आपल्याला दिसतात. मोठे लेखक, इतर कलाक्षेत्रांतले मान्यवर, वृत्तपत्रांचे संपादक, प्रकाशक, धनाढ्य उद्योगपती यांच्या नाममात्र परिचयाचा फायदा घेऊन ही 'स्नॉब' मंडळी त्यांच्याभोवती गोळा होतात. त्यांच्याशी सलगीने बोलतात. त्यांची थट्टामस्करी करतात, आणि बड्या लोकांबरोबर असलेल्या आपल्या या

जवळिकीची (!) इतरांवर किती छाप पडते आहे, याचाही इतरांकडे नजर फिरवून ते धूर्तपणे अंदाज घेत असतात. त्यांना आपला हेवा वाटतो आहे, असे जाणवले, तर आतल्या आत अगदी संतुष्ट होऊन जातात. काही अंतरावरून हे सारे अलिप्त कुतूहलाने बघणाऱ्या एखाद्याची किंवा एखादीची अशा वेळी फार करमणूक होते.

वैभवाच्या, कलागुणांच्या, कीर्तीच्या किंवा सत्तेच्या सान्निध्यात आपण यावे, ही माणसाची तशी स्वाभाविक अपेक्षा असते. त्यात फारसे चूक आहे, असे म्हणता येत नाही. परंतु त्यातून उद्भवणारा हा शालशिष्टपणा मात्र खचितच गर्हणीय आहे. झगमगीत स्वयंसिध्द दिव्यांच्या प्रकाशात आपली तोंडे ओवाळून स्वत:ही क्षणभर उजळून जाण्याची ही भूक हिशेबीपणा, स्वत:बद्दलचा हीनगंड, बड्यांचा व्यावहारिक उपयोग करून घेण्याची इच्छा अशा अनेक चित्रविचित्र स्वार्थहेतूंच्या मिश्रणातून सिद्ध झालेली असते. त्यामुळे खऱ्या अर्थाने काहीही आपल्या पदरात पडत नाही. झाले, तर नुकसानच होते. पण चांगल्या बुद्धिमान माणसांनाही ही साधी गोष्ट उमगत नाही, याची खंत वाटते.

या सर्व गोष्टी पाहिल्या, म्हणजे तर साध्यासहज सुसंस्कृतपणाचे मोल अधिकच कळू लागते. हे सुसंस्कृत वर्तन मोठ्यांच्या ठिकाणी तर असायला हवेच आहे, पण लहानांच्या, सामान्यांच्या ठायीही त्याचा आढळ होणे आवश्यक आहे. जिथे मोठ्यांना मोठेपणाचा अहंकार असणार नाही व लहानांना आपल्या लहानपणाची ओशाळगत वाटणार नाही, असे सामाजिक जीवन हे खरे आदर्श जीवन आहे. पण जोवर माणसे केवळ माणुसकीच्या नात्याने मोजली जात नाहीत, पैसा, गुणवत्ता, प्रतिष्ठा, सत्ता- कसली ना कसली वीट पायांखाली असल्याखेरीज त्यांना उंच माथा करून समाजात वावरताच येत नाही, तोवर कदाचित हे असेच चालणार असेल.

गमतीची गोष्ट ही आहे, की साध्या सुसंस्कृतपणाने वागायला फारसे काही लागत नाही. अगदी लहान लहान गोष्टींत ही सुसंस्कृतता दडलेली असते, याचाच मुळी अनेकांना पत्ता नसतो.

मला आठवते, जुन्या काळात श्रीमंत माणसे, जमीनदार, जहागिरदार, संस्थानिक यांच्या घरी गेले, तर त्यांची वागण्याबोलण्याची एक विशिष्ट पध्दत जाणवे. 'आमचे' या शब्दाऐवजी ते 'आपले' असा शब्द वापरीत; आणि त्या एका शब्दाने समोरच्या माणसाशी विलक्षण जवळीक साधीत. घर, शेत, बाग, गाईगुरे वगैरेंबद्दल बोलताना ही माणसे सहज म्हणत,

'आपल्याकडे पुष्कळ गाईगुरे आहेत, दूधदुभत्याला काही कमती नाही बघा!' किंवा 'आता हे आपलं घर आहे ना, यावर माडी चढवायची आहे.' किंवा 'आता

आपली ही बाग आहे ना, तिथं यंदा द्राक्षं पिकवायचा बेत आहे!'

या 'आपले' शब्दातून त्याची इतरांबद्दलची आपुलकी किती सहजपणे प्रकट होत असे. विशेष म्हणजे, त्यात कसला अभिनय, कसले नाटक नसे. आपल्यासारख्यांच्या घरी काही कार्यप्रयोजन निघावे, तर ही बडी घरंदाज मंडळी चटकन् म्हणत,

'भांडीकुंडी वा इतर वस्तू अगदी हक्कानं घेऊन चला बरं का... आपल्या घरी सगळं आहे!'

दुसऱ्याला मदत करतानादेखील, मदत करण्याची संधी देऊन तो दुसरा माणूसच आपल्यावर काही मेहरबानी करतो आहे, असा कृतज्ञ भाव या श्रीमंतांच्या मनी वसत असे.

आज आपण तोंडाने समतेच्या, सर्वधर्मसमभावाच्या गोष्टी सतत करत असतो. पण दुसरीकडे आपले धार्मिक, जातीय, आर्थिक व सांस्कृतिक वेगळेपण आणि उच्चपण अधोरेखित करण्याकडे आपली प्रवृत्ती अधिकाधिक होत चालल्याचे आढळून येते.

मनावरची ही सारी ओझी दूर लोटून, सारी जाळीजळमटे झटकून अगदी सहजसुंदर साधेपणाने आपणांला एकमेकांशी वागता येणारा नाही का? माणसाचे माणूसपण एवढाच त्याच्या असण्याचा अर्थ आपण ध्यानात घेणार नाही का?

खरोखर, कवयित्री बहीणाबाईंनी 'माणसा, माणसा, कधी होशील माणूस?' असा जो प्रश्न तळमळीने विचारला आहे, तो किती अर्थांनी आणि किती पातळ्यांवरून समजून घ्यायला हवा आहे.

◆◆◆

सावल्या

गडकऱ्यांनी आपल्या 'पुण्यप्रभाव' नाटकात विनोदी पात्रांचा समूह आपल्यापुढे उभा केला आहे. किंकिणी हे त्यांतले एक पात्र. किंकिणीला आपल्या उच्चपदस्थ मालकिणीचे - कालिंदीचे - प्रत्येक बाबतीत अनुकरण करण्याची जबरदस्त हौस असते. एकदा तिचे दोन प्रियकर तिचे प्रियाराधन करण्यासाठी तिच्याकडे येणार असतात. त्या वेळी ती म्हणते,

'मी आता कशी बसू? मांडीवर वीणा घेऊन बसू, की हातात फूल घेऊन बसू? कालिंदीबाई अशा वेळी कशा बसल्या असत्या बरे? अलीकडे तर त्या सारख्या मुलालाच मांडीवर घेऊन बसलेल्या असतात. पण माझे तर, मेले, अजून लग्नही झालेले नाही, आता लग्नाआधी मी मूल कुठून आणायचे?'

तशाच आणखी एका प्रसंगी मन विषण्ण झाले असता ती म्हणते,

'दुःखामध्ये माणसाने कसे हळूहळू पावले टाकत चालावे, गडे. कालिंदीबाई दुःखात असल्या, म्हणजे कशा मंद पावले टाकत चालतात!'

किंकिणीची ही भाषणे मला काही शब्दशः आठवत नाहीत. पण त्यांचा आशय साधारणतः हाच आहे.

गडकऱ्यांचे भाषाप्रभुत्व असामान्य. कल्पनाशक्तीची झेप अचाट आणि विनोदबुद्धी अत्यंत तल्लख. आत्तापर्यंत गडकऱ्यांची विनोदी पात्रे मला नुसतीच विनोदी वाटायची; आणि त्यांची भाषणे वाचताना मी खदखदून हसायची. पण अलीकडे ध्यानात येऊ लागले आहे, की आपल्या गंभीर पात्रांच्या व्दारा गडकरी जसा मानवी मनाचा तळ शोधतात, त्याप्रमाणे विनोदी पात्रांच्या द्वारा ते त्याच मनाचे काही वेगळे आणि विक्षिप्त पैलू मोठ्या भेदक मार्मिकपणाने आपल्या निदर्शनाला आणतात. ती विनोदी पात्रे नुसती विनोदी नसतात, तर आणखीही बरीच काही असतात. उदाहरणार्थ, ही किंकिणीच बघावी. लहानमोठ्या बाबतींत, उक्तीत, कृतीत ती सतत कालिंदीचे अनुकरण करते. इतके दिवस मला वाटे, हे आपले एक अतिशयोक्त, प्रेक्षकांना केवळ हसवणारे गमतीदार व्यक्तिमत्त्व गडकऱ्यांनी निर्माण केले आहे. पण आता समजते, की किंकिणी ही नुसती विशिष्ट व्यक्ती नाही. ती एक प्रवृत्ती आहे; आणि या प्रवृत्तीचा आढळ आजही आपल्याला सर्वत्र होत असतो.

अनुकरणशीलता हा मानवी मनाचा एक प्रमुख धर्म आहे. लहानपणी मूल चालायला, बोलायला, नकला करायला शिकते, ते मोठ्या माणसांच्या अनुकरणातूनच. ते जसजसे समजदार होऊ लागते, तसतसे घराबाहेरच्या इतरांचेही त्याला अनुकरण करावेसे वाटते. त्यातून त्याच्या कोवळ्या मनाने जपलेल्या स्वप्नांची चाहूल लागते. अगदी छोट्या मुलांना जर विचारले, की मोठेपणी तू कोण होणार, तर मुले जी उत्तरे देतात, ती या दृष्टीने ऐकण्याजोगी असतात. कुणाला इंजीन ड्रायव्हर व्हावेसे वाटते. कुणाला पोलीस व्हावेसे वाटते. तर कुणी सर्कशीतला विदूषक किंवा दंडावर लोखंडी गोळे लीलया झेलणारा पहिलवान होऊ इच्छितो.

यानंतर येते किशोरवय. या वयात डोळ्यांपुढचे आदर्श पुन्हा बदलतात. विभूतिपूजनाची आणि त्या त्या आदर्शांचे अनुकरण करण्याची वृत्ती मनात निर्माण होते. आता संवेदना तीव्र असतात. कल्पनाशक्ती अतिशय तरल असते. लहानसहान गोष्टींनीही ती वीणेच्या ताणलेल्या तारेसारखी झंकारून उठते. याच वयात कुणावर तरी जीव तोडून प्रेम करावेसे वाटते; पण भिन्नलिंगी आकर्षण मनात निर्माण व्हायला अजून अवकाश असतो. मग मुले मित्रांवर, तर मुली मैत्रिणींवर प्रेम करतात. मित्रमैत्रिणींच्या जोडीला शाळेतले शिक्षक व शिक्षिका, रंगभूमीवरचे आणि चित्रपटांतले कलावंत, मैदान गाजवणारे क्रिकेटवीर, साहित्य, संगीत, कला, इत्यादी क्षेत्रांतले मान्यवर अशी वेगवेगळी दैवते मुले आपल्या हृदयाच्या सिंहासनावर अधिष्ठित करतात. पण या साऱ्यांचा गाभा कळण्याची किंवा तो आत्मसात करण्याची कुवत अद्याप त्यांच्यामध्ये आलेली नसते. मग त्या प्रिय व्यक्तीच्या पोशाखापासून, हस्ताक्षरापासून तो तिच्या लहानसहान लकबीपर्यंत वरवरच्या गोष्टींचेच अनुकरण करावेसे वाटते. ही किंकिणी प्रवृत्तीच. पण त्या भाबड्या, भावुक आणि स्वप्नाळू वयाला ती शोभून दिसते.

त्या दृष्टीने प्रत्येकाने आपले बालवय आणि किशोरवय आठवून बघावे. आमच्या शाळकरी वयात जमुना, काननबाला, शांता आपटे, मीनाक्षी ही आमची चित्रपटसृष्टीतली दैवते होती. त्या वेळचे क्रिकेटमधले नामवंत खेळाडू मुलांना आदर्श वाटत. रवींद्रनाथ टागोरांच्या गीतांजलीइतकेच त्यांच्या रेशमी वेषाचे आणि पांढऱ्याशुभ्र दाढीचे आकर्षण वाटे, तर पंडित जवाहरलाल नेहरूंच्या गोऱ्यापान रंगापासून तो त्यांच्या छातीवरच्या गुलाबाच्या फुलापर्यंत सर्व गोष्टींविषयी मनात अमर्याद कौतुक असे. फडके यांच्या कादंबऱ्यांतल्या नायकाच्या किंवा नायिकेच्या जागी स्वत:ला कल्पून एक थरार अनुभवण्याचे हेच वय आणि खांडेकरांच्या कादंबऱ्यांतली सुभाषितवजा वाक्ये वहीत लिहून घेऊन आपल्या निबंधात ती राजरोस वापरण्याचेही हेच वय.

आजच्या शाळकरी मुलांसमोर वेगळे आदर्श आहेत; पण मनातली भावना, ओढ, अनुकरणशीलता तीच असणार. आज कुणाला अमिताभ व्हावेसे वाटत असेल, कुणाला गावसकर किंवा कपिलदेव होण्याची महत्त्वाकांक्षा असेल. तर कुणी बाबा आमटे किंवा राकेश शर्मा होण्याची स्वप्ने बघत असतील. काळ पुढे सरकतो, आदर्श बदलतात. जुन्या दैवतांची जागा नवी दैवते घेतात. पण डोळ्यांसमोर आदर्श ठेवणे आणि त्यांचे अनुकरण करण्याचा आपल्या परीने प्रयत्न करणे ही किशोरवयातली ओढ सनातन आहे.

मात्र या वयातली विभूतीपूजा बरीचशी बाह्य आणि उथळ असावी. प्रिय व्यक्तींचे, आदर्शांचे अनुकरण केले जाते, ते बहुधा पोशाखाचे, सवयींचे, आवडींचे, बारीकसारीक लकबींचे. मी शाळेत शिकत असताना आमच्या संस्कृतच्या शिक्षिका माझे अगदी आदर्श दैवत होत्या. त्यांच्या चालण्या-बोलण्यापासून तो पदर घेण्यापर्यंत प्रत्येक गोष्टीचे मी अनुकरण करत असे. त्यांच्या फार जवळ जाण्याचा धीर मला कधी झाला नाही. पण दुरून मी त्यांची मनोमय भक्ती करायची. बाईंच्या डाव्या हातात सोनेरी पट्ट्याचे एक सुंदर घड्याळ असे; आणि तो हात कोपरात वाकवून घड्याळात बघण्याची त्यांची एक विशिष्ट लकब होती. त्या लकबीवर मी बेहद्द खूश असे. त्या वेळी प्रत्यक्ष परमेश्वर जर माझ्यासमोर येऊन उभा राहिला असता आणि त्याने मला वर दिला असता, तर मी त्याला म्हटले असते,

'देवा, बाईंच्या हातात आहे, तसले घड्याळ मला दे, म्हणजे खास त्यांच्या पद्धतीने मला त्या घड्याळात बघता येईल.'

अशीच आमच्या शाळेतली एक विद्यार्थिनीही मला खूप आवडायची. ती होस्टेलवर राहात असे. रोज नवेनवे, सुंदर, ऐटबाज फ्रॉक घालत असे आणि मुख्य म्हणजे आपल्या लांबसडक कुरळ्या केसांच्या दोन वेण्या घालून त्या ती दोन्ही खांद्यावरून पुढे छातीवर घेत असे. या श्रीमंत देखण्या मुलीचे आणखी एक वैशिष्ट्य म्हणजे, ती पूर्ण निगर्वी आणि फार सुस्वभावी होती. तिच्या परीटघडीच्या फ्रॉक्सचे, फॅशनेबल राहणीचे आणि मुख्य म्हणजे, त्या दोन वेण्यांचे मला कमालीचे कौतुक अन् आकर्षण वाटायचे. मनात येई, आयुष्यात एकदा तरी असा पोशाख, अशी ऐट आपल्याला करता यावी. अशा दोन वेण्या आपणही घालाव्यात. पण त्या काळात मळखाऊ रंगाचे नऊवारी लुगडे आणि करकचून बांधलेला घट्ट अंबाडा ही माझ्या पोशाखाची व प्रसाधनाची कमाल मर्यादा होती, त्या मला एवढी फॅशन करायला घरून कोण परवानगी देणार? मी आपली दुरून त्या मुलीकडे पाही आणि दुरूनच तिच्यावर प्रेम करी. वाटे, कधीतरी एकदा सरळ तिच्याजवळ जावे आणि तिला सांगावे,

'तू मला फार फार आवडतेस!'

पण इतका धीर मला कधीच झाला नाही.

योगायोगाने पुढे आमची ओळख झाली आणि त्या मुलीच्या अभिजात साधेपणामुळे आम्ही एकमेकींच्या जिवलग मैत्रिणीही बनलो.

सांगायचे कारण, विशिष्ट वयात विशिष्ट आदर्श डोळ्यांसमोर ठेवण्याची आणि आपल्या परीने त्यांचे अनुकरण करण्याची वृत्ती आपणां सर्वांमध्ये असते. तरुण वयात, जेव्हा आपल्या भावी आयुष्याची, कार्याची रूपरेषा निश्चित होऊ लागते, तेव्हाही ही अनुकरण प्रवृत्ती आपल्या ठायी असते. राजकारण, समाजकारण, साहित्य, इतर ललितकला या सर्व क्षेत्रांत नवी पिढी जुन्या पिढीचे अनुकरण करत करतच पहिलीवहिली पावले टाकत असते. राजकारणात जुने, अनुभवी बुजुर्ग आपल्या हाताशी होतकरू उमेदवार घेऊन त्यांना राजकारणाचे धडे देतात. आखाड्यात वयस्क मल्लांनी नव्या पोरांना कुस्तीचे पेच शिकवावेत, तसाच काहीसा हा प्रकार असतो. साहित्यात तर नवी पिढी जुन्या पिढीपासून खूपसे काही उचलते. भाषेपासून शैलीच्या वळणापर्यंत आणि निवेदनपद्धतीपासून आशयापर्यंत. या उमेदवारीच्या काळातही आपल्या आदर्शांचे बालिश अनुकरण करावेसे वाटते. ना.सी. फडके यांच्या एका पुस्तकात त्यांचा शाल पांघरलेला एक सुंदर फोटो आहे. आमच्या कॉलेजात नव्याने लिहू लागलेल्या एका हौशी, होतकरू लेखकाने फोटोग्राफरच्या स्टूडिओत जाऊन आपला अगदी तस्साच फोटो काढून घेतला होता. आचार्य अत्रे यांचा गालावर पेन्सिल टेकलेला, विचारमग्न अवस्थेतला एक असाच सुरेख फोटो आहे. त्या फोटोप्रमाणे काही लेखकांनी आपले फोटो काढवून घेतलेले मी पाहिले आहेत. अर्थात अत्र्यांच्या फोटोतली सहज ऐट त्यांत आलेली नाही, उलट, एक चमत्कारिक ओशाळगतीची जाणीव त्यामध्ये दिसून येते. ही ऐट खरी नव्हे, हे ज्याचे त्याला मनोमन कळलेले असते. मग इतरांची गोष्ट कशाला? ते तर ही नक्कल ओळखूनच असतात.

- आणि इथेही किंकिणी प्रवृत्ती आढळून येते. अनुकरणाचा पांगुळगाडा विशिष्ट काळापर्यंत, वयापर्यंत ठीक असतो. आवश्यकही असतो. पण कधी तरी तो सोडून माणसाने आपल्या पायांवर उभे राहायला नको का? आपले स्वतंत्र, स्वयंभू व्यक्तिमत्त्व शोधायला नको का? ज्यांना हे कळते, ते खऱ्या अर्थाने जिवंत असतात. बाकीचे केवळ थोरामोठ्यांचे अनुकरण करणाऱ्या सावल्या बनून राहातात. अमिताभचे कर्तृत्व किंवा अमर्याद कष्टाळूपणा ज्यांच्यामध्ये नाही, ते पोकळ, बिनकण्याचे तरुण मग फक्त त्याच्यासारखे केस वाढवतात, वळवतात. गांधीजी आणि नेहरू यांच्या ऐन झगमगाटाच्या काळात त्यांचे फक्त पोशाखी अनुकरण करणारे ग्रामगांधी आणि

नगरनेहरू शेकड्यांनी सर्वत्र वावरत होते. गांधीवादाची इष्टानिष्टता काहीही असो, त्यांनी ध्येयवादी, कठोर निग्रही, व्रतस्थ, ध्येयनिष्ठ आचार्यांची एक परंपरा निर्माण केली, यात काही शंका नाही. तथापि, हे कवडेपण ज्यांना पेलता आले नाही, अशा अनेक तथाकथित आचार्यांनी या अस्सल आचार्यांकडून गाईचे वा शेळीचे दूध पिणे, खजूर खाणे आणि जगातल्या साऱ्या सुंदर सुखांची वासना मनात सतत फणा काढून उभी असताना लटपटत्या पावलांवर ब्रह्मचर्याचा, अपरिग्रहाचा तोल सावरत कसेबसे उभे राहाणे एवढेच उचलले. कधी कधी ही अनुकरणप्रवृत्ती अगदी हास्यास्पद पातळीवर पोहोचते. बापूसाहेब माटे यांची वक्तृत्वशैली सर्वांनाच आवडत असे. आमच्या विद्यार्थिदशेत आम्ही त्या शैलीवर अगदी फिदा होतो. पण फिदा असणे म्हणजे त्यांचे जन्मभर अनुकरण करणे खचीत नव्हे. परंतु बापूसाहेबांचे विद्यार्थी असलेले आणि आता स्वत: प्राध्यापक झालेले माझे एक वयस्क मित्र अजूनही बापूसाहेबांच्या शैलीत बोलतात. त्यांच्यासारखे डोळे बारीक करतात अन् छातीवरून हात फिरवतात. पु.ल. देशपांड्यांवर खूश असलेले पण पु.लं.ची तीक्ष्ण बुद्धिमत्ता आणि त्यांचे प्रत्युत्पन्नमतित्व यांचा लवलेशही अंगी नसलेले अनेक साहित्यिक खाजगी बैठकीत किंवा व्यासपीठावर पु.लं.सारख्या विनोदी कोट्या करण्याचा अट्टहास करतात आणि स्वत:चे हसे करून घेतात. बऱ्याच वर्षांपूर्वी मराठीत एक दुय्यम दर्जाचे लेखक होते. त्यांचे वैशिष्ट्य, म्हणे, हे होते, की फडके, खांडेकर, माडखोलकर, साने गुरुजी कुणाच्याही शैलीत हमखास आणि हुबेहूब लेखन ते करू शकत; आणि या गोष्टीचा त्यांना मोठा अभिमानही वाटे! आज त्या लेखकांचे काय झाले आहे, कोण जाणे. आपले स्वत्व आणि सामर्थ्य यांचा कधीच शोध न घेणाऱ्या साऱ्यांचे अखेर जे होते, तेच त्यांचेही झाले असणार.

हे झाले पुरुषवर्गाच्या बाबतीत. पण किंकिणीची परंपरा पुढे चालवणाऱ्या स्त्रियाही काही कमी नाहीत. विशीबाविशीत हेमामालिनी किंवा रेखा किंवा आणखी कुणी आवडती अभिनेत्री हिच्या केशभूषेची, वेशभूषेची नक्कल करावीशी वाटते, हे समजण्याजोगे आहे. पण हाच लडिवाळपणा पन्नाशी ओलांडलेल्या तरुणी जेव्हा करू बघतात, तेव्हा त्यांच्याविषयी घृणा वाटते आणि त्यांची दया येते. प्रौढ वयाला, नव्हे, वार्धक्यालाही त्याचे स्वत:चे असे एक लोभसपण, सौंदर्य असते, हे या स्त्रियांना कधी कळणारच नाही का? कुणाला या गोष्टी सांगोवांगीच्या वाटतील. पण माजी पंतप्रधान इंदिरा गांधी यांच्या केसांत उजवीकडे एक चंदेरी बट होती, म्हणून आपले काळे केस तेवढेच आणि तसेच चंदेरी करून घेण्यासाठी प्रौढ बायका आपल्याकडे येत, असे ब्यूटी पार्लर चालवणाऱ्या माझ्या एका मैत्रिणीने मला सांगितले आहे.

थोर आणि कर्तबगार माणसांच्या अशा सावल्या बनून समाजात वावरणे यामध्ये या लोकांना कसला आनंद मिळत असेल, कोण जाणे! स्वप्नरंजन, आशापूर्ती, आपल्या कर्तृत्वशून्यतेची पोकळी भरून काढणे अशी याची अनेक कारणे असू शकतील. मानसशास्त्रज्ञ कदाचित यांच्याही पलीकडे जाऊन आणखी काही खोल कारणमीमांसा करतील. ते काही असो. मोठेपण जाणवते, ते गडकऱ्यांचे. त्यांनी किंकिणी निर्माण केली आणि मनुष्यस्वभावातली एका दुबळेपणावर अचूक बोट ठेवले.

बिचारी किंकिणी! किंकिणीची कधी कालिंदी होत नसते, हे तिला कळलेच नाही.

◆◆◆

लाखेचे मणी

तेव्हा मी वयाने लहान, पण कळत्या-नकळत्या अवस्थेच्या सीमेवर होते. कळत्या अवस्थेत अशा अर्थाने, की मोठ्या माणसांच्या गप्पांमध्ये मला गोडी वाटू लागली होती. पण नकळत्या अवस्थेत अशासाठी, की त्यांच्या त्या सगळ्या बोलण्याचा आशय मला उमगत होता, असे नाही.

या काळात एकदा नात्यातल्या, की ओळखीतल्या अशा एक बाई आमच्या घरी बसायला आल्या होत्या. आईच्या अन् त्यांच्या गप्पा चालल्या होत्या. आईच्या गळ्यात टपोऱ्या गोल मण्यांची मोहनमाळ होती. नव्यानेच घडवून आणलेली होती ती. बाईंचे लक्ष चटकन मोहनमाळेकडे गेले.

'नवी घडवलीत, वाटतं, मोहनमाळ?' बाईंनी विचारले.

'हो, नवीच आहे.'

'मणी टपोरे दिसताहेत. बहुधा लाखेचे असतील. एवढे थोरले मणी निखळ सोन्याचे कसे असणार?'

आई काहीच बोलली नाही. नुसती हसली. तिने होकार दिला नाही, पण नकारही दिला नाही. बाईंशी तिने प्रतिवादच केला नाही. त्यामुळे त्यांना कसले तरी गूढ समाधान वाटले असावे. ते त्यांच्या चर्येवर स्पष्ट दिसत होते.

नंतर जरा वेळ दोघींच्या आणखी गप्पा झाल्या. मग शिरा, चहा, वगैरे कार्यक्रम यथासांग होऊन बाई आपल्या घरी निघून गेल्या.

मी जवळ बसून त्याच्या गप्पा कुतूहलाने ऐकत होते.

बाई गेल्यावर मी आईला विचारले.

'आई, लाखेचे मणी म्हणजे काय, गं?'

'अग, जास्त सोनं परवडत नसलं, म्हणजे मग लाख नावाच्या पदार्थांचे मणी बनवतात आणि त्यांना वरून नुसता सोन्याचा पातळ पत्रा चढवतात.'

'मग तुझ्या गळ्यातल्या माळेचे मणी लाखेचे आहेत?' मी त्या माळेकडे संशयी नजरेने बघत म्हटले.

एखादी वस्तू, प्रथमदर्शनी वाटली होती, तेवढ्या मोलाची नाही, असे कळल्यावर जो स्वप्नभंग, की काय म्हणतात, होतो, तसा माझा झाला असावा.

माझ्या उतरलेल्या चेहऱ्याकडे बघून आईला हसू कोसळले. हसत हसतच ती

म्हणाली,

'एवढा चेहरा पाडायला काय झालं? अग, या माळेचे मणी लाखेचे नाहीत, अगदी निखळ शुद्ध सोन्याचे आहेत.'

'होय ना?' ते ऐकून मला एकदम समाधान वाटले. पण क्षणभराने मी आईला विचारले, 'तर मग तू त्या बाईंना स्पष्ट तसं सांगून का टाकलं नाहीस? त्या या मण्यांना लाखेचे मणी म्हणाल्या, ते तू मुकाट्यानं ऐकून का घेतलंस?'

'अगं, काय करायचं सांगून? आपल्याला निखळ सोनं परवडत नाही, या कल्पनेनं त्यांना जो आनंद झाला, तो खोटा असला, तरी कशासाठी हिरावून घ्यायचा? आणि त्यांनी हे मणी लाखेचे मानले, तरी त्यात काय मोठंसं बिघडलं? आपलं सोनं तर निखळ आहे ना? झालं तर मग?'

'वा! पण म्हणून काय झालं? उगाच खोटा कमीपणा का म्हणून घ्यायचा आपल्याकडे?'

आई काही वेळ माझ्या तोंडाकडे टक लावून बघत राहिली. मग एकाएकी तिचा चेहरा वेगळा, खिन्न दिसू लागला. समजुतीच्या स्वरात ती म्हणाली,

'हे बघ, त्या बाईच्या अंगावर काही दिसला का तुला एखादा तरी दागिना?'

मी आठवू लागले आणि माझ्या ध्यानात आले, खरेच, बाईंच्या अंगावर बांगड्या, माळ, अंगठी काही नव्हते. अगदी फुटका मणीदेखील नव्हता. मी नकारार्थी मान हलवली.

'मग झालं तर! जे आपल्यापाशी नाही, ते दुसऱ्या कुणाजवळ आहे, त्याला ते सहजपणे मिळतंय हे अनेक लोकांना सहन होत नाही. त्यांना हेवा, मत्सर वाटायला लागतो. आणि मग दुसऱ्याजवळ जे आहे, त्यात काही तरी दोष, उणिवा दाखवल्या, म्हणजे आतून त्यांना तेवढंच समाधान मिळतं. मनुष्यस्वभाव आहे हा...'

आई क्षणभर गप्प बसली. ती स्वत:शीच कसला तरी विचार करीत असावी. जरा वेळाने म्हणाली,

'तुला माहीत नसेल, पण गेली अनेक वर्षं मी या बाईंचा ओढघस्तीचा संसार बघते आहे. नवरा कुठंच एका नोकरीवर टिकत नाही. एक मुलगा आहे, तो बुद्धीनं अगदी सुमार आहे. शिकूनसवरून आईबाबांना तो जरा विसावा, सुख देईल, अशी आज तरी लक्षणं दिसत नाहीत. पदरात एक लग्नाची मुलगी आहे. तिचं लग्न अजून जमत नाही. या परिस्थितीत बाईची सोन्याची, दागिन्यांची हौस भागावी कशी? मग इतरांच्या दागिन्यांचा त्यांना मत्सर नाही का वाटायचा? म्हणून माझे सोन्याचे मणी त्यांनी लाखेचे ठरवले अन् त्यातच समाधान मानून घेतलं! मला त्यांचा राग नाही आला. खरंच, नाही आला. मला समजलं त्यांचं मन; अन् खरं म्हणशील, तर मला

त्यांची दयाही आली...'

आई माझ्याशी बोलत होती. पण खरोखर ती स्वत:शीच बोलत आहे, असे मला वाटले.

आणखीही बरेच काय काय ती त्या दिवशी बोलली. ते सारेच मला कळले, असे नाही. पण त्यातले थोडे काही कळल्यावाचून राहिले नाही. तशी मी लहान, अजाण होते. पण त्या दिवशी मी थोडी तरी जाणती झाले.

जसजसे वय वाढत चालले, घटनांचे आणि माणसांचे अनुभव येऊ लागले, तसतसा त्या दिवशीच्या आईच्या बोलण्याचा अर्थ माझ्या मनावर अधिकाधिक ठसत चालला. त्या सगळ्याच घटनेला माझ्या दृष्टीने एक प्रतीकात्मक रूप लाभले. आपल्याला सोने परवडत नसेल, तर इतरांच्या सोन्याला माणसे खुशाल लाख म्हणतात - नव्हे, ते दहा ठिकाणी तसे बोलूनही दाखवतात आणि आपली दुखावलेली अहंता कुरवाळून घेण्याचे समाधान मिळवतात, हा आयुष्यातला एक बहुमोल धडा, हे अटळ सत्य जणू डाग दिल्यासारखे मनावर चरचरून उमटले.

नंतर अनेक वर्षांनी घडलेली एक घटना. मी पाहिलेली नाही. पण ऐकलेली आहे. मुंबईला एकदा आचार्य अत्रे यांच्या अध्यक्षतेखाली गडकऱ्यांची पुण्यतिथी साजरी करण्यात आली. गडकरी शिकत असताना त्यांचे एक सहाध्यायी होते. ते अद्याप हयात होते. गडकऱ्यांचे वर्गबंधू म्हणून मोठ्या अगत्याने त्या दिवशी सभेच्या संयोजकांनी त्या गृहस्थांना बोलावून आणले. ते गडकऱ्यांच्या चार चांगल्या आठवणी सांगतील, अशी सर्वांची अपेक्षा. काही तरुण आणि भावुक श्रोत्यांना तर गडकऱ्यांचे सहाध्यायी समोर बघताना प्रत्यक्ष गडकऱ्यांचेच सान्निध्य, कल्पनेने का होईना, आपण अनुभवत आहोत, असा रोमांचकारी आनंद वाटत होता. त्या वृद्ध गृहस्थांचे भाषण ऐकण्यासाठी सर्वजण अगदी जिवाचा कान करून बसले होते. गृहस्थ मोठ्या इतमामाने बोलायला उठून उभे राहिले. पण त्यांनी प्रारंभीपासून अगदी भलताच सूर लावला. ते म्हणाले,

'अहो, हा गडकरी! ('हा' बरे का, 'हे' नाही!) आता तुम्ही त्याला कवी अन् प्रतिभावंत वगैरे वगैरे म्हणता आहात, ठीक आहे. असेलही ते तसं. आपल्याला त्यातलं काही फारसं कळत नाही. पण अभ्यासात म्हणाल ना, तर स्वारी अगदी 'ढ' होती. गबाळ्या, तऱ्हेवाईक, अबोल. सारांश, प्रतिभावंताची काही लक्षणं निदान मला तरी त्यांच्यांत दिसली नाहीत अन् काय विड्या ओढणं, हो, ते! विड्या अन् चहा! विड्या अन् चहा... खरं सांगू का? आम्ही त्याला चक्क बावळट म्हणत असू!'

या पद्धतीने एकंदर भाषण करून स्वारी एकदाची खाली बसली आणि सर्व श्रोत्यांकडे मोठ्या अभिमानाने बघू लागली. आपण आपल्या स्पष्टवक्तेपणाने फड मारला, असा एकूण त्यांचा आविर्भाव होता.

श्रोते चिडले होते. खट्टू झाले होते. पण करतात काय?

त्यानंतर आचार्य अत्रे भाषण करायला उठून उभे राहिले. ते म्हणाले,

'गडकऱ्यांसारख्या महान प्रतिभावंताचा, काही काळ का होईना, ज्यांना सहवास लाभला, अशा या भाग्यशाली गृहस्थांना आज आपण पाहिलं. त्यांचं भाषणही ऐकलं. हे गडकऱ्यांना 'बावळट' म्हणत असत, हे त्यांनीच आपल्याला सागितलं. आम्हालाही गडकऱ्यांचा सहवास थोडाबहुत मिळालेला आहे. हे गडकऱ्यांना काय म्हणत, ते आपण आता ऐकलं. गडकरीही आमच्यापाशी यांच्याबद्दल काही म्हणत असत. पण ते इथं सभेत सांगण्याजोगं नाही, म्हणून आम्ही ते आपणांला सांगत नाही. इथं येऊन हे सद्गृहस्थ गडकऱ्यांबद्दल चार शब्द बोलले, म्हणून आपणां सर्वांच्या वतीनं मी त्यांचे आभार मानतो!'

सभेत एकच हशा उसळला. टाळ्यांचा कडकडाट झाला आणि त्या गृहस्थांचे तोंड फोटो काढण्यालायक दिसू लागले. जरा वेळाने मग ते उठूनच गेले!

मोठ्या घटनांना, व्यक्तींना, कलाकृतींना, कलावंतांना असे तुच्छ मानण्यात क्षुद्र माणसांची अहंता सुखावते. पण या तुच्छ मानण्यामागे इतरही काही गूढ मनोव्यापार असतात. एक तर यांतली बरीच माणसे आयुष्यात पुढे फार सामान्य पातळीवर वावरत असतात. त्यामुळे त्यांच्या ठायी एक न्यूनगंड निर्माण झालेला असतो. मग एके काळी आपल्याबरोबर असणारा, दारिद्र्याने ग्रस्त झालेला, कसेबसे दिवस काढणारा कोणी तरी एक आज कर्तबगारीच्या, कलेच्या, ऐश्वर्याच्या शिखरावर चढला आहे, साऱ्या जगाच्या कौतुकाला आणि आदराला पात्र झाला आहे, ही वस्तुस्थिती त्यांना सहनच होत नाही. अरे, जो आमच्या शेजारी राहात होता, आमच्या घरी वारावर जेवत होता, ज्याला अनेकदा आम्ही आमचे जुने कपडे दिले, कधीतरी बारीकसारीक उपकारदेखील आम्ही ज्याच्यावर केले, तो एवढा मोठा होतोच कसा? त्याला तसे होण्याचा काय नैतिक अधिकार आहे? त्याने कसे नेहमी दीन, लाचार, दरिद्री असावे. आमचे मोठेपण आजसुद्धा त्याने मानावे, दहा ठिकाणी त्याचा उच्चार करावा, असे काहीतरी या सामान्य माणसांच्या मनात असते. ही माणसे स्वभावतः दुष्ट असतात, असे नाही. त्यांना कुणाचे बरे झालेले बघवत नाही, असेही नाही. पण जो एके काळी आपल्या बरोबरीचा होता, त्याने आज इतके आपल्यापुढे जावे आणि आपण मात्र सामान्य अनामिक राहावे, हे त्यांना सहन होत नाही; आणि मग त्यांची ती व्यथा अशा काहीतरी विकृत मार्गाने प्रकट होत राहाते.

या व्यथेच्या आविष्काराचा अगदी ढोबळ प्रकार, म्हणजे मोठ्या माणसांना त्यांच्या पूर्वाश्रमीच्या नावाने एकेरी संबोधणे व तसा त्याचा उल्लेख करणे. दुसरा ढोबळ प्रकार, म्हणजे आपण त्यांच्या दैन्यावस्थेत त्यांना हातभार कसा लावला होता, हे मोठ्या प्रौढीने आणि आढ्यतेने सांगणे. आज लोक ज्यांना सन्मानपूर्वक, आदराने बहुवचनी संबोधन लावतात, त्यांचा एकेरी, सलगी दाखवणारा उल्लेख करण्यात ही माणसे खरोखरी आजच्या त्या थोरांच्या प्रकाशात आपली तोंडे ओवाळून घेत असतात.

परवा चित्रपट व्यवसायातले एक बुजुर्ग गृहस्थ मला भेटले. त्यांनी आपल्या क्षेत्रात कुठेही फारशी कर्तबगारी गाजवलेली नाही. पण आज नामवंत झालेल्या अनेकांना त्यांनी त्या नामवंतांच्या उमलत्या होतकरू वयात आणि बिकट परिस्थितीत पाहिलेले आहे, एवढीच काय ती त्यांची जमेची बाजू. त्या बाजूच्या जोरावर ते तासभर मला आपले मोठेपण ऐकवत होते.

'हा ग.दि.मा.', 'हा पी.एल्.', 'हा सुधीर', 'ही लता', 'हा देव आनंद' असे एकूण एक थोरांचे त्यांच्या तोंडून होणारे ते एकेरी उल्लेख ऐकताना मला कंटाळा आला. आणि त्यातूनही आपण त्यांना प्रथम कसा वाव दिला, संधी दिली, हे जेव्हा ते सांगू लागले, तेव्हा ते मला चक्क असभ्य, अशोभनीय वाटले. 'ग.दि.ला एका गाण्यास दहा रुपये मिळत,' 'सुधीरला एच्.एम्.व्ही.त पहिला चान्स मी दिला', 'शांतारामबापूंच्या त्या अमक्या चित्रपटाची पटकथा मीच त्यांना तयार करून दिली.' या पद्धतीने त्यांचे बोलणे चालू होते. आता यातला काही भाग खरा असेलही, पण आज तो मला इतका घोळवून घोळवून सांगण्यात धड सुसंगतीही नव्हती, की धड औचित्यही नव्हते.

काही वेळ मी ते त्यांचे बोलणे शांतपणे ऐकून घेतले आणि मग मी या सर्व कलावंतांची प्रतिभा आणखी थोरवी शक्य तेवढ्या जोरदारपणाने त्यांना ऐकवली. इतकेच नव्हे, तर मी असेही म्हटले,

'अहो, केवढाही मोठा कलावंत किंवा प्रतिभावंत असला, तरी पहिली पावलं टाकताना त्याला जमिनीचा थोडा आधार लागतोच. उंचीवर चढायचं, म्हणजे शिडीचा वापर करणं भागच असतं. पण काही झालं, तरी जमीन किंवा शिडी या तशा निर्जीव वस्तू. खरं मोठेपण पाय रोवून भक्कम उभं राहाणाऱ्यांचं असतं. तोल सांभाळत शिडी चढून वर वर जाणाऱ्यांचं असतं!'

माझे हे शब्द ऐकले, तेव्हा कुठे आपण काही अनुचित बोलत आहोत, याची स्वारीला जाणीव झाली आणि माझेही पाणी, वाटते तेवढे उथळ नाही, हे त्यांच्या ध्यानात आले.

पुढे मग संभाषण रंगलेच नाही. काही वेळाने 'कसले तरी महत्त्वाचे काम आहे'

असे पुटपुटत ते गृहस्थ निघून गेले आणि मीही हसत आपल्या उद्योगाला लागले.

साहित्याच्या क्षेत्रात वावरणारे या प्रकारचे लोक म्हणजे प्रकाशक, मासिकांचे संपादक, समीक्षक हे होत. प्रत्येक प्रौढ माणसाला जसे बालपण असते, तसे प्रत्येक लेखकाला, कवीला, सर्जनशील निर्मिती करणाऱ्या कलावंतालाही बालपण असते. आज उच्चासनावर अधिष्ठित झालेला प्रत्येकजण कधी ना कधी उमेदवारांच्या रांगेत उभा असतो. प्रसिद्धीसाठी धडपडत असतो नि ती आपल्याला देण्याची क्षमता ज्याच्या ठायी आहे, अशा नामवंत संपादक - प्रकाशकांकडे, समीक्षकांकडे आशाळभूतपणे बघत असतो.

प्रत्येक कलावंताच्या वाढीमधला हा एक स्वाभाविक व अटळ असा टप्पा आहे. अगदी हाताच्या बोटांवर मोजण्याइतकेच असे काही श्रेष्ठ कलावंत असतात, जे पहिल्या उडीतच खूप प्रगती साधतात. त्यांना कुणी पुढे आणण्याची गरज नसते. उलट, ते आपल्याला लाभावेत, त्यांचे लेखन प्रकाशित करण्याची संधी आपणांस मिळावी, प्रथम त्यांना आपण ओळखले, ही प्रौढी आपणांस मिरवता यावी, यासाठी प्रकाशक, संपादक व समीक्षकही झटत असतात. परंतु बाकीचे थोर कलाकार हे क्रमाक्रमानेच मोठे होत जातात. त्यांना कुणीतरी मदतीचा हात द्यावा लागतो; पण तेवढ्या गोष्टीचे भांडवल करून ही मंडळी जन्मभर जर त्या लेखकास वडिलकीच्या व कृपादानाच्या भूमिकेतून वागवू म्हणतील, तर ते कसे शक्य आहे?

काही समीक्षकांना तर आपण अमक्यातमक्यावर काहीही लिहिले नसता, वडिलधाऱ्या शाबासकीची थाप त्याच्या पाठीवर मारली नसता, तो स्वतंत्रपणे, केवळ आपल्या प्रतिभेच्या जोरावर लोकमान्यता मिळवतो, हेच सहन होत नाही. मग त्यांचा अहंकार दुखावतो. पुन्हा लोकप्रियता म्हणजे सामान्यपणा, असे एक विचित्र समीकरण त्यांच्या डोक्यात घट्ट बसलेले असते. त्यामुळे एखादा लेखक लोकप्रिय झाला, की तो सामान्य असलाच पाहिजे, असे समीक्षक ओरडून सर्वांना सांगू लागतात. लोकप्रियता आणि सामान्यपणा यांचे समीकरण पुष्कळदा असते; पण पुष्कळदा ते नसतेही. एखादी कलाकृती सामान्य वाचक उचलून धरतात; पण विचारवंत समीक्षकांनाही काही वेगळ्या कसोट्यांवर तिचे मोठेपण मान्य करावेच लागते. दिलदार, सहृदय व रसिक समीक्षक ते मानतोही. पण बरेच समीक्षक तसे वागत नाहीत. मग जे निखळ व शुद्ध सोने म्हणून तावून सुलाखून निघाले आहे, ती वस्तुत: सोन्याचा झगमगीत पत्रा चढवलेली लाखच कशी आहे, हे सिद्ध करण्यासाठी ते जिवाचा आटापिटा करत राहातात.

तथापि, या अशा लोकांनाही न्याय दिला पाहिजे व त्यासाठी हे सांगितले पाहिजे, की यांतले सारेच काही क्षुद्र, असंतुष्ट व हेवेखोर नसतात. अनेकदा सामान्य लोकांच्या तोंडचे एकेरी उल्लेख हे उत्कट प्रेमाचे, जिव्हाळ्याचे उत्स्फूर्त आविष्कार

असतात. थोर लेखक, गायक–गायिका आणि इतर क्षेत्रांत गाजलेले काही कलावंत सामान्यांशी इतकी जवळीक साधून बसतात, की ते जणू त्यांच्या घरातलेच आप्तसंबंधी होतात. अशांचा एकेरी उल्लेख करण्याने आदराचा कुठेही भंग होत नाही.

ज्या लता-आशांचे गाणे आपल्या दैनंदिन जीवनाचा एक अविभाज्य घटक होऊन बसले आहे, त्यांना बहुमानार्थी संबोधन हवे कशाला? भीमसेन, कुमार, माणिक ही नावे आपण सर्वजण एकेरीच उच्चारत असतो. त्यामागे अवज्ञा नसते, तर आदर व प्रेमच असते. असेच लोकप्रिय लेखकांच्या बाबतीत म्हणता येईल. पु.ल. ही व्यक्ती इतकी आपल्या सांस्कृतिक आणि वाङ्मयीन जीवनाशी एक झालेली आहे, की त्यांचा उल्लेख एकेरीच व्हावा, हे उचित आहे. मात्र आदर व आपुलकी कुठे संपते आणि हेवादावा व अवहेलना कुठे सुरू होते, हे सांगणे मोठे अवघड आहे आणि दोहोंतली सीमारेषा फार तरल, लवचीक, सतत पालटणारी आहे. त्यातले तारतम्य ज्याचे त्याला तर कळायला हवेच; पण लोकांनाही उमगायला हवे.

म्हणून, जाणून घ्यायचे, ते इतकेच, की निखळ सोने आणि सोने म्हणून मिरवणारी लाख यांतला फरक आपणच ओळखायला शिकले पाहिजे. शुद्ध, लखलखत्या सोन्यावर कुणी लाखेचा आरोप केला, तरी ती लाख बनत नाही आणि लाखेवर कुणी कितीही सोन्याचा मुलामा दिला, तरी तिचे सोने होत नाही!

◆◆◆

ती हळवी, दुखरी जागा

तशी मी पट्टीची व्याख्याती कधीच नव्हते आणि नाही. तरीही एखाद्या आपल्या आवडीच्या वाङ्मयीन विषयावर बोलायला मला आवडते. अशाच काही व्याख्यानांच्या निमित्ताने दोन वर्षांखाली मी मिरजेला गेले होते. व्याख्यानासाठी परगावी येणारे बहुतेक व्याख्याते हॉटेलमध्ये उतरणे पसंत करतात. हॉटेलमध्ये वक्त्याला एकान्त आणि विश्रांती मिळते, ही गोष्ट खरी आहे. तरीही मला अशा वेळी हॉटेलपेक्षा कुणाच्या तरी घरी उतरणे जास्त बरे वाटते. हॉटेलमधल्या कोरड्या आणि हिशेबी सुखसोयींपेक्षा एखाद्या कुटुंबात मिळणारे घरगुती व प्रेमळ आतिथ्य अधिक मोलाचे असते; आणि तशी सोय कुठे होण्याजोगी असल्यास ती मी आवर्जून पत्करते. मिरजेला माझी उतरण्याची व्यवस्था तेथील एका नामवंत डॉक्टरांकडे केली होती. डॉक्टरांचा बंगला देखणा, सर्व सुखसोयींनी परिपूर्ण असा होता, पण त्याहीपेक्षा हे यजमानदांपत्य मनाला जास्त ओढ लावणारे होते. उभय पतिपत्नी अतिशय सुसंस्कृत व सुस्वभावी होती. त्यांच्या अनौपचारिक वागण्याने माझेही अवघडलेपण दूर झाले आणि अनेक वर्षांच्या ओळखीच्या स्नेह्यांप्रमाणे आम्ही एकमेकांशी गप्पा मारण्यात रंगून गेलो.

डॉक्टर आपल्या व्यवसायाच्या निमित्ताने काही वर्षे अंदमान बेटात राहून आलेले होते. त्यांनी व त्यांच्या पत्नीने तिकडच्या कितीतरी सुरस व चमत्कारिक गोष्टी मला ऐकवल्या. नंतर आम्ही सकाळच्या चहा-फराळासाठी जेवणघरात टेबलापाशी येऊन दाखल झालो. डॉक्टरीणबाईंनी चहाबरोबर एक-दोन रुचकर पदार्थही केले होते. ते खात खात, चहा पीत असता माझी नजर टेबलावर ठेवलेल्या काचेच्या पेल्यांकडे वळली. काचेच्या भांड्यांचे मला विशेष कौतुक आहे आणि अगदी उत्तमोत्तम प्रकारची भारी व सुंदर क्रॉकरी मी कधी दुकानात, तर कधी काही श्रीमंत लोकांच्या घरी पाहिलेली आहे. तरीदेखील, डॉक्टरांच्या घरच्या त्या काचेच्या पेल्यांनी माझे मन एकदम वेधून घेतले. त्यांचा मंद लिंबोळी रंग, गोकर्णीच्या फुलांसारखी दुमडलेली कड आणि एकंदर डौल व नाजुकपणा इतका वेगळा, देखणा आणि खानदानी होता, की मला त्या पेल्यांवरून नजर हलवावीशी वाटेना.

जरा वेळाने मी म्हटले,

'फारच सुंदर पेले आहेत हे. कुठली खरेदी आहे ही, डॉक्टर?'

'अहो, खरेदी केलेले पेले नाहीत हे,' डॉक्टर म्हणाले, 'आम्ही अंदमान सोडलं ना, त्या वेळी तिथल्या आमच्या एका श्रीमंत मुसलमान दोस्तानं हा सेट प्रेझेंट म्हणून दिला आम्हांला. बहुधा परदेशची चीज असावी.'

'होय,' मी म्हटले, 'कदाचित जपानी सुद्धा असेल. तिथे काचेच्या वस्तू फार सुंदर व नाजूक मिळतात, असं ऐकलंय्.'

'असेल सुद्धा...' डॉक्टरीणबाई म्हणाल्या, 'पेले फार सुंदर आहेत, एवढं खरं.'

'आणि इतके सुबक, नाजूक पेले तुम्ही रोज वापरता?' मी आश्चर्याने म्हटले, 'रोज वापरायची वस्तू नव्हे ही...'

बोलता बोलता माझे लक्ष पुन्हा पेल्यांकडे गेले आणि मी म्हटले,

'डॉक्टर, पेले पाचच कसे? सहा पेल्यांचा सेट असतो ना? तर मग--'

'बरोबर आहे तुमचा अंदाज.' डॉक्टर हसत म्हणाले, 'यांतला एक पेला फुटला! आता पाचच उरले आहेत.'

'अरेरे!' मी हळहळत म्हटले, 'पेला फुटला, म्हणजे सबंध सेट विस्कटला. पण इतके नाजूक पेले तुम्ही रोज वापरायचेच नाहीत. रोजच्या धबडग्यात त्यांना फुटण्याची क्षणोक्षणी भीती...'

माझे बोलणे ऐकून त्या पतिपत्नींनी एकमेकांकडे पाहिले.

मग डॉक्टरीणबाई म्हणाल्या,

'यांना सांगा ना पेल्यांची गंमत!'

'गंमत?' मी चकित होऊन म्हटले, 'एक पेला फुटला, ही गंमत कशी?'

डॉक्टर मोठमोठ्याने हसू लागले. मग हसत हसत ते म्हणाले,

'आम्ही हसलो, याचं आश्चर्य वाटलं असेल तुम्हांला. कदाचित रागही आला असेल. पण या पेल्यांच्या बनावटीचा एक विशेष सांगतो तुम्हाला. म्हणजे मग माझ्या बोलण्याचा अर्थ कळेल. हे पेले आहेत ना, हे तसे भक्कम आहेत. अगदी रोजच्या धकाधकीत टिकाव धरतील, इतके टणक आहेत. आता आम्हीच बघा, गेली पंधरा–वीस वर्षं हे पेले रोज वापरतो. मोलकरणींना धुवायला देतो. तरी ते शाबूत राहिले आहेत. मात्र इतक्या भक्कम अन् टणक पेल्यांचं एक आहे...'

'काय ते?' मी कुतूहलाने प्रश्न केला.

'अहो,' डॉक्टरीणबाई म्हणाल्या, 'या प्रत्येक पेल्यात एक कुठंतरी अशी हळवी, दुखरी जागा असते, की एरव्ही वाटेल तेवढे धक्के सोसणारा हा पेला, त्या विशिष्ट जागी लहानसा टचका लागला, तरी खळकन् फुटतो!'

'फुटतो, म्हणजे कसा फुटतो, माहीत आहे?' डॉक्टर म्हणाले, 'मोटारींचे विंडशील्ड अपघातात फुटल्यावर कसे खडीसाखरेसारखे काचेचे बारीक बारीक तुकडे होतात ना, तसा फुटतो हा पेला! या सेटमधला एक पेला तसाच फुटला.

पेला उचलताना जरा कुठं टेबलाची कड त्याला लागली. लागली, ती नेमक्या त्या दुखऱ्या भागावर. झालं! एकदम पेल्याचे तुकडे तुकडेच हातात आले!'

'भारी वाईट वाटलं, हो, मनाला!' डॉक्टरीणबाई म्हणाल्या, 'मी तर तो सारा दिवस हळहळत होते.'

मी विलक्षण चकित झाले. क्षणभर थांबून मी डॉक्टरांना विचारले,

'पण, डॉक्टर, पेल्याचा तो हळवा, दुखरा, नाजूक भाग कुठं आहे, ते कळत नाही का आपल्याला?'

'छे!' डॉक्टर म्हणाले, 'त्याचा आपल्याला मुळीच पत्ता लागत नाही. प्रत्येक पेल्याची हळवी जागा वेगळी. तिथं धक्का लागला, की झालं! पेला तडकून, दुभंगून, खळकन् फुटून जातो! आपण पेल्यांना आपल्या परीनं जपायचं, एवढंच. पण ते जपणं काही खरं नाही. कारण कुठं धक्का लागला, म्हणजे कुठला पेला फुटणार, ते आधी कळतच नाही ना आपल्याला!'

मी पुन्हा एकदा त्या पेल्यांकडे नजर टाकली. सुबक, नाजूक, देखणे आणि तसे भक्कम पेले. पण कुठल्या पेल्याचे मर्मस्थान कुठे आहे, हे कुणालाच माहीत नव्हते. माहीत होणे शक्यही नव्हते!

मिरजेचा माझा कार्यक्रम आटोपला. डॉक्टर पतिपत्नींचा निरोप घेऊन मी निघाले. घरी आले, त्यालाही आता काही काळ लोटून गेला आहे. पण अजूनही डॉक्टरांच्या घरचे ते सुबक पेले मला आठवतात, आणि त्याबरोबर डॉक्टरांचे ते वाक्यही आठवते,

'प्रत्येक पेल्याची हळवी, दुखरी जागा वेगळी.'

मी जो जो विचार करते, तो तो डॉक्टरांचे ते वाक्य मला अधिकाधिक अर्थपूर्ण वाटते. त्याला एक प्रतीकात्मक परिमाण लाभते.

महाभारतातील नलराजाची कथा सर्वांना माहीत आहे. नलराजाच्या देहात प्रवेश करण्यासाठी कलि बारा वर्षे थांबून राहिला होता. पण त्याला वाव मिळत नव्हता. शेवटी एकदा कधी नलराजा बाहेर फिरून आला. आल्यावर त्याने पाय धुतले, त्या वेळी त्याच्या पावलाचा एक लहानसा भाग कुठेतरी कोरडा राहून गेला. तेवढे निमित्त कलीला पुरले. त्या अपवित्र जागेतून कलीने नलाच्या देहात प्रवेश केला आणि त्यानंतर नलराजाला द्यूताचे व्यसन लागले. द्यूतात सर्वस्व गमावून वनवास, पत्नीवियोग, सेवावृत्ती अशा अनेक यातनांतून नलाला जावे लागले.

पेल्याच्या हळव्या, दुखऱ्या जागेचा अचूक वेध घेतला जाताच पेला खळकन् फुटून गेला.

गडकऱ्यांनी एके ठिकाणी विनोदाने म्हटले आहे,

'अकलेचा असा एकही सिंहगड नाही, की ज्यावर घोरपड लावायला डोणगिरीचा कडा नाही!'

गडकऱ्यांचे हे वाक्य वरवर विनोदी दिसले, तरी मला ते करुण वाटते. प्रत्येक भक्कम चिलखताला चीर पडलेली असते, अशा अर्थाची एक इंग्रजी म्हण आहे. गडकऱ्यांचे हे वाक्य मला त्याचसारखे वाटते. अक्कलवंत, शूर, बुद्धिमान, संयमी, प्रतिभाशाली अशा थोर थोर आणि जबरदस्त व्यक्तिमत्त्वाच्या माणसांच्या स्वभावातही कुठेतरी एखादी जागा कच्ची असते. एखादा भाग हळवा, दुखरा, भंगुर असतो. त्याचा फायदा परिस्थिती घेते. कधी माणसे घेतात; आणि हे सुंदर, नाजूक, मूल्यवान पेले बघता बघता तडकतात. खळकन फुटून त्यांचे तुकडे तुकडे होतात. कुणी कनकाला लालचावतो. कुणी कामिनीच्या मोहपाशात गुरफटतो. कुणी व्यसनाच्या आहारी जातो, तर कुणी त्याहीपेक्षा एखादे लाजिरवाणे कृत्य करून तेवढ्या एका अपराधापायी जीवनातून कायमचा उठतो! एवढा मोठा प्रतिभावंत लेखक, नाटककार ऑस्कर वाइल्ड. पण समकालीन समाजाला संमत नसलेले काही अनैतिक कृत्य त्याने केले आणि त्याची सारी प्रतिष्ठा, लौकिक, लोकप्रियता क्षणार्धात रसातळाला गेली! तो सार्वजनिक जीवनातून कायमचा हद्दपार झाला. शेक्सपीयरच्या शोकांतिकांमधल्या नायकांविषयी देखील असेच म्हणता येईल. शूर, उदार, सद्गुणी, उच्चपदस्थ असे हे पुरुषोत्तम, पण त्यांच्या अंगावरच्या चिलखतात एखादी फट अशी असते, की तिथून नेमका कलि आत शिरतो आणि त्यांची भव्य, उत्तुंग व्यक्तिमत्त्वे ढासळत ढासळत अखेर कोसळून मातीला मिळतात! हॅम्लेटचा अतिविचारी स्वभाव, लिअरचे भोळे, अविचारी वात्सल्य, ऑथेल्लोची भाबडी बालसदृश वृत्ती, मॅकबेथला कुठल्या एका अवकाळी पछाडणारी महत्त्वाकांक्षा, हे सारे त्या त्या व्यक्तिमत्त्वांचे हळवे, भंगुर भाग. एरव्ही कशापुढेही न वाकणारी, न नमणारी ही माणसे त्या हळव्या भागाला लहानसा टचका लागताच तडकली. दुभंगली, उद्ध्वस्त झाली.

खरे तर, शेक्सपीयरइतकेही दूर जायला नको. आपल्या रामायण - महाभारताकडे नजर टाकली, तर तिथे या प्रकारची किती तरी उदाहरणे सापडतील. बालवयात मिळालेल्या वराचा बालसुलभ अविचारी कुतूहलाने कुंती वापर करते, आकाशस्थ सूर्याला आवाहन करते, आणि विवाहपूर्व मातृत्वाच्या रूपाने कायमचे एक दुःखी लाजिरवाणेपण जोडून घेते. जन्मभर सत्य बोलणारा युधिष्ठिर एका मोहाच्या क्षणी 'नरो वा कुंजरो वा' अशी शब्दांची फसवी, लटपटीत रचना करतो आणि पृथ्वीपासून चार अंगुळे अधांतरी चालणारा त्याचा रथ एकदम जमिनीला टेकतो. क्षत्रिय असतानाही ब्राम्हण असल्याचे सांगून कर्ण परशुरामाकडून धनुर्विद्या आत्मसात करतो, पण खोटे बोलून मिळवलेली ती विद्या शापासारखी त्याच्यावर उलटते.

युद्धाच्या ऐन धुमश्चक्रीत त्याच्या रथाचे चाक भूमी गिळून टाकते आणि त्याची विद्या त्याला सोडून जाते. कुठे अहंकार, कुठे लोभ, कुठे लालसा, तर कुठे साधे कुतूहल! पण त्या त्या जागी टचका लागतो आणि सर्वनाश ओढवतो. प्रत्येक पेल्याचे भागधेय वेगळे! प्रत्येक पेल्याची हळवी, दुखरी जागा वेगळी!

– आणि इतक्या मोठ्या माणसांची गोष्ट कशाला? अगदी तुमच्यामाझ्यासारखी सामान्य माणसे तरी याहून कुठे वेगळी आहेत? अत्यंत चारित्र्यसंपन्न असलेला एखादा माणूस कुठल्या तरी एका दुबळ्या क्षणी मोहवश होतो. कधी तो एखाद्या तरुण मुलीचा हात धरतो, कधी दमडीची लाच घेतो, कधी कोर्टात खोटी साक्ष देऊन बसतो, तर कधी अक्षरशः रस्त्यात पडलेला रुपयादेखील उचलून घेतो. पण आपण सारेच मुळी असे आहोत. म्हणून कुणी कुणाला हसू नये. कुणी कुणाचा उपहास करू नये. त्या गुन्हेगाराच्या जागी आपण देखील असू शकतो. तसे आपण नाही, ही केवळ देवाची कृपा! आपण सगळेच काचेचे पेले आहोत, तेही अज्ञात हळव्या जागा असलेले. कधी लहानसा धक्का नेमका तिथे लागेल आणि कधी आपण खळकन फुटून जाऊ, याचा नेम नाही!

◆ ◆ ◆

एकान्त : नकोसा - हवासा

त्यावेळी मी इंग्रजी चौथीत होते. शाळा हुजूरपागा. आमच्या वर्गाची सहल निघाली होती. वर्गातली एक विद्यार्थिनी भोर संस्थानातल्या उरवडे या गावची होती. ते तिच्या वडिलांचे, सरदार पोतनिसांचे इनाम गाव. तिथे, मला वाटते, त्यांचा वाडाही होता. तिने बाईंजवळ हट्ट धरला,

'बाई, आपण उरवड्यालाच जाऊ या ना! तिथे वाड्यात आपली दिवसभर थांबण्याची सोय होईल. बाकीचीही व्यवस्था आहे.'

बाईंना ती कल्पना पसंत पडली आणि आमचा सगळा चौथीचा वर्ग उरवड्याला येऊन पोहोचला.

बारा - तेरा वर्षांची वये. मैत्रिणींची हवीहवीशी वाटणारी संगत. कधी नव्हे, तो घराबाहेर मोकळ्या, खुल्या वातावरणात दिवस घालवण्याची मिळालेली संधी. मनात दाटून राहिलेला सहलीचा उल्लास. आमच्या अंगात विलक्षण उत्साह संचरला होता, हसणे - खिदळणे, थट्टामस्करी, गप्पागोष्टी यांना नुसता ऊत आला होता. बाईंनीही एरव्हीचा काच जरा सैल केला होता. नेहमी आमच्यापासून जरा अलिप्त राहाणाऱ्या, आपले वडीलधारेपण कसोशीने सांभाळणाऱ्या बाई आज आमच्यांत मिसळल्या होत्या. आम्ही लिमलेटची गोळी हातावर ठेवली, तर ती तोंडात टाकत होत्या. एखादीने कुठेतरी सापडलेले रानफूल आणून दिले, तर हसून ते केसांत घालत होत्या, आम्ही सहलीच्या आनंदाने अगदी हुरळून गेलो होतो. कानांत वारे शिरलेल्या वासरांसारख्या सगळीकडे हुंदडत होतो.

उरवड्याला आल्याबरोबर प्रथम चहा आणि थोडेसे चटकमटक खाणे झाले होते. सहलीच्या ठिकाणी रानातच एक लहानसे देऊळ होते आणि त्याच्यापासून जरा अंतरावर सभोवती झाडेच झाडे पसरली होती. ते थंडीचे दिवस होते. पानगळ नुकती सुरू झालेली. जमिनीवर सर्वत्र वाळलेल्या पानांचा पाचोळा पसरला होता. झाडांपैकी बरीच झाडे सागाची असावीत. पण इतरही अनेक झाडे होती. त्यांतल्या कित्येकांची नावे देखील मला माहीत नव्हती. त्या झाडांपैकी काहींना मनगटाइतक्या जाड वेलींनी वळसे घातलेले होते. खाली असंख्य रानझुडपे वाढली होती. त्यांवर चित्रविचित्र रंगांची पालवी होती. रानफुले फुलली होती. खाणे आटोपताच आम्ही त्या रानाकडे धावलो. दोघी दोघी, तिघी तिघी घोळके करून हिंडू लागलो. तेव्हा पुण्याभोवती सुद्धा पुष्कळ झाडे असायची.

आंबराया, चिंचांची बने, पेरूच्या, सिताफळांच्या बागा असायच्या. तरी देखील असे गर्द रान आम्हां मुलींना अनोळखीच होते आणि अशी मोकळीक तर प्रथमच मिळाली होती. सगळ्या जणी रानभर पसरल्या होत्या. मी त्यांतलीच एक. माझ्या खास दोन–तीन मैत्रिणींबरोबर मी हिंडत होते. तिथल्या गमतींना अंत नव्हता. एके ठिकाणी गुंजांचे झाड सापडले. त्याच्या शेंगा उकलल्या होत्या आणि त्यांतून लालकाळ्या रंगाच्या गुंजांचा जमिनीवर सडा सांडला होता. एका झाडावरून चंदनचारोळीच्या बिया गळत होत्या. टिकलीसारखी बी. वरचे पातळ कागदी आवरण हळूच काढायचे आणि चारोळीसारखी दिसणारी बी काढून तोंडात टाकायची. गुंजा वेच, बिया खा, झाडांची पाने तोडून चुरगळून त्यांचा वास घे, कुठे कसले कच्चे फळ मिळाले, तर ते विषारी, की बिनविषारी, याची पर्वा न करता खुशाल त्याचा लचका तोड, टणटणीच्या जांभळ्या फळांचे झुपके खाऊन ओठ आणि जिभा जांभळ्या-काळ्या करून घे - असे करत आम्ही धावत, हसत, बागडत होतो.

इतक्यात मला रानझुडपांवर उडणारे एक मोठे, देखणे फुलपाखरू दिसले. रुंद पिवळे जर्द पंख आणि त्यांवर काळेनिळे ठिपके. मी ते पकडण्यासाठी त्याच्यामागे धावत सुटले. बरोबरच्या मैत्रिणी कशा, कुठे, केव्हा पांगल्या, ते मला कळलेच नाही. त्या फुलपाखराशिवाय मला दुसरे काही दिसत नव्हते, की सुचत नव्हते. धावता धावता मी एके ठिकाणी येऊन पोहोचले. फुलपाखरू कुठे अदृश्य झाले होते, कुणास ठाऊक! काहीशी हिरमुसली होऊन धापा टाकत मी तिथेच उभी राहिले. धावत आल्यामुळे मला श्वास लागला होता. सर्वांगातून रक्ताचा प्रवाह जोराने वाहत होता. नाडी धडधड उडत होती. छाती धडधडत होती. पोटऱ्या भरून आल्या होत्या. पायांचे तळवेदेखील सणसणत होते.

एक मिनिटभर मी त्या अवस्थेत असेन. मला लागलेली धाप जरा निवळली. धडधडणे कमी झाले. श्वास थाऱ्यावर आला; आणि आता प्रथमच मी माझ्याभोवती पाहू लागले. बघते, तो मी त्या गर्द रानात कुठे तरी खूप खोलवर आत आले होते. मध्ये वर्तुळाकार मोकळी जागा आणि भोवती सगळीकडे उंच उंच झाडे उभी. झाडांवर चढलेल्या, त्यांना विळखे घालून बसलेल्या वेली सळसळत नव्हत्या. झाडाचे एक पान हलत नव्हते. एक पाखरू बोलत नव्हते. क्वचित एखादे वाळलेले पान वरून खालच्या पाचोळ्यावर पडे. त्याचा टपकन आवाज होई. कधी पायांखालच्या वाळलेल्या पानांतून, गवतातून काहीतरी सरसरत जाई. तेवढाच काय तो आवाज. बाकी सारे शांत, स्तब्ध, अनोळखी आणि पूर्ण अमानुष. माझ्या सर्व बाजूंनी झाडांचे प्रचंड काळेकरडे बुंधे उभे. ते वरच्या दिशेने झेपावत उंच गेले होते. वर त्यांच्या फांद्या एकात एक गच्च गुरफटलेल्या होत्या आणि त्यांतून आभाळाचा निळा गोल दिसत होता. त्या वर्तुळात मी एकटी बंदिस्त झाले होते. एकटी. मैत्रिणी मागे दूर

कोठेतरी राहिल्या होत्या. त्यांचे आश्वासक ऊबदार हात माझ्या हातातून सुटले होते. ज्या फुलपाखराच्या नादाने मी इथे येऊन पोहोचले, ते फुलपाखरूही मला हुलकावणी देऊन अदृश्य झाले होते.

माझी छाती धपापू लागली. श्वास जोराने सुरू झाला. त्या आवाजाखेरीज जिवंतपणाची कसलीही खूण माझ्या भोवती नव्हती. माणसाची कुठेही चाहूल नव्हती. माणसांनी भरलेले. नाना प्रकारच्या आवाजांनी गजबजलेले, बोलण्याने सशब्द झालेले रक्तामांसाचे, चेहऱ्यांचे, श्वासोच्छ्वासांचे, हर्षविषादाचे, माणसामाणसांतल्या अनेकविध गुंतागुंतीच्या नात्याचे, माझ्या ओळखीचे धडधडते जिवंत जग अचानक माझ्यापासून खूप मागे पडले होते; आणि इथे एका गहन रानात मी एकटी, अगदी एकटी होते. जणू कुठल्या तरी चेटकिणीने आपली जादूची कांडी फिरवून मला इथे या रानात आणून सोडले होते. एखाद्या निर्मनुष्य ग्रहावर कुणाला तरी बंदीत ठेवावे, तसे. हाच अनुभव मी पुस्तकातून वाचला असता, तर मला अतिशय गंमत वाटली असती. भीतीचा हवाहवासा शहारा अंगावर उमटला असता. पण प्रत्यक्ष त्या अवस्थेत मी सापडले, तेव्हा मला भयंकर भीती वाटली. ते एकटेपण, माणसांपासूनचे ते तुटलेपण मला असह्य झाले. त्या एवढ्याशा वेळात अनेक कल्पना मनात येऊन गेल्या. एखादा वाघ किंवा सिंह येऊन मला खाऊन टाकील आणि माझी नुसती हाडे या रानात पडून राहातील. अनेक वर्षे त्यांचा कुणाला मागमूसही लागणार नाही. कुठल्यातरी झाडामागे एखादा काळाकभिन्न, वाघाचे कातडे नेसलेला, हातात तीरकमठा घेतलेला भिल्ल उभा असेल. त्याच्या धनुष्यातून टोकाला विष माखलेला बाण सुटेल आणि तो थेट माझ्या काळजाचा ठाव घेईल. दरोडेखोरांचा एखादा तांडा येईल आणि त्यांचा म्होरक्या मला आपल्या घोड्यावर बसवून पळवून कुठेतरी दूरदेशी घेऊन जाईल. सगळ्या बालपणाच्या खुळ्या, असंभाव्य, विक्षिप्त कल्पना. पण त्या क्षणी त्यांनी माझ्यावर जणू चेटूक केले. मला वाटले, संपले सारे आता. मला माझ्या मैत्रिणी, माझ्या बाई, माझी घरची माणसे - कुणीही पुन्हा बघायला मिळणार नाही. माझा इथेच शेवट होणार. मी हुंदके देऊन देऊन रडू लागले.

काही तरी दहा-पंधरा मिनिटेच मी तिथे त्या अवस्थेत असेन. पण तो काळ मला युगासारखा दीर्घ वाटला. इतके संपूर्ण एकाकीपणा मी त्या वयात आजवर कधीही अनुभवले नव्हते. त्या एकटेपणाचा विलक्षण ताण मनावर आला. मला दुसऱ्या कुणी मारले नाही, तरी केवळ भीतीने मी मरून जाणार, असे मला वाटले - आणि एकदम हसण्याखिदळण्याचे आवाज माझ्या कानांवर आले. मी हरवले आहे, असे ध्यानात आल्यावर माझ्या मैत्रिणी, माझ्या बाई मला शोधत तिथे आल्या होत्या. त्यांना पाहिले मात्र, मी धावत त्यांच्यापाशी गेले आणि मोठ्याने रडत सुटले. माझी भ्यालेली अवस्था बाईंच्या ध्यानात आली असावी. त्यांनी मला जवळ घेतले.

थोपटले. डोळे पुसले. मला धीर दिला; आणि मग आम्ही तिथून बाहेर पडलो.

माझ्या मैत्रिणी किलबिलत होत्या.

'अग, आत्ता आमच्याबरोबर होतीस अन् आत्ता दिसेनाशी झालीस!' असे म्हणत होत्या.

'अशी कशी पण इकडं आलीस?' म्हणून प्रश्न विचारत होत्या.

एव्हाना आम्ही त्या जागेतून बाहेर आलो होतो; आणि मला दिसले, ते देऊळ तर जेमतेम दहा पावलांवर होते. तिथूनच पलीकडे आमचा मुक्कामाचा वाडाही होता. म्हणजे तशी मी माझ्या माणसांपासून फार दूर नव्हते तर! मला अगदी ओशाळल्यासारखे झाले. आपल्या बावळटपणाची, भित्रेपणाची लाज वाटली. जरा वेळाने तर मी माझा सगळा अनुभव, थोडे तिखटमीठ लावून, मैत्रिणींना सांगण्यात गढूनही गेले.

बालवय हे ओल्या मातीच्या गोळ्यासारखे असते. त्या वेळी मनावर जे ठसे उमटतात, ते पुढे वाढत्या वयात, मन निबर झाल्यावर वज्रलेप होतात. सहलीला गेल्यावेळचा तो अनुभव पुढे भूतकाळात जमा झाला. पण त्या वेळी एकाकीपणाची जी भीती बसली, ती बसलीच. घरात, घराबाहेर, हॉटेलात, प्रवासात, एखाद्या समारंभात कुठही मी गेले, तरी बरोबर कुणीतरी हवेच. कधी घरचे माणूस, कधी मित्र किंवा मैत्रीण. कधी कॉलेजातला विद्यार्थी-विद्यार्थिनी. अगदीच कुणी नाही, तर एखादे शेजारघरचे लहान मूलही संगतीला असले, तरी मला ते पुरे व्हायचे. त्याचा आधार वाटायचा, मनाला धीर मिळायचा. बरोबरच्या माणसाशी गप्पा मारता मारता वाट लांब असली, तरी तिची लांबी जाणवायची नाही. जिथे जायचे असेल, तो कार्यक्रम रटाळ असला, तरी त्याचे कंटाळवाणेपण आपोआप सुसह्य व्हायचे. हॉटेलात जाऊन एकटीने खाण्यापिण्यापेक्षा बरोबर कुणी त्या आनंदात वाटेकरी आहे, या जाणिवेने अधिक सुख व्हायचे. अगदी घरातसुद्धा मी एखाद्या खोलीत एकटी काही काम करीत असले, वाचत किंवा लिहीत असले, तरी आजूबाजूला, दुसऱ्या खोल्यांत माणसे आहेत, त्यांची वर्दळ चालू आहे, मधूनच एखादा शब्द कानांवर पडतो आहे, मध्येच हसण्याचा आवाज येतो आहे, एवढ्यानेही बरे वाटायचे. माणसे जवळपास नसली, तर भिंतीवर टकटक करणारे घड्याळ, खिडकीबाहेर दिसणारी झाडाची हलती फांदी, तिच्या टोकावर बसून चिवचिवणारी चिमणी, दोरीवर वाळत घातलेल्या कपड्यांची हालचाल, वाऱ्याच्या झुळकेने फडफडणारे कॅलेंडरचे पान, रस्त्यावरून जाणाऱ्या वाहनाचा आवाज, कुत्र्याचे भुंकणे - काहीही असो, त्याची एक जिवंत सोबत मला जाणवायची. त्या सोबतीला मनाला आधार, दिलासा मिळायचा.

हे माझे मानसिक परावलंबित्व बरीच वर्षे टिकले... आणि मग, कसे, कोण जाणे, एक दिवस माझ्या ध्यानात आले, की या बंधनातून आपण नकळत हळूहळू

मुक्त होत आहोत. लहानपणापासून एकटेपणाचे जे विलक्षण भय आपल्याला वाटत असे, ते तसे आता वाटत नाही. उलट, मधून मधून अगदी पूर्ण एकटेपण मिळाले, तर ते आपल्याला हवेसे असते. या एकटेपणात कधी पुस्तकांतली माणसे साथ देतात. कधी संगीताचे सूर साथ देतात; आणि यांतलेही काही हाताशी नसेल, तर आपले आपणही आपल्याला सोबत देऊ शकतो. ही जाणीव झाली, तेव्हा माझे मलाच फार आश्चर्य वाटले. हे खरे तरी असेल का, अशी शंका मनात येऊन गेली. पण जसजसे दिवस जाऊ लागले, तसतशी माझ्यात घडलेल्या परिवर्तनाची मला खात्री पटली; आणि आता खरोखरच, नेहमी नाही, पण अधून मधून मी मुद्दाम एकटी राहू लागले आहे. इतकेच नव्हे, तर त्या एकटेपणातला आनंद अनुभवायलाही मी शिकले आहे.

हे असे का घडले असेल, याची मी जेव्हा स्वतःशी कारणमीमांसा करते, तेव्हा माझ्या ध्यानात येते, की एकटेपण हे आयुष्यातले एक अटळ आणि मूलभूत असे सत्य आहे. माणूस हा सामाजिक प्राणी आहे, कळप करून राहाणे ही त्याची स्वाभाविक प्रवृत्ती आहे, हे सगळे खरे आहे. माणसे ही आपली निकडीची गरज आहे. जसे आपण निर्वात पोकळीत राहू शकत नाही, तसे आपण निर्मनुष्य अवस्थेतही राहू शकणार नाही. आपल्याभोवती माणसे हवीतच. केवळ संगतीसाठी नव्हे, केवळ प्रेम करण्यासाठी नव्हे, केवळ आधारासाठी नव्हे, तर अगदी शत्रुत्व करण्यासाठी, विरोध करण्यासाठी, भांडण्यासाठी देखील माणसांची आपल्याला गरज आहे. अवतीभवती माणसे असल्याखेरीज आपण जगू शकणार नाही. जगलो, तरी त्या जगण्यात स्वारस्य उरणार नाही. हे सगळे अगदी खरे आहे; आणि तरी आपले एकटेपण आपल्याला हवे असते, हेही तितकेच खरे आहे. हे एकटेपण कशासाठी हवे, तर स्वतःला भेटण्यासाठी. जन्मभर आपण सगळ्यांना भेटत असतो, आपली इतरांबद्दलची जी कर्तव्ये असतात, ती आपल्या कुवतीनुसार पार पाडत असतो. पण हे सगळे करताना आपला आपल्यावरही काही अधिकार आहे, आपण आपले काही देणे लागतो, या गोष्टीचा आपल्याला विसर पडलेला असतो. यासाठी माणसाने अधून मधून कधी तरी अगदी एकटे राहावे. या वेळी माणसांची तर नकोच, पण शब्दांची, सुरांची देखील साथ नसावी. अशा एकटेपणात काय होते? स्वतःशी भेट घडून येते. स्वतःशी बोलता येते. हितगूज करता येते आणि कधी कधी तर चक्क भांडताही येते. दैनंदिन व्यवहारात आपण पदोपदी खोटे बोलत असतो. खोटे वागत असतो. हे खोटे नेहमीच वाईट असते, असे नाही. पुष्कळदा ते निरुपद्रवी असते. सामाजिक व्यवहार सुरळीत चालण्यासाठी आवश्यकही असते. हे खोटेपण नंतर आपल्या इतके अंगवळणी पडून जाते, की आपण आपल्याशीही

खोटे वागू लागतो. स्वत:च स्वत:ची फसवणूक करत राहातो. आपल्या अंगी नसलेले गुण आपण आपल्याला चिकटवतो. आपण कधी न गाजवलेल्या कर्तबगारीचा अहंकार बाळगू लागतो. कधी कधी तर जे आपण कधी केलेलेच नाही, तेही केल्यासारखे आपल्याला वाटू लागते. सत्य काय आणि कल्पित काय, यांतला भेदच नाहीसा होतो. देशसेवेसाठी तुरुंगात कधी न गेलेली माणसे आपल्या तुरुंगवासाच्या रोमहर्षक कथा रंगवून सांगतात. कधी न दिलेल्या दानांची प्रौढी मिरवतात. कधी न वाचलेल्या पुस्तकांचे अधिकारवाणीने संदर्भ देतात; आणि कधी तर याहूनही सूक्ष्म रीतीने माणसे इतरांना व स्वत:ला फसवत राहातात. इतरांची गोष्ट सोडा, पण स्वत:ला असे किती काळ फसवत राहायचे? निदान यासाठी तरी माणसाने स्वत:ची स्वत: भेट घेतली पाहिजे आणि स्वत:ची परखड उलटतपासणीही केली पाहिजे. हे सारे फक्त एकान्तातच घडू शकते.

एकाकी अवस्थेतच आपल्याला आपली खरी ओळख पटते. यामुळेच की काय, सर्व साधुसंतानी, अध्यात्मसाधकांनी, तत्त्वज्ञांनी एकान्ताचे महत्त्व सांगितले आहे 'सुखालागि आरण्य सेवीत जावे.' रामदासाइतका जनतासंपर्क कुणी साधला आहे? पण त्यातही त्यांनी आपले अलिप्त एकाकीपण कसोशीने जपले होते. म्हणूनच ते स्वत:चे वर्णन करताना म्हणतात :

'दास डोंगरी राहातो।
यात्रा देवाची पाहतो'

तुकाराम म्हणतात :

'येणे सुखे घडे एकान्ताचा वास।
नाही गुणदोष येत अंगा।।
तुका म्हणे होय मनाशी संवाद।
आपुलाचि वाद आपणासी।।'

एकाकीपण हे जीवनातले अटळ सत्य तर आहेच. पण त्यापेक्षा माणसाची ती एक महत्त्वाची गरजही आहे. लहानपणी रानात एकट्या सापडलेल्या, त्या एकटेपणाला अत्यंत घाबरलेल्या मला, मध्ये गेलेल्या अनेक वर्षांनी आणि भोगलेल्या सुखदु:खांनी आता पुन्हा त्या एकाकी अवस्थेत आणून सोडले आहे. फरक इतकाच, की तेव्हा मी एकटेपणाला भीत होते. आता मी त्या एकाकीपणात पुरेपूर रमू शकते. एकान्ताची सुखे मन:पूर्वक अनुभवू शकते.

◆◆◆

आयुष्याचे उखाणे

ॲगाथा ख्रिस्टीच्या एक रहस्यकथेत तिने एका स्त्रीचे शब्दचित्र रेखाटले आहे. ही स्त्री बुद्धिमान, चतुर आणि मनात आणील, तर अतिशय कर्तबगार अशी आहे. पण जीवनातले एक कठोर सत्य लहान वयातच तिला कळून चुकलेले असते. ते सत्य हे, की जो पुढे होऊन एखादे काम अंगावर घेतो, त्याच्यावर ते जन्मभर लादले जाते. ते त्याने करावे - नव्हे, त्यानेच करावे, अशी इतर लोक कायम अपेक्षा बाळगतात. यामुळे या स्त्रीने बावळटपणाचा, वेंधळेपणाचा मुखवटा सतत आपल्या चेहऱ्यावर चढवलेला असतो. कपाट आवरायचे असले, चहाची टेबलावर मांडामांड करायची असली, बागेतल्या झाडांना पाणी घालायचे असले, तरी ती त्या कामात इतकी गलथानपणे वागते, इतक्या चुका करते आणि इतका विलंब लावते, की आई, वडील, भावंडे आणि पुढे लग्न झाल्यानंतर नवरा देखील चिडून, कंटाळून तिच्या हातांतली कामे काढून घेतात. ती आपणच उरकून टाकतात; आणि ही छानपैकी मोकळी होऊन, दुरून त्यांची गंमत बघत असते. आता यामुळे तिला बोलणी खावी लागतात.

'किती, ग, तू वेंधळी!'

'छे! तिला काही कामं सांगू नका. तिला काही सांगितलं, तर कामाचा निकालच लागायचा!'

'त्या बावळटाच्या हातून काय होणार आहे? सांडलवंड, फोडाफोड हेच ना? त्यापेक्षा ते उरकून टाकलेलं काय वाईट!'

पण अशी बोलणी खाल्ल्यामुळे जर आराम मिळत असेल, स्वत:वरच्या जबाबदाऱ्या टळत असतील, तर एकूण हा सौदा काय वाईट, अशीच या स्त्रीची भूमिका असते. म्हणेनात का लोक आपल्याला मूर्ख, वेंधळी, बावळट. आपण तशा नाही आहोत, हे तिला पुरेपूर ठाऊक असते. तिच्या पांघरलेल्या सोंगाने फसणारे लोकच तिच्या दृष्टीने मूर्ख असतात आणि त्यांना फसवून आपला कार्यभाग साधण्याचा आनंद ती मनाशी पुरेपूर उपभोगत मजेत राहाते.

जो पुढे होऊन एखादे काम अंगावर घेईल, त्याच्यावर ते टाकून आपण निश्चिंत व्हायचे, त्याची ओढाताण, धावपळ, कष्ट दुरून मजेत बघायचे, शक्य तर मोठा आव आणून त्यात चुका काढायच्या आणि इतके करूनही त्या बिचाऱ्याच्या हातून

ते काम यशस्वीपणे शेवटाला गेले नाही, तर अपयशाचे खापर त्याच्या माथ्यावर फोडून मोकळे व्हायचे, ही साधारण मनुष्यस्वभावातली एक प्रवृत्ती आहे. माणसांतच कशाला, क्वचित प्रसंगी जनावरांत सुद्धा ही प्रवृत्ती आढळते.

आमच्या ओळखीचे एक गृहस्थ आहेत. ते मूळचे गोव्यातले. त्यांच्या लहानपणी त्यांच्या घरी गाई पाळलेल्या होत्या. त्या गाईंची गंमत एकदा ते मला सांगत होते. एका गाईचे नाव सुमी होते. दुसरीचे नाव गोदावरी. त्यांमध्ये गोदावरी लबाड होती आणि सुमी गरीब, प्रेमळ, सेवाभावी वृत्तीची होती. गोदावरी सुमीवर सतत ताबा गाजवायची. तिच्याकडून आपले अंग चाटून घ्यायची, तिच्या शिंगाने आपल्या शिंगांची मुळे खाजवून घ्यायची, तिच्यापुढचे हिरवेगार वाटूक आपणच ओढून खाऊन टाकायची, आणि वर शिंगाने ढोसत राहायची. तिच्यावर रागावून डुरकण्या फोडायची. बिचारी सुमी, गोदावरीची ही सगळी सेवा विनातक्रार, निमूटपणे सहन करायची. ही गुलामगिरी तिने खुशीने स्वतःवर लादून घेतली होती आणि कुठल्या तरी अनाकलनीय कर्तव्यभावनेने सुमी ती सतत पार पाडत होती.

आमचे आजोबा - म्हणजे माझ्या आईचे वडील हे या सुमीच्या जातीतलेच होते. त्यांचा धाकटा भाऊ म्हणजे माझ्या आईचे काका यांनी उभ्या जन्मात कधी काही काम म्हणून केले नाही. आजोबा सबरजिस्ट्रार होते. त्यांनी या धाकट्या भावाला धडपणी मार्गाला लावावे, म्हणून खूप खटपट केली. आधी त्यांनी त्याला कापडाचे दुकान काढून दिले. ते जेमतेम काही दिवस कसेबसे चालले. पण मग धाकटे आजोबा कुरकुर करू लागले. आपल्याच्याने दिवसभर दुकानात बसवत नाही. उधारी वसूल करायला फार त्रास होतो. ओळखीचे लोक सारखे दुकानात बसून गप्पा छाटत राहातात. एक ना दोन - सारख्या त्यांच्या तक्रारी चालू असत. मग काही दिवसांत दुकानाचे दिवाळेच निघाले. नंतर माझ्या आजोबांनी त्यांना मशीन घेऊन दिले. तो पन्नास वर्षांपूर्वीचा काळ. आजच्या मानाने जीवनमान बरेच स्वस्त होते. धाकट्या आजोबांनी शिंपीकाम जरी मन लावून केले असते, तरी त्यात त्यांना प्रपंचाच्या खर्चापुरते पैसे सहज मिळाले असते. पण ॲगाथा ख्रिस्टीच्या कादंबरीतल्या त्या धूर्त स्त्रीप्रमाणे धाकट्या आजोबांनाही ठाऊक होते, की या कामात आपण जरा उत्साह दाखवला, जरा प्रावीण्य मिळवले, की हे ओझे जन्माचे आपल्या मानगुटीवर बसणार. हे कष्ट सतत आपल्याला करावे लागणार. त्यांनी कधीच कामात मन घातले नाही. साध्या नऊ तुकड्यांच्या चोळ्या किंवा बारा-बंद्या शिवायच्या झाल्या, तरी ते शिवलेल्या कपड्यात सतरा चुका करून ठेवायचे. गिऱ्हाइकाला दिलेल्या मुदतीत कधी कपडा शिवून पुरा करून द्यायचे नाहीत. गिऱ्हाइके यायची. तणतण

करायची. आजोबा आपले शांतपणे विडी फुंकत त्यांची बडबड ऐकत बसायचे. पण एकदा ते चिडले आणि सरळ मोठ्या आजोबांकडे येऊन त्यांना म्हणाले,

'मला हे असं ज्यानं त्यानं माझ्यावर तोंड सोडलेलं मुळीच आवडायचं नाही. आपल्याला ही झगझगच नको. त्यापेक्षा ती मशीन विकून एकदाचा मोकळा होतो कसा!'

आजोबांनी भावाचे सगळे बोलणे निमूटपणे ऐकून घेतले. त्यांना त्याचा मथितार्थ कळला.

दुसऱ्याच दिवशी मोठ्या आजोबांनी येईल त्या किमतीला मशीन विकून टाकली. धाकटे आजोबा विड्या फुंकत ओटीवर बसायचे. आल्यागेल्याशी गप्पा मारायचे. नाही तर घरात चार-दोन जुनीपानी फाटकी पुस्तके होती, ती एक एक अक्षर लावून पुन्हा पुन्हा वाचायचे. आपले आयुष्य त्यांनी एकदम सोपे करून टाकले होते. जन्मभर राबूनसुद्धा इतरांना जो अवघड उखाणा सुटता सुटत नाही, तो त्यांनी कसा चुटकीसरशी सोडवला होता!

मग माझ्या आजोबांनी धाकट्या भावाच्या संसाराची सारी जबाबदारी आपल्या खांद्यांवर घेतली. त्यांनी त्यांच्या मुलाबाळांचे सगळे काही केले. मुलांची शिक्षणे, मुलींची लग्ने, त्यांची माहेरपणे, बाळंतपणे - सगळा गुंता त्यांनी उलगडला. त्यात माझ्या आजीनेही त्यांना सहकार्य दिले.

धाकटे आजोबा हे सगळे मजेत बघत होते. त्याचे त्यांना काही सोयरसुतक नव्हते. आपल्या प्रपंचाला आपण काडीभर मदत करत नाही, याची त्यांना लेशभर खंत नव्हती. ते अगदी निश्चिंतपणे बरीच वर्षे जगले आणि एके दिवशी अगदी आरामशीरपणे जगातून उठून गेले. मग तर मागे राहिलेले सारे मोठ्या आजोबांना निस्तरावेच लागले. इतकेही करून काही श्रेय त्यांच्या पदरात पडले का? नाही. उलट, अनेकांचा रागरुसवा, गैरसमज, नाराजीच त्यांच्या पदरात आली. सर्वांत केविलवाणी गोष्ट ही, की भावाच्या संसाराचा गाडा ओढता ओढता आजोबा टेकीला आले आणि जन्मभर कष्ट करून, पैसा मिळवून त्यांचे म्हातारपण मात्र दारिद्र्यात गेले. त्यांनी ज्यांचे इतके केले होते, त्या पुतण्यांनी चुलत्याच्या पडत्या काळात त्यांना मदत करण्यासाठी बोटसुद्धा उचलले नाही.

ज्या आईवडिलांनी अपत्यांना जन्म दिला, त्यांनी त्या अपत्यांचे संगोपन करावे, त्यांना शिक्षण द्यावे, मार्गाला लावावे, ही गृहीत गोष्ट आहे व ती काही अंशी बरोबरही आहे. पण कित्येक आईबाप या कर्तव्यभावनेचा अतिरेक करतात. अपत्यप्रेम, अपत्यवात्सल्य या गोष्टी स्वाभाविक आहेत. पण मुलांसाठी आईबापांनी किती करावे, यालाही काही मर्यादा आहे. अनेक नवश्रीमंतांची घरे मी बघते, तेव्हा तिथे मला विचित्र दृश्ये दिसतात. वडील राब राब राबत असतात आणि मुले त्यांच्या

जिवावर चैन करण्यात मशगुल झालेली दिसतात. एक काळ मुलांना भयंकर शिस्तीत ठेवण्याचा, साधी सुखे व आनंदही त्यांना नाकारण्याचा होता. आज नेमकी याच्या उलट परिस्थिती दिसते. हॉटेले, सिनेमे, ट्रान्झिस्टर, टेपरेकॉर्डर इथपासून तो भारी मोटारी आणि अफाट खर्चाचे परदेशप्रवास इथपर्यंत श्रीमंतांची मुले वडिलांच्या जिवावर साऱ्या चैनीचा उपभोग घेत असतात. वात्सल्याचा हा विकृत अतिरेक बघून चीड येते, तसेच वाईटही वाटते.

मुलांना इतके लाडावून ठेवण्यात आपण त्यांचे नुकसान करतो, आकाशात स्वैर भराऱ्या मारण्यासाठी निसर्गाने त्यांना दिलेले पंख कातरून टाकतो, त्यांना आळशी आणि दुबळे बनवतो, याची या आईवडिलांना जाणीव नसते का? मुलांच्या अंतिम कल्याणाची खरी सांगता त्यांना स्वावलंबी, कणखर, आत्मनिर्भर करण्यातच असते, हे त्यांच्या ध्यानात येत नाही का?

कित्येक ठिकाणी मला असे दिसून आले आहे, की मुलांच्या या अतिरिक्त लाडांमागे आईवडिलांच्या वेगवेगळ्या मनोभावना असतात.

ज्यांचे बालपण अत्यंत दारिद्र्यात गेलेले असते, त्यांना आपल्या मुलांच्या वाट्याला तरी तसले हाल येऊ नयेत, अशी स्वाभाविक इच्छा असते. कित्येक आईवडिलांच्या मनांत एक सूक्ष्म अहंकार असतो. तिथे अपत्यप्रेमापेक्षा आत्मप्रेम जास्त असते.

'माझा मुलगा मोटारीशिवाय हिंडणार नाही!'

'माझ्या मुलाला अमुक दर्जाचीच वस्तू हवी.'

'माझ्या मुलाला कशाची उणीव भासता कामा नये.'

यांसारख्या त्यांच्या उद्‌गारांत 'मी, माझा, माझे' या शब्दांवर अधिक जोर दिलेला असतो. अशा अनेक श्रीमंत आईबापांची मुले सुखासीन होतात. स्वत: अंग झटकून, पुढे होऊन कष्ट करण्याची त्यांच्यांत धमक राहत नाही. अर्थातच परिस्थितीने स्वत:च्या पायांवर उभे राहाण्याची जर त्यांच्यावर वेळ आणलीच, तर तिचे ते आव्हान स्वीकारायला ही मुले अगदी अपुरी पडतात, आणि मग वास्तवापासून आपल्याला इतके दूर ठेवणाऱ्या आईबापांविषयी त्यांच्या मनांत खोलवर द्वेष रुजतो. प्रश्न या मुलांचा नसतो, आईबापांचा असतो. मुलांसाठी किती करायचे, याची काही एक मर्यादा असते. ती त्यांनी ओळखलेली नसते.

एकूण आपल्याकडे उपकार, त्याग, नि:स्वार्थ वृत्ती या गोष्टी फार चांगल्या आहेत, अशी शिकवण बालपणापासून मनावर ठसवली गेलेली असते. आपली संस्कृती, परंपरा या भावनांवर फार भर देत असते. उपकार, त्याग, नि:स्वार्थपणा या भावना मुळात चांगल्याच आहेत. पण त्यामुळे समाजात आपोआप एक दुभंगलेपण निर्माण झाले आहे. एक वर्ग त्याग करणाऱ्यांचा, झीज सोसणाऱ्यांचा,

नि:स्वार्थपणे कष्ट उपसणाऱ्यांचा आहे, तर दुसरा वर्ग त्याचा फायदा घेणाऱ्यांचा आहे. दलितांनी, श्रमिकांनी कष्ट करायचे. घाम गाळायचा. का? तर त्यांचे ते भागधेयच आहे, म्हणून, आणि उच्चवर्गीयांनी त्या साऱ्यांचा फायदा उठवायचा. का? तर तसा वर्णव्यवस्थेचाच आदेश आहे, म्हणून! शिक्षकांनी, साहित्यिकांनी, कलावंतांनी सतत त्याग करायचा. का? तर त्यांनी जितके दारिद्र्य अनुभवावे, हालअपेष्टा सोसाव्यात, तेवढा त्यांच्या ज्ञानाला, कलेला अधिकाधिक बहर येतो, म्हणून! आणि इतरांनी मात्र ते ज्ञान, ती कला यांचा मनसोक्त उपभोग घ्यायचा. का? तर त्याखेरीज ज्ञानी लोकांच्या, कलावंतांच्या ज्ञानाचे आणि कलेचे चीज होणार नाही, म्हणून. समाजसेवकांनी पोटाला चिमटा घेऊन, जन्मभर दारिद्र्याचे वाण पत्करून समाजासाठी त्याग करावा, त्याची सेवा करावी. समाजाने मात्र त्यांच्यासाठी काही करू नये. त्यागाचा अतिरेक झाला, तर त्याग करणारा भिकेला लागतो; आणि ज्याच्यासाठी त्याग केलेला असेल, तो कृतघ्न, आळशी, लबाड आणि ऐतखाऊ बनतो. कलावंतांच्या, समाजसेवकांच्या कलेचा, कार्याचा त्यांच्या हयातीत उदोउदो करणारे लोक त्यांच्या निधनानंतर त्यांच्या बायकापोरांच्यासंबंधी आपलेही काही कर्तव्य आहे, काही जबाबदाऱ्या आहेत, हे सोयिस्करपणे विसरतात.

त्याग, सेवा, स्वार्थहीनता या तशा फार सुंदर संकल्पना आहेत; आणि सुसंस्कृत समाजाच्या जीवनसरणीत त्यांना मूल्यही आहे. तुकाराम म्हणतात, 'ऐशी कळवळ्याची जाती। करी लाभावीण प्रीती.' ज्ञानेश्वर म्हणतात, 'हे विश्वचि माझे घर'; पण अशा महापुरुषांची गोष्ट वेगळी. मानवजातीचे हे आदर्श हिमालयासारखे उत्तुंग असतात. पण सामान्य माणसाला तेथवर पोचता येत नाही. महाप्रयासाने तो तिथे जाऊन राहाण्याचा प्रयत्न करील, तर तिथल्या असह्य गारठ्यात तो गुदमरून मरून जाईल. म्हणून सामान्य माणसांनी आपले सामान्य रीतीने वागावे, हे बरे. या जगात, प्रपंचात, व्यवहारात आपण अनेकांचे अनेक प्रकारचे देणे लागत असतो. त्यांच्यासाठी आपापल्या परीने आपण काही करत असतो. ते कारण योग्यही असते. पण इतरांचे जसे आपण काही लागतो, तसे स्वत:चेही काही देणे लागतो, हे प्रत्येकाने ध्यानात ठेवले पाहिजे; आणि ते देणेही थोड्याबहुत प्रमाणात चुकते केले पाहिजे. इतरांसाठी त्याग करता करता, कष्ट उपसता उपसता स्वत:चे आयुष्य करंटे, कंगाल करून ठेवलेली, जीवनातल्या साध्या साध्या आनंदाला देखील पारखी झालेली माणसे पाहिली, की माझे मन खिन्न होते; आणि वाटते, यांना कुणीतरी झडझडून सांगायला हवे,

'बाबांनो, स्वार्थत्याग पुरे झाला, आता स्वार्थाला जपा. इतरांसाठी खूप केलेत; आता स्वत:साठी काही करा!'

पण पुन्हा मनात येते, त्यांना ते पटेल, की नाही, कोण जाणे. पटले, तरी ते

आचरणात आणता येईल, की नाही, कुणास ठाऊक. स्वार्थत्यागाचेही एक व्यसन होऊन बसते. कष्टाचीही एक सवयच जडते. कर्तव्यपालनाची देखील नशा चढते. ही माणसे इतरांसाठी धडपडता धडपडताच जगणार आणि तशीच ती मरणार. त्यांना कोण ताळ्यावर आणू शकेल? ॲगाथा ख्रिस्टीच्या कादंबरीतल्या त्या स्त्रीला मात्र हे सारे लहानपणीच जमले होते. ती खरी शहाणी!

◆ ◆ ◆

पोरकी पुस्तके

माझ्या पणजोबांपाशी महाभारताच्या मराठी अनुवादाचे सारे खंड होते. पणजोबा म्हणजे माझ्या आईचे आजोबा. त्या इतक्या जुन्या काळात पणजोबा कितीसे शिकलेले असणार? फार फार तर फायनलची परीक्षा पास झाले असतील. पण कसा, कोण जाणे, त्यांना वाचनाचा नाद होता. पुस्तकांचे प्रेम होते. अगदी स्वत: पैसे खर्च करून पुस्तके खरेदी करण्याइतके प्रेम होते. मात्र ही सर्व पुस्तके धार्मिक असत. ज्ञानेश्वरी, तुकारामाची गाथा, दासबोध हे ऐपतदार ग्रंथ तर त्यांच्यापाशी होतेच. पण त्यांखेरीज रामविजय, हरिविजय, पांडवप्रताप, शिवलीलामृत, नवनाथभक्तिसार, महीपतीचे संतचरित्र अशी इतरही कितीतरी पुस्तके त्यांच्या संग्रही होती. पण त्या सर्व पुस्तकांत आपल्या वैशिष्ट्याने ठळकपणे उठून दिसत, ते महाभारताचे खंड. चिपळूणकर आणि मंडळी यांनी प्रसिद्ध केलेले हे खंड अंतर्बाह्य सुंदर होते. त्यांना लाल रंगाच्या जाड पुठ्ठ्यांची भक्कम बांधणी होती. पानाचे दोन भाग करून केलेली छपाई ठोस, निर्दोष आणि वाचायला सोपी जाईल, अशी होती आणि प्रत्येक खंडात, मला वाटते, रावबहादूर धुरंधर या तत्कालीन नामवंत चित्रकाराची चित्रे होती.

मला पणजोबा आठवत नाहीत. मी फार लहान असताना ते वारले. परंतु त्यांनी प्रयत्नपूर्वक आणि जिव्हाळ्याने जमवलेली त्यांची पुस्तके मला चांगलीच आठवतात. लहानपणी मी जेव्हा जेव्हा सुटीत आजोळी जाई, तेव्हा तेव्हा त्यांची ही पुस्तके काढून वाचत बसणे हा माझा छंद आणि आनंद असे. त्यातही महाभारताचे हे खंड मला भारी आवडत.

आमच्या आजोळच्या घरी पुढल्या मोठ्या थोरल्या माडीत एका फडताळामध्ये माझ्या आजोबांनी हे खंड एकत्र लावून ठेवले होते. माडीला रस्त्याच्या बाजूला दोन मोठ्या खिडक्या होत्या. जुन्या पद्धतीच्या, खूपशा रुंद आणि जाड अशा भिंतीत या खिडक्या काढलेल्या होत्या. त्यांना अर्ध्यापर्यंत लाकडी कठडे होते आणि वरच्या बाजूला सुरेख, कोरीव, महिरपदार कमानी होत्या. भिंतींतल्या या दोन्ही खिडक्यांतली एक माझ्या विशेष सवयीची होती. या खिडकीत मला आरामशीरपणे बसता येई. खिडकीच्या दोन्हींकडच्या रुंद भिंतींपैकी एकीला पाठ टेकायची, दुसरीकडच्या भिंतीला पाय लावायचे आणि गुडघ्यांवर महाभारताचा हाती लागेल तो खंड तोलत

वाचत बसायचे, यात मला अगदी परमसुख वाटे. अशा वाचनात माझे तास अन्‌ तास जात. वाचूनवाचून कंटाळा आला, डोळे दुखू लागले, तर कठड्यावरून डोकावून खाली ओटीवर खेळणाऱ्या पोरांना साद द्यायची, शेजारून जाणाऱ्या मोठ्या रस्त्याने चाललेल्या रहदारीकडे नजर टाकायची, नाही तर समोर उभ्या असलेल्या सळसळत्या पिंपळाकडे आणि त्यावर पसरलेल्या विस्तीर्ण निळ्याभोर आभाळाकडे नुसतेच टक लावून बघत बसायचे, अशी माझी पद्धत असे. कधीकधी खाली ओटीवर चाललेल्या खेळाचे आकर्षण अनावर झाले, तर हातांतले पुस्तक मिटवून, ते फडताळात जागच्या जागी ठेवून, मी खालीही निघून जाई. पण एकूण महाभारताच्या त्या खंडांनी मला अतोनात लळा लावला होता, हे मात्र खरे.

पुढे वय वाढत गेले, तसे माझे आजोळी जाणे कमी झाले. कॉलेजचा अभ्यास सुरू झाल्यावर ते आणखी कमी झाले आणि आजी व आजोबा एकापाठोपाठ वारले. त्यानंतर मी कधी आजोळी गेलेच नाही. बालपणाच्या अनेक गोड, निरागस आठवणी माणसांनी भरलेल्या आजोळच्या घराशी निगडित होत्या. ते घरच ओस पडल्यावर तिथे पुन्हा जाण्याची मला इच्छा होईना. नंतर तर ते आमचे आवडते आजोळ, ती पुढली माडी, तिथली ती माझी मला स्वत:ची वाटणारी खिडकी, तिथे बसून महाभारताचे खंड वाचण्यात मी घालवलेला काळ, बाळपणाचा तो रम्य, हुरहूर लावणारा भाग बाळपणाबरोबर अंधूक, धूसर होत भूतकाळात विलीन होऊन गेला.

मध्यंतरी अनेक वर्षे लोटली; आणि एकदा अचानक मला महाभारताच्या त्या खंडांची आठवण झाली. इतक्या तीव्रतेने आठवण झाली, की त्यांचा वजनदारपणा, त्यांची ती लाल पुठ्ठ्यांची कव्हरे, त्यांतली चित्रे, जुनाट पानांचा नाकात दरवळणारा तो विचित्र अवर्णनीय वास - सारे जणू मी पुन्हा उत्कटतेने अनुभवले. आणि एकदम मनात आले, त्या खंडांचे आता काय झाले असेल? मग त्यातूनच एक विलक्षण आशा माझ्या मनात निर्माण झाली. महाभारताचे ते खंड आपल्याला मिळतील का? माझ्या आजोबांच्या मागे घरात जे पुढल्या पिढीचे वारस होते, त्यांना वाचनाची मुळीच आवड नव्हती, हे मला ठाऊक होते. त्या इतक्या सुंदर आणि दुर्मीळ ग्रंथांचे महत्त्व त्यांना वाटण्याजोगे नव्हते. त्यांना घरदार, भांडीकुंडी, चीजवस्तू हवी असेल. परंतु पुस्तके ही गोष्ट मात्र त्यांना अडगळीसारखी वाटत असणार, त्याचा त्यांना यत्किंचितही लोभ नसेल. तर मग... तर मग आता ती पुस्तके कुठे असतील? कोणत्या अवस्थेत असतील? त्यांचे काय झाले असेल? ती बिचारी हयात तरी असतील का?

त्या विचाराने मी अस्वस्थ झाले. मला काही सुचेना. खरे तर आजोळच्या कुठल्याच गोष्टीवर माझा काही अधिकार नव्हता. मग पणजोबांच्या त्या पुस्तकांशी तरी माझा काय संबंध? परंतु अधिकार काय एकच प्रकारचा असतो? मालकी हक्कामुळे अधिकार प्राप्त होतो, ही गोष्ट खरी. पण उत्कट प्रेमामुळेही वस्तूवर आपला काही अधिकार प्रस्थापित होत असेलच ना? भावनिक दृष्ट्याही एखाद्या गोष्टीवर आपला हक्क असू शकतो, की नाही? आणि माझे मन तर मला ग्वाही देत होते, की पणजोबांच्या त्या महाभारताच्या खंडांवर त्यांच्यामागे जर कुणी नि:सीम प्रेम केले असेल, तर ते मीच केले होते. माझ्या आजोबांना वाचनाची फारशी गोडी नव्हती; आणि पुढल्या पिढीचे वारसदार तर काय? पैसा, जमीन, घरदार यांखेरीज दुसरे काही ते मुळी ओळखत नव्हते.

मग मी हळूहळू चौकशी सुरू केली. पण त्या चौकशीत जे निष्पन्न झाले, ते फार करुण, उद्‌वेगजनक होते. आजोबा व आजी यांचे निधन झाले, त्या काळी महाभारताच्या त्या सुंदर खंडांना कुणी वाली उरला नव्हता. त्यांचे पुठ्ठे सुटले होते. आतली पाने विस्कळीत झाली होती. फडताळात बंदिस्त असलेल्या त्या पुस्तकांच्या नशिबी माळ्यावरती पडून उंदीरघुशींच्या सहवासात दिवस कंठणे आले होते. काही पाने अजिबात फाटून नष्ट झाली होती. तर काहींचा वाळवीने फन्ना उडवला होता. आजोळचे घर आपल्या ताब्यात घेतल्यावर तिथे राहायला गेलेल्या माझ्या दोन्ही चुलतमामांनी माळा साफ करताना महाभारताचा तो सगळा अस्ताव्यस्त, दुबळा गठ्ठा गोळा केला होता आणि एके दिवशी गावाला लगटून वाहणाऱ्या भीमा नदीत तो नेऊन टाकला होता. त्यानंतर महाभारताच्या त्या खंडांचे किंवा त्यांच्या कलेवरांचे अखेर काय झाले, ते एक त्या खंडांना ठाऊक, की एक त्या भीमा नदीला ठाऊक.

आईबाप मेलेली पोरे जशी पोरकी होतात, तशी अत्यंत आवडीने घेतलेली, जिवापाड जमवलेली पुस्तकेही मालकाच्या मागे पोरकी होतात. आता पोरक्या मुलांना कधी कधी त्यांच्यावर सख्ख्या आईबापांसारखे प्रेम करणारे कुणी दुसरे आईबाप मिळतात. पुस्तकांचेही तेवढे सुदैव असेल, तर त्यांनाही मालकाच्या मागे दुसरा रसिक, सुसंस्कृत व साहित्यप्रेमी मालक किंवा पालक मिळतो. पण असे क्वचितच घडते. बऱ्याच पोरक्या पुस्तकांच्या वाट्याला, माझ्या त्या महाभारताच्या खंडांना आले, तेच भवितव्य येते.

मी ज्या कॉलेजात शिकवत होते, तिथेच डॉ. अय्यर नावाच्या इंग्रजीच्या प्राध्यापिका होत्या. त्या आपल्या विभागाच्या प्रमुख होत्या. साहित्यावर त्यांचे जिवापाड प्रेम होते. त्यांचे वडील हेही इंग्रजीचे नाणावलेले प्राध्यापक होते; आणि विद्वत्तेचा, व्यासंगाचा व रसिकतेचा तोच वारसा त्यांच्या या बुद्धिमान कन्येकडे

आला होता. अय्यरबाईंपाशी वडलांनी जन्मभर जमवलेल्या पुस्तकांचा संग्रह तर होताच; पण त्यांनी स्वत:ही त्यात सतत भर टाकली होती. अय्यरबाई अविवाहित होत्या. त्यांना इतर कसले छंद वा नाद नव्हते. साहित्य हा त्यांचा एकमेव शौक होता. त्यांच्याकडून कितीतरी इंग्रजी ग्रंथांची माहिती मला मिळे. त्या ग्रंथांवर, ग्रंथकारांवर त्या जी मार्मिक आणि रसिक टीकाटिप्पणी करत, तिने माझ्या ज्ञानात केवढी भर घातली. त्यांच्याशी गप्पा मारणे हा आम्हां अनेक प्राध्यापकांचा मोठा आनंद होता.

अय्यरबाई फार साध्या होत्या. त्यांनी कपड्यांचा डामडौल कधी केला नाही. टॅक्सीवर कधी पैसे उडवले नाहीत. फार काय, खाण्याच्या बाबतीत देखील त्यांच्या आवडीनिवडी मर्यादित होत्या. रोज कॉलेजला येताना त्या घरून इडल्या किंवा तत्सम काही मद्रासी खाद्यपदार्थ आणि एखादे केळे घेऊन येत. तोच त्यांचा आहार असे. याप्रमाणे काटकसरीने वागून अय्यरबाईंनी बराच पैसा इंग्रजी पुस्तकांच्या खरेदीवर खर्च केला.

पुढे त्या आजारी पडल्या. त्यांना हृदयविकार होता, हे आम्हांला तोवर ठाऊकच नव्हते. अय्यरबाई खूपच आजारी झाल्या. त्यांचे कॉलेजात येणे थांबले. आता आम्हीच त्यांना भेटायला वारंवार जाऊ लागलो. आपला शेवट जवळ आला, हे जेव्हा बाईंना कळले, तेव्हा आपला सर्व ग्रंथसंग्रह आपल्यानंतर आमच्या कॉलेजच्या वाचनालयास मिळावा, अशी त्यांनी तरतूद केली.

पुढे अय्यरबाई गेल्या आणि यथाकाल त्यांची पुस्तके कॉलेजमध्ये येऊन पोहोचली. इंग्रजी नाटके, चरित्रे, आत्मचरित्रे, कादंबऱ्या, काव्य, समीक्षा अशी अनेकविध प्रकारची ती सुंदर पुस्तके किती तरी दिवस बेवारशांसारखी वाचनालयाच्या एका कोपऱ्यात ढीग करून पडून होती. कुणी त्यांच्याकडे बघत नव्हते. की कुणी त्यांची फिकीर करत नव्हते, नंतर नावे घालणे, नंबर टाकणे, इत्यादी संस्कार त्यांच्यावर झाले, पण आता एवढ्या पुस्तकांना कपाटात जागा मिळणे दूरापास्त होते. नवी कपाटे कॉलेजचे अधिकारी मंजूर करत नव्हते. शेवटी थोडी इथे, थोडी तिथे, थोडी या कपाटात, थोडी त्या कपाटात, काही कपाटांच्या डोक्यावर, तर काही चक्क माळ्यावर अशी ती पुस्तके जमेल तिथे, जमेल तशी ठेवली गेली. बाई हयात होत्या, तोवर कसलेही पुस्तक त्यांच्याकडून हक्काने मागून घेता येत होते; पण त्या गेल्या आणि पुस्तके कॉलेजच्या मालकीची झाली, तेव्हा आम्हांला त्यांतले एकही पुस्तक मिळणे अवघड होऊन बसले. वाचनालयातल्या कर्मचाऱ्यांना साहित्याची आस्था नव्हती, की ग्रंथांचे ज्ञानही नव्हते. पुस्तक मागितले, तर ते द्यायची ते टाळाटाळ करत. 'शोधून द्या' म्हटले, तर ते शोधण्याचे श्रम घेणे त्यांच्या जीवावर येई. तात्पर्य, एका ग्रंथवेड्या व्यक्तीने जिवापाड परिश्रम करून, पैसा खर्चून गोळा

केलेली आणि नंतर इतरांना त्यांचा आनंद मिळावा, या औदार्यभावनेने कॉलेजला देऊन टाकलेली ती पुस्तके अक्षरशः धूळ खात पडली. अनाथ, बेवारशी पोरांची व्हावी, तशी उपेक्षा आणि अवहेलना त्यांच्या नशिबी आली.

अशीच अनेक पोरकी पुस्तके कधी कधी फूटपाथवर मिळतात. त्यांत काही दुर्मीळ आणि फार सुंदर पुस्तके असतात. एकदा दादरला हिंडताना फूटपाथवर मला 'मनोरंजन' मासिकांच्या जुन्या अंकांच्या बांधलेल्या फायली अगदी मामुली किमतीत मिळाल्या. प्रत्येक फायलीत पहिल्या पानावर टाकाने बायकी वळणाच्या अक्षरांत लिहिले होते, 'हा ग्रंथ सौभाग्यवती मनोरमाबाई साळवेकरीण हिचे मालकीचा असे.' ती ओळ वाचून मला गलबलल्यासारखे झाले. 'मनोरंजन' मासिक तसे किती जुने. ते स्त्रीदाक्षिण्याबद्दल प्रसिद्ध होते. 'यत्र नार्यस्तु पूज्यन्ते रमन्ते तत्र देवता' हे त्याचे ब्रीदवाक्य पहिल्या पानावर झळकत असे. या 'मनोरंजन'चे अंक घेणारी, ते आवर्जून बांधून त्यांच्या फायली तयार करणारी आणि त्यावर अभिमानपूर्वक आपला मालकीहक्क स्वतःच्या हस्ताक्षरात नोंदवून ठेवणारी ही सौ. मनोरमाबाई साळवेकरीण कोण असेल? कशी असेल? तिला खरोखर वाचनाची आवड असेल का? या कामी तिच्या पतीने तिला उत्तेजन दिले असेल का? त्या काळात 'मनोरंजन' मासिक विकत घेऊन वाचणारी साळवेकरीण बाई प्रगत विचारसरणीच्या सुधारक स्त्रियांमध्येच जमा असली पाहिजे. तिने किती अभिमानाने हे अंक जमवले असतील? किती कौतुकाने त्यांवर आपले नाव नोंदवून ठेवले असेल? पण ते अंक आज अक्षरशः फूटपाथवर विक्रीला आले होते.

नवी पुस्तके मला आवडतात. पण त्यांना व्यक्तिमत्त्व नसते. ती रूपरंगहीन असतात. जुनी पुस्तके मात्र आपल्या काळाचा सुगंध घेऊन येतात. त्यांना त्यांचे वैशिष्ट्यपूर्ण व्यक्तिमत्त्व असते. त्यांची विशिष्ट छपाई, कव्हरे, सजावट सारे आपल्याला भूतकाळात घेऊन जाते. जुन्या कागदांचा स्पर्श आणि चॉकलेटसारखा गोडसर वास तर मला फार आवडतो. जुन्या पुस्तकांचा हा वास आपले बालपण, तारुण्य जागे करतो. माझ्याकडची किती पुस्तके मी अशी फूटपाथवर खरेदी केली आहेत. जुन्या पुस्तकांच्या दुकानांतून शोधून शोधून मिळवली आहेत. 'पालखीचा गोंडा', 'दुर्दैवी रंगू', 'माझे रामायण' अशा कादंबऱ्या, मोरोपंतांचे 'आर्याकेकावली', 'छंदोरचना', 'माधव कवींची कविता', अच्युत बळवंत कोल्हटकर यांच्या 'हिंद एजन्सी माला' मधल्या कादंबऱ्या अशी पुस्तके मला नाममात्र किमतीत फूटपाथवर मिळाली. ही पुस्तके मिळाल्याचा मला आनंद होतो, पण ती कुणाच्या मालकीची असतील व कुठून कुठे प्रवास करत अखेर फूटपाथवर येऊन पडली असतील, यांचा विचार

मनात आला, की वाईट वाटते. यांतल्या काही पुस्तकांवर स्वत: लेखकांच्या सह्या असतात. माझ्याकडे वि.स.खांडेकर यांचे 'धुंधुर्मास' हे त्यांच्या टीकालेखांचे पुस्तक आहे आणि ते स्वत: खांडेकरांनी प्रसिद्ध चित्रपट दिग्दर्शक दिनकर द. पाटील यांना आपल्या सहीने दिले आहे, उमर खय्यामच्या रुबायांचा अनुवाद 'द्राक्षकन्या' या नावाने माधव ज्यूलियन यांनी रविकिरण मंडळातर्फे प्रकाशित केला होता. आकाराने छोटे असलेले हे सुंदर पुस्तक स्वत: माधव ज्यूलियन यांनी आपल्या कुणा मित्राला भेट म्हणून दिले आहे. तो मित्र अर्थातच मला अपरिचित आहे. परंतु त्यावर माधव ज्यूलियन यांची इंग्रजी सही आहे. हे पुस्तकही मला फूटपाथवरच मिळाले व त्या सहीसाठी मी ते जपून ठेवले आहे. यावरून आठवण झाली. माधव ज्यूलियन यांचेच 'तुटलेले दुवे' हे पुस्तक माझ्या संग्रही नव्हते. मी बरेच दिवस ते शोधत होते. आता समग्र माधव ज्यूलियन नव्या आवृत्तीत उपलब्ध आहेत. पण मला रविकिरण मंडळाची जुनी आवृत्तीच हवी होती; आणि एकदा अचानक ते पुस्तक मला असेच एका जुन्या पुस्तकांच्या दुकानात मिळाले. या पुस्तकाचा लाभ मला आनंददायक झाला; पण आणखी एका कारणामुळे मला त्याचे फार मोल वाटते. हे पुस्तक कुठल्या तरी 'नाना' ने कुठल्या तरी 'बाबी'ला सप्रेम भेट दिले आहे. 'नाना' ने माधव ज्यूलियन कसून वाचले असावेत. कारण त्याने पुस्तकाच्या 'पहिल्या पानावर' 'बाबी'ला उद्देशून खास माधव ज्यूलियनी शैलीत शार्दूलविक्रीडित वृत्तात एक श्लोक लिहिलेला आहे. तो असा -

गेले जे सुटुनी दुवे जुळवणे ते शक्य नाही पुन्हा
आहे मान्य मला, मुळात घडला हातून माझ्या गुन्हा
दोघांना प्रिय एकदा कवन, ते मी भेट देतो तुला
ठेवी रोष मनी न, माफ कर, गे, जाणून घे हेतुला!

या ओळी वाचल्या आणि मी चकित झाले. 'विरहतरंग' आणि 'तुटलेले दुवे' या दोन्ही खंडकाव्यांमध्ये माधव ज्यूलियन यांनी ज्या पद्धतीने शार्दूलविक्रीडित वृत्तात रचना केली आहे, तिच्याशी 'नाना' व 'बाबी' या दोघांचा अगदी गाढ परिचय असला पाहिजे. इतकेच नव्हे, तर त्या दोन्ही काव्यांतील नायक-नायिकांप्रमाणे त्यांनी परस्परांवर काव्यमय प्रेम केले असले पाहिजे. त्यांच्यामध्ये झाला, तसलाच काही गैरसमज या उभयतांतही झाला असला पाहिजे. विशेषत: 'तुटलेले दुवे' या काव्यग्रंथाशी त्यांच्या काही खाजगी व नाजूक स्मृती निगडित असल्या पाहिजेत. या सर्व गोष्टींची साक्ष 'नाना'ने लिहिलेल्या या श्लोकातून पटते. जेव्हा जेव्हा 'तुटलेले दुवे' मी उघडते, तेव्हा तेव्हा माझ्या मनात येते, 'नाना' आता कुठे असेल? 'बाबी'

काय करत असेल? त्या दोघांतले गैरसमज दूर होऊन त्यांचे पुन्हा मीलन झाले असेल का? की दोघांची वेगळ्याच कुणा व्यक्तींशी लग्ने होऊन ती आपापल्या जोडीदाराबरोबर संसार करत असतील? 'नाना'ने 'बाबी'ला इतक्या आर्जवाने दिलेले पुस्तक फूटपाथवर कसे आले असेल? दरम्यान घडलेला कोणता इतिहास त्याने पाहिला असेल?

अशी ही पोरकी पुस्तके. एके काळी कुणी तरी परवडत नसतानाही विकत घेतलेली. जिवापाड जपलेली. कुणी कुणाला प्रेमाने भेट दिलेली; आणि आता अक्षरशः रस्त्यावर पडलेली. त्यांतली काही माझ्यासारखे ग्रंथवेडे लोक खरेदी करतात. पण किती तरी पुस्तके तशीच जागच्या जागी पडून राहातात, आणि कणाकणांनी झिजत शेवटी वाळवीचे भक्ष्य होतात.

एका जुन्या कवितेत कवी म्हणतो :

रूप मनोहर अमुचे दिसते, परि ते नसे रहायचे
जग हे असार सारे, जे दिसते, ते अखेर जायाचे

वस्तुजाताला असलेला अशाश्वतीचा शाप पुस्तकांनाही आहे. त्यामुळे आपण हौसेने जमवलेली पुस्तके बघताना कधी कधी मनात येते, आपल्या मागे या पुस्तकांचे काय होणार? प्रत्येक पिढीबरोबर सर्व आवडीनिवडी बदलत जातात. पुस्तकांच्या बाबतीतही तेच म्हणता येईल. माझ्या पिढीची आवडती पुस्तके पुढच्या पिढीला आवडतील, असे थोडेच आहे? त्यांची वाङ्मयीन अभिरुची, त्यांचे आवडते लेखक, कवी - सारे वेगळेच असणार. मग आपल्या पुस्तकांना आपल्या मागे कोण विचारणार?

त्यापेक्षा आपल्या डोळ्यांदेखत आपल्या आवडीच्या पुस्तकांची आपल्या हातानेच काही विल्हेवाट लावून टाकावी. ते अधिक बरे नाही का? पण ते तरी आपल्या हाती कुठे असते? अय्यरबाईंनी तरतूद करूनही त्यांच्या पुस्तकांचे शेवटी काय झाले?

◆◆◆

संतुष्ट

परवा आमच्या घरी एक दूरचे नातेवाईक आले. त्यांच्या (आणि माझ्याही) शाळकरी वयात मी त्यांना भेटलेली. नंतर मध्यंतरीच्या इतक्या वर्षांत त्यांची माझी गाठभेट नव्हती किंवा त्यांचे काय चालले आहे, तेही मला माहीत नव्हते. आता इतक्या वर्षांनी त्यांना पाहताना अर्थातच मला त्यांची ओळख पटली नाही. पण थोड्या वेळाने मी त्यांना ओळखले. त्यांचे माझे नाते तसे दूरचे. तरीही जुना परिचय होताच. आता थोडा वेळ गप्पागोष्टींत जाईल, परस्परांची विचारपूस होईल, म्हणून मनाला बरे वाटले. मला माणसे आवडतात. त्यांच्याशी बोलायला आवडते. कधी कधी तारा जुळतात, गप्पांना छान सूर लागतो आणि काही वेळ खरोखरच आनंदात जातो. या गृहस्थांशीही अशाच गप्पा होतील, अशी माझी अपेक्षा होती. पण अनुभव आला, तो मात्र अगदी वेगळा. माझी नाममात्र जुजबी विचारपूस त्यांनी केली आणि मग जवळ जवळ दीड तास ते फक्त स्वतःविषयी बोलत राहिले. मधल्या वेळात चहा झाला. खाणे झाले. खात-पीत असताना त्यांच्या जिभेला जो काही खळ पडला असेल, तेवढाच. बाकी सगळा वेळ ते अखंड बोलत होते आणि बोलण्याचा विषय काय तर 'मी, मी, मी.'

पहिल्या पंधरा-वीस मिनिटांतच त्या गृहस्थांच्या स्वभावाचा एकूण अंदाज मला आला. हा माणूस अत्यंत आत्मकेंद्रित आहे, स्वतःखेरीज इतर कुणातही आणि कशातही त्याला रस नाही; कसले कुतूहल नाही; कुणाविषयी जिव्हाळा, सहानुभूती किंवा साधी जिज्ञासा देखील नाही; हे मला समजून चुकले. अशा माणसाचा, खरे तर, राग यायचा, पण मला तो आला नाही. उलट, माझे मन त्यांच्याविषयी एकदम निर्लेप, निर्विकार झाले. आता केवळ मनुष्यस्वभावाचा एक नमुना म्हणून पूर्ण अलिप्त वस्तुनिष्ठ दृष्टीने मी त्यांच्याकडे बघू लागले. असे बघताना एकीकडे माझी करमणूक होत राहिली, तर दुसरीकडे आतल्या आत आपोआप त्यांचे मूल्यमापनही होऊ लागले.

गृहस्थ साठीच्या आसपास - खरे म्हणजे, पासच असतील. या वयात माणूस केवळ शरीरानेच नाही, तर मनानेही पिकतो. जरा मृदु होतो. त्याच्या प्रतिक्रिया सौम्य बनतात. जगाकडे बघण्याची त्याची दृष्टी थोडीशी तरी पालटते. मुख्य म्हणजे, इतरांना समजून घेण्याचा तो जरा प्रयत्न करतो. परंतु या गृहस्थांच्या बाबतीत तसे काहीही घडलेले माझ्या प्रत्ययाला आले नाही. मला त्यांचे शाळकरी वयातले दिवस आठवले. बुद्धीने अत्यंत सामान्य, नगण्य असा विद्यार्थी ही तेव्हा त्यांची प्रतिमा

होती. दरवर्षी टल्ले खात ते कसेबसे (तेव्हाच्या) मॅट्रिकपर्यंत पोहोचले होते; आणि बहुधा मॅट्रिकलाही ते नापास झाले होते. मग कॉलेज कुठले? आता पदवीचा आणि बुद्धिमत्तेचा अर्थाअर्थी तसा संबध आहे, असे मी मुळीच मानत नाही. तथापि, हे गृहस्थ अगदी बी.ए., एम्.ए. झाले असते, तरी त्यांची कुवत सामान्यच राहिली असती. पुढे त्यांचे काय झाले, हे मला माहीत नव्हते. पण आता त्यांच्या बोलण्यातून त्यांचे पुढले आयुष्य उलगडत गेले. त्यांचे लग्न झाले होते. यथाकाल त्यांना दोन मुलगे झाले होते. गृहस्थ सरकारी नोंदणी की मोजणी खात्यात कुठेतरी काम करून नुकतेच सेवानिवृत्त झाले होते. त्यांनी घरे बांधली होती आणि आता उर्वरित आयुष्य ते सुखासमाधानात घालवत होते.

कुणी म्हणेल, यात वाईट ते काय आहे? काहीच नाही. वाईट होता, तो त्यांचा अहंकार. दोन मुले, दोन घरे आणि नोकरी एवढ्यात आपण कर्तृत्वाची उत्तुंग सीमा गाठली आहे, असा एकूण त्यांचा आविर्भाव होता आणि त्यांच्या बोलण्यातून, स्वरातून, इतकेच नव्हे, तर खुर्चीवर ते ज्या पद्धतीने बसले होते, तिच्यातून देखील तो प्रकट होत होता. बोलताना त्यांचा आवाज नको तितका उंच चढत होता. खुर्चीच्या पाठीवर त्यांनी आरामशीरपणे मान टाकली होती. खुर्चीच्या दोन्ही हातांवर त्यांनी आपले हात लांब पसरले होते आणि बोटांनी खुर्चीवर ते सारखे टकटक करत होते. त्यांचा तो आवाज, ती बैठक, त्यांचे ते बोटांनी टकटक करणे, सारे माझ्या अंगावर शहारे आणत होते; आणि एवढे जणू अपुरे आहे, म्हणून की काय, ते सारखे आपले मोठेपण सांगत होते.

‘ - आराम चाललाय् आता. मजेत आहे अगदी. दोन घरं बांधली आहेत. पोरांना सांगतो, घ्या, लेको! झकास तरतूद करून ठेवलीय तुमची. अहो, आजकाल कोण करतोय एवढं तरी? बरं, उद्या पोरांबरोबर नाही पटलं, तर तिकडं गावाकडं आहेच आपलं वडिलोपार्जित घर. शिवाय बँकेत पैसा आहे. कॅश सर्टिफिकेटं विकत घेतली आहेत. बायकोच्या अंगावर तीस-चाळीस तोळे सोनं आहे. बस्स! झकास आहे सगळं. आता हेच बघा. माझं साठावं वर्ष उलटलं. पण तब्येत कशी आहे, महाराजा! अगदी ठणठणीत! आहार भक्कम. सकाळी दुधाशी दोन चपात्या खातो. हा आपला नाश्ता. नंतर दोन्ही वेळ भरपेट जेवण. आठवड्यातून दोनदा मटण - मासे. काय, म्हणे, साठीनंतर खाणं कमी करावं. एकदाच जेवावं, आपल्याला असले दरिद्री विषय नाही सहन होत. खूप खातो, खूप चालतो, की पचतं सगळं, हो. हां. ते हॉटेलबिटेलातलं अरबट चरबट खाणं नाही मला पसंत!...’

गृहस्थ स्वत:च्या आयुष्यातले असले बारीक बारीक अन् फालतू तपशीलसुद्धा इतक्या कौतुकाने सांगत होते! आता त्यांच्या जेवणाखाणाच्या सवयींविषयी इतरांना कसले कुतूहल असणार? पण त्यांना त्याची जाणीव नव्हती.

विषय थोडा बदलून घ्यावा, म्हणून मी विचारले,

'आता तुमची नोकरी तर संपली. मग वेळ कसा घालवता?'

माझा प्रश्न जणू काही अगदी मूर्खपणाचा आहे, असे वाटून प्रथम ते गृहस्थ खदखदून हसले आणि मग मोठ्या माणसाने लहान मुलाला समजावून सांगावे, तशा सुरात ते मला म्हणाले,

'अहो, वेळ घालवावा लागतो का?' तो आपला जातच असतो की! आपण कशाला त्याची चिंता करायची? आपल्याला नाही, बुवा, हा प्रश्न कधी पडला. आता माझ्या बरोबरीची, माझ्या वयाची माणसं आहेत ना, त्यांतले कुणी प्रवासाला जातात. कुणी ज्ञानेश्वरी किंवा दासबोध वाचतात. कुणी तर चक्क नाटकंसिनेमे बघतात. पण आपल्याला नाहीत असले काही छंद. अन् आपलं त्यावाचून अडतसुद्धा नाही. पैसे घालवायचे उद्योग आहेत सगळे. जन्मभर नोकरी करून पैसा कमवला, तो काय असा उधळमाधळ करण्यासाठी? आता आमची ही कधी कधी हट्ट धरून बसते. कुठं दत्तदिगंबर यात्रा कंपनीतून यात्रा करू. कुठं अष्टविनायक करू. अहो, खुळीला तिला सिनेमा सुद्धा बघावासा वाटतो कधी कधी. पण आपण नाही असले थेर चालू देत. पोरं मात्र एखादे वेळी तिला सिनेमाला किंवा नाटकाला घेऊन जातात. सुना तिला कुठं कीर्तनप्रवचन असलं, तर तिकडं नेतात. मी नाही कुठं जात. मी आपला घरी निवांत झोपा काढतो.'

गृहस्थांची टकळी चालू होती; आणि आजवर कधी न पाहिलेल्या एखाद्या चित्रविचित्र प्राणिविशेषाकडे बघावे, तशी मी आश्चर्याने त्यांच्याकडे बघत होते. वाटले, कसला हा माणूस म्हणावा? याला कसला छंद नाही. कशाची आवड नाही. कुणाबद्दल माया नाही. भोवतालच्या जगात काय चालले आहे, याचे कुतूहल नाही. काहीही नाही. मनाची सारी कवाडे बंद करून हा स्वत:त सदैव रमलेला, स्वत:च्या क्षुद्र व्यक्तित्वावरच केवळ प्रेम करणारा. आपली नोकरी, दोन मुलगे, बँकेतले पैसे आणि ती दोन घरे - एवढ्या चौकटीत संतुष्ट राहाणारा, साठ वर्षे जगलेला हा माणूस. पण सहा महिन्यांच्या अर्भकासारखा हा अजाण आहे. परंतु अर्भकाची उपमा तरी याला कशी द्यावी? अर्भकात जो उमलता उत्साह असतो, ओसंडणारा आनंद असतो, मुख्य म्हणजे, मनाचे जे निर्मळ निरागसपण असते, त्याचा लवलेश तरी या माणसापाशी आहे काय? इतकी वर्षे जगून देखील खऱ्या अर्थाने हा माणूस जगलेलाच नाही. हे जग किती सुंदर गोष्टींनी भरलेले आहे. भोवतालचा निसर्ग; चित्र, शिल्प, संगीत, साहित्य यांसारख्या कला; समाजात आणि राजकारणात नित्य घडणाऱ्या उलथापालथी; भव्य, उत्तुंग व्यक्तिमत्त्वाची कर्तबगार माणसे आणि साधे, सरळ जीवन जगणारी सालस माणसे - यांतल्या कशानेही या माणसाला कधी आकृष्ट करू नये? कशानेही याचे काळीज कधी गलबलून जाऊ नये? किंवा

कशासाठीही स्वत:ला घडीभर झोकून द्यावेसे याला वाटू नये? याची सगळी कर्तबगारी त्याच्या त्या कमाईत आणि बांधलेल्या दोन घरांत सामावलेली असावी? आणि त्यामुळे हा इतका संतुष्ट असावा? याच्या संतोषाची सीमा एवढीच? याला सुदैव म्हणावे? अशी माणसे असतील, यावर माझा विश्वासही बसला नसता. पण आता तर हा नमुना मी प्रत्यक्ष बघत होते. बरे, अशी स्वत:वर खूश असणारी माणसेही पुष्कळ असतात. ती बिचारी इतरांना उपद्रव तरी देत नाहीत. पण हा माणूस अहंकारीही विलक्षण आणि त्याचे सतत प्रदर्शन चालू. इतका अहंकार बाळगण्याजोगे याचे कर्तृत्व तरी काय?

गृहस्थ बोलतच होते. मी घरातल्या इतर माणसांकडे नजर टाकली. सर्वांनाच त्यांच्या त्या अव्याहत बडबडीचा कंटाळा आला होता. पण तसे थोडेच बोलून दाखवता येते? मग कुणी जांभया आवरत होते. कुणी मध्येच दुसऱ्या खोलीत उठून जात होते. कुणी जवळ पडलेले मासिक किंवा वर्तमानपत्र चाळत होते. पण त्यामुळे काही उमज पडेल, इतकी संवेदनशक्ती पाहुण्यांजवळ होती कुठे? शेवटी त्यांनाच कुठेतरी कुणाला भेटायला जायचे होते, त्याची आठवण झाली आणि एकदाचे ते उठले. जाताना मला म्हणाले,

'बरं, या एकदा आता आमच्या घरी. चांगली चार-आठ दिवसांची सवड काढून या.'

मी नुसती हसून मान हलवली. त्यांचे ते आमंत्रण केवळ तोंडदेखले होते, हे न कळण्याइतकी काही मी अडाणी नव्हते.

ते गेल्यावर घरातल्या एकूण एक माणसांनी त्यांच्याविषयीची आपली नाराजी प्रकट केली. माझी आई तर म्हणाली.

'मेल्याला, एवढासा होता, तेव्हापासून बघते आहे. कर्तबगारी काडीची नाही. पण लहानपणीसुद्धा असाच बढाईखोर होता. नोकरी तरी काय, याच्यापुढं नाक घास, त्याच्याकडे वशिला लाव, याच्या चुगल्या त्याला सांग अन् याचं शिफारसपत्र त्याला नेऊन दे, असं करून कशीबशी नोकरी मिळवली. अन् आता केवढा दिमाख दाखवतो आहे. काय तर, म्हणे, दोन घरं बांधली अन् बँकेत पैसा ठेवलाय. अगं, ते वडिलार्जित घर म्हणतोय ना, ते सुद्धा लबाड्या करून, खोटी कागदपत्रं करून चुलत्याचं घर बळकावलंय. मला तर हा माणूस घरीसुद्धा येऊ नये असं वाटतं. सदान् कदा याच्या बढाईच्या गोष्टी. अरे, कसला तू मोठा? या पुण्यातसुद्धा तुझ्या सातसवाई एकाचढ एक किती असतील!'

आई चिडून बडबडत होती आणि मला आमच्याकडे आलेल्या त्या पाहुण्यांचे आणखी काही पैलू दिसत होते. पण मला सर्वांत नवल वाटत होते, ते त्यांच्या आत्मसंतुष्ट वृत्तीचे. प्रत्यक्ष समर्थ रामदासांनी त्यांच्यासमोर येऊन 'जगी सर्व सुखी

असा कोण आहे?' हा प्रश्न विचारला असता, तरी त्यांनी छातीवर हात ठेवून गर्वाने उत्तर दिले असते,

'मी आहे! सर्वसुखी! सदासंतुष्ट!'

त्या पाहुण्याविषयी असा विचार करता करता मला एकदम एक फार जुनी घटना आठवली. जवळ जवळ वीस वर्षांपूर्वीची. एका प्राध्यापक मित्राकडे मी चहाला गेले होते. माणूस तसा साधा, सरळ, भावुक आणि काहीसा भाबडाही. त्यांनी अलीकडेच पुण्यात घर बांधले होते. कुणाचीही स्वत:ची वास्तू उभी राहिली, तर मला आनंद होतो. त्यातून शिक्षकी पेशातल्या माणसाचे स्वत:चे घर झाले, तर ती जास्तच कौतुकाची गोष्ट आहे, असे मला वाटते. कारण या पेशात उत्पन्न कमी आणि त्या मानाने समाजात दर्जा मात्र वरचा. मग तो टिकवण्यासाठी खर्च जास्त, अशी ती तारेवरची कसरत असते. म्हणूनच शिक्षकाचे, प्राध्यापकाचे, लेखकाचे घर बघताना त्या मागची सगळी काटकसर, योजना, जिद्द मला जाणवते; आणि समाधानाचे प्रमाण वाढते. प्राध्यापक मित्राने आपले घर मला दाखवले. मीही ते मोठ्या कुतूहलाने, आनंदाने पाहिले. नंतर आम्ही चहा घेण्यासाठी दिवाणखान्यात येऊन बसलो. चहा पिता पिता माझे मित्र मला म्हणाले.

'कसं वाटलं घर!'

'छान आहे!' मी मनापासून म्हटले.

'खरं सांगू का?' प्राध्यापक महाशय विनयाचा बुरखा पांघरलेले अहंकारी स्मित करीत मला म्हणाले, 'आता आम्ही श्रीमंत झालो, असं म्हणायला हरकत नाही!'

'श्रीमंत?' मी चमकून म्हटले आणि लगेच जीभ चावली.

पण माझा तो प्रश्न किंवा नंतरचे माझे ओशाळणे काहीच त्या प्राध्यापक मित्रांच्या ध्यानात आले नाही. ते आपल्याच तंद्रीत होते. चहाचा घोट घेऊन ते मला म्हणाले,

'श्रीमंत नाही तर काय, हो? आता बघा. मी नुकताच रिटायर झालो, पण माझ्या थोरल्या मुलाला त्याच जागेवर लावून घेतलं. मी सेवानिवृत्त प्राध्यापक; पण कमिट्यांवर वगैरे कामं करतो, थोडं लेखन करतो. मुलगा प्राध्यापक आणि स्वत:चं घर, म्हणजे आता आम्हांला श्रीमंत म्हणायला काय हरकत आहे?'

'बरोबर आहे तुमचं म्हणणं!' मी त्यांच्या समाधानाखातर उत्तर दिले. पण त्या माझ्या प्राध्यापक मित्राची श्रीमंतीची कल्पना बघून मला खरोखर त्यांची कीव आली! बिचाऱ्याची श्रीमंती किती दरिद्री! आता त्यांचे ते नवे कोरे, अजून रंगाचा ताजा वास देखील न गेलेले घर मला एकदम कळकट, केविलवाणे दिसू लागले.

आमच्या घरी आलेले पाहुणे आणि हे आमचे प्राध्यापक मित्र दोघेही सारखेच. व्यक्तित्व अतिशय सामान्य आणि अहंकार तेवढाच मोठा. हे असे का असते बरे? मला अशी कितीतरी उदाहरणे आठवू लागली. माणसे किती क्षुद्र गोष्टींचा अहंकार बाळगतात.

किती लहानसहान कारणांनी आत्मतृप्त बनतात. माझ्या डिपार्टमेंटमध्ये नुकती एम्.ए. झालेली एक विद्यार्थिनी ज्यूनियर कॉलेजात लेक्चरर म्हणून नोकरीला लागली. त्या दिवसापासून कुणाचाही फोन आला, तरी ती 'मी प्रोफेसर अमुकतमुक बोलते आहे' असे ऐटीने सांगायची. एखादे पुस्तक लिहिल्याबरोबर गर्वाने फुगून जाणारे आणि आपण साहित्यिक आहोत, असे इतरांना मोठ्या आढ्यतेने सांगणारे लोक मी पाहिले आहेत. फार काय, घरात फ्रीज किंवा टी.व्ही. आला, तरी त्यामुळे आपली पातळी या वस्तू घरात नसलेल्या माणसांपेक्षा अधिक वाढली, असे प्रामाणिकपणे समजणारे लोकही कमी नाहीत. 'आमच्यांत हे असे नसते.' 'आमच्याकडे हा पदार्थ असा नाही बनवत.' 'आमच्यांत नाही, बाई, मासे मटण खात'. किंवा 'आमच्याकडे मासे या पद्धतीनं तळले, तर बोट लावणार नाही कुणी!' इत्यादी, इत्यादी, इत्यादी, अशी वाक्ये बोलून इतरांपेक्षा आपण काहीतरी वेगळे, वरचे, अधिक उच्च दर्जाचे आहोत, असा अहंकार बाळगणारी माणसे आपण सर्वांनी आपल्याभोवती पाहिलेली आहेत. तर उलट, ज्यांना अहंकार बाळगण्याचा पूर्ण अधिकार आहे, कुठल्या तरी क्षेत्रात ज्यांनी उत्तुंग शिखर गाठले आहे, असे अनेक लोक एक खानदानी विनम्रता, लीनता बाळगणारे असतात, असेही आपल्या निदर्शनाला आलेले आहे.

या क्षुद्र, आत्मसंतुष्ट माणसांचा विचार करताना मला एका इंग्रजी कवितेची आठवण होते. 'बर्ड्स्' नावाच्या पुस्तकात ही कविता मी वाचली. तिच्या पहिल्या दोन ओळी अशा आहेत :

The viewpoint of a sparrow
Is arrogant and narrow!

कविता आहे चिमण्यांवरची; पण खरोखरी ती माणसांवरच आहे; आणि अत्यंत सामान्य व क्षुद्र व्यक्तित्व असताना अहंकाराने फुगलेल्या माणसांवर त्या कवितेत औपरोधिक टीका कवीने केली आहे. कवी म्हणतो, 'चिमण्यांचा दृष्टिकोन फार उर्मट आणि संकुचित असतो. चिमण्यांची पिले अंड्याबाहेर येतानाच मुळी आपल्या मोठेपणाची जाणीव बाळगून येतात आणि मोठे मोठे, ताकदवान, शहामृगासारखे पक्षी देखील त्यांच्या खिजगणतीत नसतात!'

मला कविता कळली होती; पण तिचा खोल अर्थ आकलन झाला नव्हता. आमच्या घरी आलेल्या त्या पाहुण्याला पाहिल्यानंतर, त्याच्या गप्पा ऐकल्यानंतर मात्र कविता पूर्णपणे उमगली!

◆◆◆

आम्ही चुकी

बऱ्याच वर्षांपूर्वीची गोष्ट. तेव्हा मी मुंबईला राहात असे. एकदा काही कामासाठी मी मुंबईहून पुण्याला यायला निघाले होते. दुपारची पॅसेंजर गाडी. मुंबईला बसायला जागा मिळाली, तरी वाटेत दादर स्टेशनवर माणसे आत येत राहिली आणि काही वेळाने मधल्या वाटा सुद्धा माणसांनी भरून गेल्या. अशाच गर्दीत कुठल्या तरी स्टेशनावर ते राजस्थानी कुटुंब गाडीत शिरले. पुरुषमाणसे दुसऱ्या डब्यात बसली असावीत. बायका आमच्या समोर, शेजारी, आसपास जागा मिळेल, तशा आणि तिथे धिटाईने घुसून बसल्या. सुरुवातीला इतरांप्रमाणेच मलाही त्यांच्या धसमुसळेपणाचा राग आला. पण जरा वेळाने स्थिरस्थावर झाल्यावर तो आपोआपच ओसरला आणि त्याची जागा कुतूहलाने घेतली.

मी समोरच्या बायकांकडे अधिक बारकाईने पण त्यांच्या ध्यानात येणार नाही, अशा बेताने न्याहाळून पाहू लागले. त्यांतली सर्वांत वडील होती, ती साठीच्या घरातली, अंगाने जाडजूड व भक्कम अशी होती. चेहऱ्यावर मात्र बालकाची निव्यार्ज उत्सुकता आणि ओठांवर कायम एक भळभळते हसू. अंगावरच्या बांधणीच्या ओढणीने विस्तृत उरोभाग नाममात्र झाकलेला आणि कमरेचा घेरदार घागरा प्रचंड पोटावरून बेंबीच्या खाली मनमोकळ्या आनंदाने सरकलेला. बाईच्या बरोबर दोन तरुण मुली होत्या. त्या मात्र सावळ्या, सडसडीत, नाकेल्या, सुरेख होत्या. अंगावरचे नेसण नीटनेटके. पदर छातीवरून व्यवस्थित सावरलेला. शिवाय दोन छोट्या मुलीही होत्या. पाच-सहा आणि तीन-चार अशा वयांच्या. एक मोठी. एक धाकटी. एकीच्या अंगावर काठाला जरीगोट्याचे नक्षीकाम केलेली राजस्तानी घागरा-चोळी होती, तर दुसरी फ्रॉकमध्ये होती. मी त्यांच्या परस्पर नात्यांचा विचार करू लागले. ती प्रौढापृथुला बहुतेक आई असावी आणि तिचा चेहरा घेऊन आलेल्या त्या दोघी तरूण मुली तिच्या लेकी असाव्यात. त्या छोट्या दोघीजणी अर्थात नाती असणार. सगळ्याजणी एकमेकींत छान रमल्या होत्या. गप्पा मारत होत्या. थट्टाविनोद करत होत्या. हसत होत्या. मध्येच पिशवीतला पितळी डबा काढून उघडून त्यातली पुरी-पकोडी खात होत्या. शिवाय दर स्टेशनावर पुन्हा काही ना काही खाद्यपदार्थ खरेदी करून त्यावर ताव मारणे चालूच होते.

मी त्या बायकांकडे आता सरळ बघत होते. त्यांचा निश्चिंतपणा, मनमोकळेपणा,

भरभरून ओसंडणारा उल्हास हेवा वाटावा, असा होता. आपल्या बायकांचा उच्चभ्रू अलिप्तपणा किंवा खास मध्यमवर्गीय शिष्ट आखडूपणा तिथे नावालाही नव्हता. मी कधी तरी एकदा चार दिवसांसाठी जोधपूरला जाऊन आले होते. तेवढाच काय तो आयुष्यात राजस्थानशी आलेला चुटपुटता संबंध. पण तेवढ्या भांडवलावर हळूहळू मी त्या बायकांशी परिचय करून घेतला. गप्पा मारायला सुरुवात केली. त्याही बोलायला उत्सुक दिसल्या. ओळखीचा पहिला टप्पा ओलांडल्यावर मी त्या प्रौढ बाईला विचारले,

'या दोघी तर तुमच्या लेकीच दिसताहेत. नावं काय बरं यांची?'

'यह बडी जो है ना, इसका नाम मणी है...' मोठीकडे बोट दाखवत बाई म्हणाली, 'ये इनकी दो बच्चीयां हैं. बडीका नाम मंजू छोटी का नाम डिपल.'

वा! मी मनाशी म्हटले, आपल्याकडील चित्रपटसृष्टीतल्या नटनट्यांची नावे राजस्थानमध्येही लोकप्रिय झाली होती, म्हणायची! मग मी धाकट्या लेकीकडे पाहिले आणि बाईला विचारले,

'अन् यांचं नाव काय?'

'इसका नाम है आही चुकी!' बाई म्हणाली.

'आही चुकी?' मी विस्मयाने उद्गारले. आजवर मी अनेक नावे ऐकली होती. अर्थपूर्ण, तशीच अर्थशून्यही. पण असले विचित्र आणि अर्थशून्य नाव कधीच माझ्या कानांवर आले नव्हते. कितीही विचार केला, डोके शिणवले, तरी त्या चमत्कारिक नावाचा मला उलगडा होईना. शेवटी मी त्या प्रौढेला विचारले,

'आही चुकी म्हणजे काय? अर्थ काय या नावाचा?'

'देखिये...' बाई हसत हसत सांगू लागली, 'हम लोग नहीं चाहते थे कि इसका जनम हो पावे. फिर भी वह आई. आही चुकी! तो क्या करना? इसलिये वही नाम रख दिया. आयी चुकी! आही चुकी.' बाई मोठमोठ्याने हसू लागली.

आही चुकी - येऊन चुकली! यायला नको होती, पण आली. म्हणून ती आही चुकी, नावच मुळी तिचे अस्तित्व नाकारू बघणारे. तिच्या जन्माबद्दल नाराजी व्यक्त करणारे. मला त्या विचित्र नावाची व्युत्पत्ती ऐकून कसेसेच वाटले. अंगावर काटा आला. आईवडिलांना हे मूल मुळात नको होते. तरीही कुठे तरी काही गफलत झाली अन् ही बिचारी जन्माला आली. जन्मालाच आली, तेव्हा आईवडिलांचाही नाइलाज झाला. त्यांनी तिला वाढवली. पाळलीपोसली. पुढे तर लग्नही करून दिलेले दिसले. कारण आही चुकीच्या चेहऱ्यावर, अंगोपांगांवर नवविवाहितेचा कोवळा टपोरा आनंद फुललेला दिसत होता. अंगावर लालपिवळ्या प्रसन्न रंगाची साडी होती. गळ्यात, हातांत सौभाग्यसूचक आभूषणे चमचमत होती. तसे सारे काही ठीक दिसत होते. पण बिचारीचे नाव ठेवले होते, ते मात्र 'आही चुकी'. त्या नावात कुठे तरी तिच्या

आगमनाबद्दलची नावड, नाराजी पुरेपूर भरून राहिली होती.

माझ्या मनात आले, कुणालाही आपले नाव असे अप्रीतिसूचक असलेले आवडेल का? 'यायला नको होती, पण आली, झाले. मग काय करायचे? पोटची पोर टाकून तर द्यायची नाही? पदरी पडले, पवित्र झाले, चला!' असा आणि इतका अर्थ त्या 'आही चुकी' नावाभोवती घोटाळत, घुटमळत होता. छोट्या आही चुकीला आपले नाव आवडले असेल? तिच्या संवेदनक्षम मनाला ते कधीच सलले, खुपले नसेल? लहानपणी तिच्या सख्या-सोबतिणींनी या नावावरून तिची कधी चेष्टा केली नसेल? तिला चिडवले नसेल? आणि त्यानंतर हिरमुसलेली, दुखावलेली आही चुकी घरी येऊन 'माझे असे नाव का ठेवलेस?' असे म्हणत आपल्या आईशी कधी कडकडून भांडली नसेल? रडली नसेल?

आता मला आही चुकीबद्दल अधिक जवळीक वाटू लागली; आणि काहीशी करुणाही. मी तिच्या चेहऱ्याकडे निरखून बघू लागले. ती मात्र खूप मजेत दिसत होती. हसत होती. गप्पा मारत होती. बहिणीच्या छोट्या मुलींना खेळवत होती आणि माझ्याशीही मोकळेपणाने बोलत होती. 'आही चुकी' या नावाच्या अनुषंगाने मी जे तिचे दु:ख रंगवले होते, त्याचा मागमूसही तिच्या मुद्रेवर मला कुठे दिसेना. मला जरा ओशाळल्यासारखे वाटले. आणि मी स्वत:लाच दरडावले,

'कुठचे काय नि कुठचे काय? सारे आपल्या मनाचेच खेळ आहेत, झाले. आपण कल्पना करतो आणि सुखाची, दु:खाची, वासनाविकारांची वास्तव - अवास्तव चित्रे रंगवत राहातो. प्रत्यक्षात त्यांना तसा आधार असतोच, असे नाही. ही आही चुकीच बघा ना! कशी मजेत हसते आहे. बोलते आहे. स्वत:च्या नावाचा इतक्या बारकाईने तिने कदाचित कधी विचार देखील केला नसेल. सवयीने सारे काही अंगवळणी पडते. अगदी स्वत:चे वाईट नाव सुद्धा!'

पण मला मात्र आता अनेक 'आही चुकी' माझ्याभोवती दिसू लागल्या. हॅन्स अँडरसनच्या त्या कुरूप बदकाची मला आठवण झाली. मुळातला तो एक उमदा, देखणा राजहंस; पण दैवयोगाने त्याला बदकांच्या कुळात यावे लागले आणि तिथे तो परका ठरला. तशी बदकिणीने इतर पिलांबरोबर त्याला माया दिली, वात्सल्य दिले. पण आत कुठे तरी तिला वाटतच असेल,

'येऊनच चुकलाय् बिचारा. तर मग आता त्याला जोपासणे, वाढवणे भाग आहे!'

आईची अशी काहीशा नाराज स्वीकाराची भावना, भावंडांचा तिटकारा आणि इतरांचा उपहास. बिचाऱ्या राजहंसाला स्वत:ची खरी ओळख पटेपर्यंत जगणे असह्य झाले असल्यास त्यात नवल ते काय?

मला आणखी एक प्रसंग आठवला. पुष्कळशी मुले एकत्र खेळत होती. आणि एक रोडकी, अशक्त, कुरूप मुलगी डोळ्यांत जीव आणून विलक्षण आशाळभूतपणे त्या मेळाव्याकडे बघत होती. त्या मुलांनी आपल्याला खेळात घ्यावे, म्हणून वारंवार त्यांची आर्जवे करत होती. शेवटी काहीशा नाराजीनेच त्यांनी तिला खेळात घेतले. पण तिला चटपटीत चलाखीने खेळता येईना. धावता येईना. मोठ्या उत्साहाने ती चेंडू फेकी. पण तो कुठच्या कुठे भलतीकडेच जाऊन पडे आणि मग बाकीची मुले रागावून तिच्यावर खेकसत, ओरडत. कुठून ही ब्याद आपण खेळात घेतली, कोण जाणे, असा त्रासिक भाव त्यांच्या चेहऱ्यांवर उमटे. त्या मुलांचे ते तिला मुश्किलीने सहन करणे, ती नाराजी, तो तिटकारा आणि या मुलीच्या चेहऱ्यावरची ती ओशाळगत, ती लाचारी, ती ओसंडून वाहणारी अपार कृतज्ञता - तिचा तो चेहरा मी अजून विसरले नाही. गरीब बिचारी आही चुकी, आही चुकी!

दक्ष प्रजापतीने यज्ञ केला. यज्ञासाठी साऱ्या श्रीमंत, प्रतिष्ठित लेकीजावयांना त्याने आवर्जून आमंत्रण दिले. पण शंकरासारख्या भणंग भिकारी, स्मशानवासी जोगड्याबरोबर संसार थाटून बसलेल्या सतीला मात्र त्याने मुद्दामच बोलावणे टाळले. माहेरी जायला लेकीला आमंत्रण कशाला हवे, म्हणून बिचारी सती तशीच आमंत्रणावाचून यज्ञमंडपात येऊन दाखल झाली. तर डोळ्यांत यज्ञधूम गेल्याचे सोंग करून बाप तिच्याकडे नजरही वळवीना. आई आणि बहिणी या देखील तिची दखल घेईनात. सती संतप्त झाली. माझे येणे इथे कुणालाच हवेसे वाटत नाही ना! मी यायलाच नको होते, की काय? सतीच्या अंगाचा भडका उडाला. आणि तिने क्रोधावेशात धावत जाऊन धडाडलेल्या यज्ञकुंडात उडी घेतली. श्रीमंत, संपन्न, प्रतिष्ठित माहेराच्या लेखी सती ही 'आही चुकीच' नव्हती का?

अशी किती तरी माणसे. कुणाला घर सामावून घेत नाही, कुणाला समाज सामावून घेत नाही. कुणाला समकालीन लोक सामावून घेत नाहीत. ती माणसे त्या काळात Misfit ठरतात. Outsider म्हणून दूर ठेवली जातात. मग कुणी त्यांना विक्षिप्त म्हणते. कुणी मूर्ख मानते, कुणी त्यांना गुन्हेगार ठरवून फासावर लटकावते, तर कुणी त्यांना देशातून हद्दपारही करते. या साऱ्यांकडे बघण्याची समाजाची दृष्टी एकच :

'आही चुका! आलाच आहे बेटा चुकून, तर कसेबसे घ्यायचे झाले त्याला सामावून. पण फारच नकोसा झाला, तर द्यायचे हाकलून टाकायचे हद्दपार करून, किंवा द्यायचे जगाबाहेरच हुसकावून!'

गाडी वेगाने धावत होती. समोरच्या बायकांच्या गप्पा रंगात आल्या होत्या.

आही चुकी मोठमोठ्याने हसत होती. हसता हसता तोंडावर पदर घेऊन लाजत होती. आईने किंवा बहिणीने तिची काही तरी गोड थट्टा केली असावी. लग्न तर नुकतेच झालेले दिसत होते. मी आही चुकीला म्हटले,

'काय, ग, तुझं घर, सासर कसं आहे? नवरा कसा आहे?'

आही चुकीने नुसती हसून मान फिरवली. उत्तर द्यायचे टाळले. पण तिचा चेहरा आनंदाने डवरून आला होता. पुढे ओढलेल्या पदराआडून काळेभोर डोळे काही गूढ आविर्भावाने चमकत होते. लग्न तिला चांगलेच मानवलेले असावे.

एकाएकी काही वेगळाच विचार माझ्या मनात आला. मी तिला विचारले,

'काय, ग, सासरी तुझं काही वेगळं नाव ठेवलंय्, की नाही? नवऱ्यानं तरी आपल्या आवडीचं नाव ठेवलं असेल ना?'

'हां, जी...' आही चुकी किंचित पुढे झुकली आणि मोत्यापोवळ्याच्या मोलाने द्यावेत, तसे दोन शब्द मला देत बोलली,

'वो तो मुझे 'मंगला' नामसे पुकारते हैं।'

माझ्या मनातली सारी किल्मिषे क्षणार्धात मावळून गेली. मला एकदम खदखदून हसू आले.

◆ ◆ ◆

नवी ओळख

बऱ्याच वर्षांपूर्वीची गोष्ट आहे. एका स्त्रीविषयक इंग्रजी मासिकाने स्त्रियांना एक प्रश्न विचारला होता,

'तुमच्या वैवाहिक जीवनातला सर्वांत संस्मरणीय क्षण कोणता, ते थोडक्यात लिहून कळवा. आलेल्या उत्तरांमध्ये आम्हांला छापण्यालायक वाटतील, ती निवडक उत्तरे आम्ही पुढील अंकात छापू.'

मला तो प्रश्न मोठा कुतूहलजनक वाटला आणि मी त्या मासिकाचा पुढला अंक मुद्दाम मिळवून, त्यात छापलेली निवडक उत्तरे वाचून काढली. उत्तरे खरोखरच वाचनीय होती. वैवाहिक जीवनातले नाट्य, संघर्ष, आनंद, कारुण्य, विनोद - सारे काही त्यात उतरले होते. त्यांतली काही उत्तरे आजही माझ्या ध्यानात आहेत.

एकीने लिहिले होते,

'आमचे लग्न झाल्यावर नवरा माझे खूपच लाड करत असे. माझ्या तोंडातून शब्द खाली पडायचा अवकाश, की तो त्याने झेललाच, म्हणून समजावे. त्यामुळे मला वाटे, की आपला मधुचंद्र कधी संपणारच नाही. तो असाच जन्मभर चालू राहाणार. पण एके दिवशी रात्री घरातली सर्व आवरासावर करून मी मोकळी झाले. आता फक्त पाळीव मांजर रात्री घराबाहेर काढायचे राहिले होते. मी नवऱ्याला ते काम सांगितले. त्यावर तो खेकसून मला म्हणाला, 'तू का नाही करत तेवढं काम? जा, मांजराला बाहेर काढून ये!' त्या क्षणी मला समजले, की आपला मधुचंद्र आता संपला आणि संसार सुरू झाला.'

दुसऱ्या एकीने लिहिले होते,

'आमचा एकुलता एक मुलगा अतिशय आजारी होता. आम्ही दोघे पतिपत्नी त्याच्यापाशी बसलो होतो. एका विलक्षण अगतिकतेने आमची मने भरून आली होती. मी माझ्या पतीकडे पाहिले. त्याने पुढे झुकून माझा हात हाती घेतला आणि माझ्या पाठीवर जरा थोपटल्यासारखे केले. त्या क्षणी, त्या स्पर्शात आम्ही उभयता आयुष्यात कधीही आलो नसू, इतके जवळ आलो. त्या थोपटण्याचा मला केवढा धीर, केवढा आधार वाटला. आमच्या वैवाहिक जीवनातला तो सर्वांत संस्मरणीय क्षण होता!'

ही आणि अशी कितीतरी उत्तरे मला आवडली. पण त्यांतले एक उत्तर मला

फार विलक्षण वाटले. एका स्त्रीने लिहिले होते,

'आमचे लग्न होऊन काहीतरी पाच-सहा महिने उलटले असतील. आम्ही दोघे एका रात्री बिछान्यावर झोपलो होतो. मध्यरात्रीच्या वेळी अचानक जाग आली. गाढ झोपेतून माझे मन तरंगत वर वर येत होते. माझी दृष्टी बाजूला वळली. नवराही गाढ झोपलेला. पण झोपेत त्याचा चेहरा इतका वेगळा, इतका अपरिचित दिसत होता! क्षणभर मला त्याची ओळखच पटली नाही. हा कोण अनोळखी पुरुष माझ्या बिछान्यावर झोपला आहे, असे मला वाटले आणि विलक्षण भीतीने माझा थरकाप झाला! मी घाबरून ओरडण्याच्या बेतात होते, तेवढ्यात मला भान आले, की, अरे, हा तर आपला नवरा आहे, कुणी परका पुरुष नव्हे. माझी भीती गेली, पण नंतरही कितीतरी वेळ माझी छाती धडधडत होती. आमच्या वैवाहिक जीवनातला हा प्रसंग मला सर्वांत संस्मरणीय वाटतो!'

मला आठवते, या उत्तराने मी देखील तेव्हा फार अस्वस्थ झाले होते. मागाहून माझ्या अस्वस्थतेचा मी अन्वय लावू लागले, तेव्हा माझ्या ध्यानात आले, की या स्त्रीला तिच्या पतीबाबत जो अनुभव आला, त्याला एक प्रतीकात्मक अर्थ आहे. आणि आपणां सर्वांना अनेकदा असा अनुभव येत असतो. तिला पतीचा परिचित चेहरा एका विशिष्ट क्षणी, विवक्षित मन:स्थितीत अपरिचित, अनोळखी आणि म्हणून भीतिदायक वाटला. आपले चेहऱ्यांबाबत असे होत नसेल कदाचित, पण ओळखीच्या - अगदी जवळच्या माणसांची मने अनोळखी वाटावीत, आपण नेहमी पाहतो-अनुभवतो, ते माणूस हेच का, असा प्रश्न पडावा, असे मात्र अनेकदा घडते. आणि ओळखीच्या माणसाचा अनोळखी, अपरिचित पैलू दिसला, तर त्या स्त्रीसारखेच आपल्यालाही घाबरायला, अस्वस्थ व्हायला होते.

मला एक प्रसंग आठवतो. माझ्या निकट परिचयाचे एक कुटुंब. पतिपत्नी दोघेही सुशिक्षित, सुसंस्कृत आणि अतिशय सुस्वभावी. साहित्याची आणि इतर ललितकलांची नुसती ओढच नव्हे, तर चांगली जाण. त्यामुळे त्यांचे माझे छान जमायचे. घरी जाणे-येणे वारंवार नाही, तरी अनेकदा होत असे. एकदा त्यांनी मला आपल्या घरी चहाला बोलावले होते. बाईंनी काहीतरी चांगले चुंगले खायला केले होते. खाणे चालू असताना आमच्या गप्पाही चांगल्या रंगल्या होत्या. आमचे खाणे आटोपल्यावर बाईंनी चहा आणला. चहाबरोबर बिस्किटे होती. आम्ही चहा पीत असता शेजारच्या बिऱ्हाडातले तीन-चार वर्षांचे एक छोटे मूल उघड्या दारातून आत शिरले. नेहमीच्या सवयीने असेल कदाचित, पण ते मूल हसत हसत, बोबडे बोबडे बोलत आमच्याजवळ आले. लडिवाळपणे आमच्याकडे पाहू लागले. आता कुणाचीही प्रतिक्रिया काय होईल? बशीतले एक बिस्किट उचलून त्या छोट्याच्या हाती द्यावे,

असे कुणालाही वाटेल, की नाही? पण माझ्याबरोबर चहा घेत असलेल्या गृहस्थांनी एकदम त्या मुलाला झिडकारले, दबक्या पण तिटकाऱ्याच्या स्वरात म्हटले,

'ए, चल, घरी जा. आई बोलावते आहे तुला. जा पळ!'

त्या लहानग्या मुलाला या शब्दांतला आशय काय कळणार? पण स्वरातला तुसडेपणा, झिडकार हा मात्र त्याच्या बालबुद्धीलाही आकलन झाला. आपले येणे या मंडळींना नको आहे, याची त्याला जाणीव झाली आणि हिरमुसले तोंड करून ते बाळ मुकाट्याने तिथून निघून गेले. आश्चर्याची गोष्ट ही, की त्या गृहस्थांच्या या कृतीला त्यांच्या पत्नीनेही विरोध केला नाही. उलट, ते मूल गेल्यावर त्यांनी उठून दरवाजा लावून घेतला!

त्या क्षणी माझी मन:स्थिती काय झाली असेल, हे सांगणे कठीण आहे. समोरचा चहा माझ्या घशाखाली उतरेना. त्या बिस्किटांना तर मी हातही लावला नाही. खरे तर, त्या मुलाच्या हातात आपणच एक बिस्किट उचलून द्यावे, असे क्षणमात्र मला वाटले होते. पण हे आपले घर नाही, आपण इथे पाहुणे म्हणून आलो आहोत, हे तात्काळ माझ्या ध्यानात आले. शिवाय घरच्या लोकांनी त्या मुलाला हाकलून दिल्यानंतर आपण असे काही करणे हा त्यांचाही एक प्रकारे अवमान झाला असता. सारांश, मी काहीच केले नाही. परंतु समोर बसलेले, माझ्या इतक्या वर्षांच्या गाढ परिचयाचे ते जोडपे मला एकदम अनोळखी वाटू लागले. साहित्य, कला यांसारख्या विषयांवर मन:पूर्वक, चांगल्या जाणकारीने बोलणाऱ्या त्या पतिपत्नींच्या स्वभावांत इतका उग्रपणा, कोरडेपणा असेल, असे मला स्वप्नातही वाटले नव्हते. पण आज त्या गोष्टीचा मला प्रत्यक्ष प्रत्यय आला होता.

त्यानंतर मी थोडाच वेळ तिथे बसले. नाही तरी खाणे, चहा, गप्पा आटोपल्याच होत्या.

घरी येतानाही माझे मन विषण्ण होते. त्या गृहस्थांचे ते झिडकारणे नि त्या छोट्याचा हिरमुसला चेहरा हे दृश्य पुन्हा पुन्हा माझ्या डोळ्यांसमोर उभे राहात होते.

असे ओळखीच्या माणसांचे अनोळखीपण आपणांला अनेकदा जाणवते. मला एक दुसरा प्रसंग आठवतो. एक भगिनी मंडळातली घटना आहे. त्या दिवशी माझ्या अध्यक्षतेखाली एका बाईंचा कीर्तनाचा कार्यक्रम होता. बाई थोड्याफार माझ्या परिचयाच्या होत्या. घरी अपंग पती होता. दोन मुलेबाळे पदरात होती. बाईंचा संसार ओढघस्तीचा होता. फक्त त्या स्वत: एका कीर्तनकाराच्या कन्या असल्यामुळे कीर्तने करून व त्यावर मिळणाऱ्या तुटपुंज्या उत्पन्नातून संसार कसाबसा चालवत होत्या, इतकेच. बाईंना फारसे शिक्षण नव्हते. उपजीविकेचे दुसरे काही साधनही नव्हते. अशा परिस्थितीत माणसामध्ये जो नम्रपणा किंबहुना जी लाचारी येते, ती बाईंच्याही

स्वभावात आली होती - नव्हे, परिस्थितीनेच त्यांना दुबळे केले होते. यामुळे त्या साऱ्यांशी फार जपून वागत. कुणाला उलट बोलणे नाही, कुणाला दुखवणे नाही, कुणी अपमान केला, तरी उलट उत्तरदेखील देणे नाही. असा अगदी मेणाहून मऊ स्वभाव होता त्यांचा. आणि अशा या बाईंचे आज मंडळात कीर्तन होते. त्याबद्दल काहीतरी तीस-चाळीस रुपये त्यांची बिदागी ठरली होती. ही खूप वर्षांपूर्वीची गोष्ट आहे. तरी तेव्हाच्या मानानेदेखील ती बिदागी मला कमी वाटली. पण मी होते केवळ अध्यक्ष म्हणजे पुन्हा पाहुणीच. मी काही मंडळाची कुणी पदाधिकारी नव्हते. मग कीर्तनकार बाईंच्या बिदागीविषयी मी काय बोलणार?

पण सांगण्यासारखी हकीकत पुढेच आहे. बाईंनी जवळजवळ तासभर कीर्तन केले. अतिशय रसाळ आणि रंजक कीर्तन केले. कीर्तन झाल्यानंतर त्या स्टेजवरच माझ्या शेजारी खुर्चीवर बसल्या. नंतर मी भाषण केले. सरतेशेवटी मंडळाच्या अध्यक्षीणबाई बोलायला उठल्या. त्यांनी कीर्तनकार बाईंचे आभार मानले, पण ते मानताना काही कारण नसताना त्यांच्या ओढघस्तीच्या संसाराचा उल्लेख केला आणि बाईंना कीर्तनाला बोलावून आपण त्यांना कशी मदत करत आहोत, असेही जरा तिरकसपणे आपल्या भाषणातून सूचित केले. मला मंडळाच्या अध्यक्षीणबाईंचे ते भाषण अप्रस्तुत तर वाटलेच, पण अप्रयोजकही वाटले. त्या भाषणातली आढ्यता, इतरांना मदत करण्यासाठी आपण त्यांचे कार्यक्रम करतो, असा आव आणि एकूणच बोलण्याची पद्धती वाईट होती.

भाषण संपल्यानंतर त्या अध्यक्षीणबाईंनी बिदागीचे पाकीट माझ्या हाती दिले आणि मला ते कीर्तनकार बाईंना देण्याची विनतीवजा आज्ञा किंवा आज्ञावजा विनंती केली.

मी पाकीट कीर्तनकार बाईंना दिले. बाईंनी शांतपणे ते उघडले. आपल्या पर्समधून पाच रुपयांची नोट काढून त्यात घातली आणि ते पुन्हा माझ्या हाती देऊन त्या सर्व श्रोतृवृंदाला उद्देशून म्हणाल्या,

'आपणांसारख्या सुविद्य नि सुसंस्कृत श्रोत्यांपुढे मला आज कीर्तन करण्याची संधी मिळाली, हा मी माझा बहुमान समजते. हीच बिदागी मला फार मोलाची वाटते. आपण जी बिदागी मला दिलीत, तिच्यात माझी थोडी भर टाकून मी ती आपल्या मंडळाला देणगी म्हणून देत आहे. माझ्या गरिबाच्या या लहानशा देणगीचा आपण कृपया स्वीकार करावा, अशी माझी नम्र विनंती आहे!'

मी पाकीट मंडळाच्या अध्यक्षीणबाईंच्या हाती दिले. त्यांना ते घ्यावेच लागले. पण त्यांचा चेहरा त्या वेळी अगदी बघण्यालायक झाला होता. त्यांना त्या कीर्तनकार बाईंचा मनापासून राग आला होता. अशा भिकारड्या बाईने आपला नक्षा भरसभेत उतरवावा, यामुळे चीड, अपमान, फजिती अशा अनेक भावना त्यांच्या मुखावर

उमटल्या होत्या.

श्रोत्यांच्या प्रतिक्रियाही बघण्याजोग्या होत्या. अध्यक्षीणबाईंनी आपल्या आढ्यताखोर स्वभावाने आजवर ज्यांना ज्यांना दुखवले असेल, त्या बायकांना एका साध्या आणि दरिद्री कीर्तनकार बाईंनी अध्यक्षीणबाईंना असे वागवावे, याचा मनातून आनंद झाला होता. तो आनंद तोंडाला पदर लावूनही त्यांना लपवता येत नव्हता. सर्वसामान्य श्रोतृवृंदाला कीर्तनकार बाईंचे कौतुक वाटत होते, तर काही चतुर श्रोत्यांना नम्रतेच्या आवरणाखाली कीर्तनकार बाईंनी जो बाणेदारपणा दाखवला होता, तो बरोबर उमगला होता.

पुढचे चहापान आपले असे तसे झाले. अध्यक्षीणबाई फुरंगटलेल्या दिसत होत्या.

येताना मी व त्या कीर्तनकार बाई एकाच टॅक्सीने घरी जायला निघालो. कारण त्यांचे घर माझ्या वाटेवर होते. मी बाईंचे मनापासून अभिनंदन केले. एरव्ही इतक्या नम्र, लाचार, गरीब स्वभावाच्या बाईंचे आजचे हे वर्तन पाहून व बोलणे ऐकून त्यांच्या स्वभावाचे एक वेगळेच दर्शन मला आज घडल्यासारखे वाटत होते. शेवटी माझ्या मनात जे होते, ते त्यांना बोलून दाखवल्याशिवाय मला राहावेना. मी त्यांना म्हटले,

'बाई, आजच्या तुमच्या वागण्याबोलण्याचे मला नवल वाटले. इतके कसे तुम्ही बोलता?'

बाईंचे डोळे टचकन भरून आले. पदराने डोळे पुशीत त्या म्हणाल्या,

'मी दरिद्री आहे, ही गोष्ट खरी, पण साऱ्यांसमोर हा उल्लेख करायचं त्या बाईंना काय कारण होतं? बरं, त्यांनी मला दानधर्म थोडाच केला होता? एक तास मी त्यांना कीर्तन ऐकवलं, त्याचा तो मोबदला होता. तो देताना मदतीचा, उपकाराचा आव कशाला?'

'बरोबर आहे!' मी म्हटले, 'पण आजचे तुमचे श्रम वाया गेले. उलट पाच रुपयांचा भुर्दंड मात्र तुम्हांला सोसावा लागला.'

'ठीक आहे...', बाई म्हणाल्या, 'पैशाची गरज माझी सदाचीच आहे. पण पैशापेक्षाही मौल्यवान असं काही असतं ना? स्वाभिमान ही अशीच गोष्ट आहे!'

आज इतकी वर्षे लोटली; पण ते वाक्य उच्चारताना त्या गरीब, ओढघस्त, संसारकरू बाईंच्या चेहऱ्यावर जे तेज झळकून गेले, त्याचा मला अजून विसर पडलेला नाही.

हे असे असते. ओळखीच्या माणसांचे अनोळखी पैलू दिसत राहातात आणि त्यांतून त्यांची एक नवी ओळख पटत जाते.

माझ्या माहितीचे एक गृहस्थ आहेत. घरात अत्यंत कडक शिस्तीचे. उग्र. बायकोवर, मुलांवर सतत डाफरत राहाणारे. त्यांना सदा धारेवर धरणारे. त्यामुळे माझे एकूण त्यांच्याविषयी फारसे चांगले मत नव्हते. पण एकदा त्यांच्या घरी मी गेले, तेव्हा त्यांची अगदी वेगळी बाजू माझ्या निदर्शनाला आली. घरी ते गृहस्थ नव्हते. त्यांच्या पत्नीही नव्हत्या. ती सर्व मंडळी कुठे बाहेर गेली होती. घरात फक्त त्यांच्या वृद्ध मातु:श्री होत्या. त्यांच्याकडून या गृहस्थांची जी माहिती मला कळली, ती ऐकून मी थक्क होऊन गेले. बाह्यत: कठोर, हृदयशून्य वाटणाऱ्या या गृहस्थांनी आपल्या सहा बहिणींची लग्ने करून दिली होती. वडिलांनी मागे ठेवलेले सारे कर्ज फेडले होते. इतरांनाही अनेकांना जमेल तशी, जमेल तेवढी मदत वारंवार करण्याचा त्यांचा परिपाठ होता. आणि सर्वांत गमतीची गोष्ट ही, की घरात सतत डाफरणारे, शिस्तीचा बडगा साऱ्यांवर उगारत राहाणारे हे गृहस्थ आतून अत्यंत हळवे, मृदू होते. त्यामुळे त्यांची बोलणी खाऊनही बायको व मुले आनंदात असत आणि त्यांच्यावर जिवापाड प्रेम करत!

एकूण, माणूस ही चीज कळायला तशी अवघडच! एखादी व्यक्ती कद्रू, कृपण आहे, असा आपण तिच्यावर शिक्का मारलेला असावा, तर तिने एखाद्या सत्कार्याला फार मोठी देणगी - स्वत:ला न परवडतानाही - दिल्याचे कुणीतरी येऊन सांगते. एखाद्या रुक्ष, माणूसघाण्या, तुसड्या माणसाच्या घरी जावे, तर त्याच्याकडे श्रेष्ठ गायकांच्या मैफलींच्या अनेक कॅसेट्स मोठ्या प्रेमाने, जिव्हाळ्याने जमवून जपून ठेवलेल्या असल्याचे दिसून येते. जो अभ्यासाच्या पुस्तकांना तरी कधी हात लावत असेल, की नाही, अशी मला वारंवार शंका येई, असा माझा एक एम्.ए.चा विद्यार्थी एकदा सहज विषय निघाला असता आयन रॅण्ड या लेखिकेच्या 'फाउंटनहेड' या गाजलेल्या कादंबरीबद्दल इतक्या मार्मिकपणे, रसिकतेने आणि जाणकारीने बोलला, की मी थक्कच होऊन गेले. तर स्वत: देव न मानणाऱ्या एका गृहस्थांनी आपल्या दूरच्या नात्यातल्या एका वृद्ध स्त्रीला परवडत नव्हते, तर, आपल्या खर्चाने तिची काशीयात्रा घडवून आणली!

चांगल्या माणसांचे वाईटपण जाणवत राहाते, वाईट माणसांचे चांगलेपण निदर्शनाला येते. चांगल्यात वाईट दडलेले असते, वाईटात चांगले लपलेले असते. हा अंधार-उजेडाचा, ओळख-अनोळखीचा खेळ सारखा चालू असतो. ज्यांना आपण वर्षानुवर्षे ओळखत असतो, जे आपणांस पूर्णपणे समजलेले आहेत, अशी आपली खात्री असते, ते एखाद्या वेळी इतके विचित्र वागतात, आपल्याला असा धक्का देऊन जातात, की आपण जागच्या जागी लटपटतो. आपल्या पायांखालची स्थिर

जमीनच हादरून गेल्यासारखी वाटू लागते. पण याच्या उलट अगदी अनोळखी माणसांत ओळखीचा असा एखादा पैलू दिसतो, की मधले परकेपण एकदम गळून पडते. या व्यक्तीची आणि आपली कितीतरी वर्षांची घनिष्ट ओळख आहे, असे आपल्याला वाटू लागते. जवळचे दूर जातात, तसे दूरचे जवळ येतात; आणि शेवटी हिशेबाचा ताळा बरोबर जमतो. जगाबद्दल आपले फारसे वाईट मत होत नाही. उलट, इथे वाईटापेक्षा चांगलेच जास्त आहे, असा प्रत्यय येतो.

हे झाले इतरांबद्दल! पण तसाच विचार केला, तर आपली आपल्याला तरी पुरती आणि अचूक ओळख पटलेली असते का? एक अनुभव आपणां सर्वांना आलेला असेल. सिनेमाला किंवा नाटकाला गेल्यावर प्रेक्षागृहात जाण्यापूर्वी आपण जिना चढत असतो. समोरून आपल्यासारखेच कुणीतरी आपल्या दिशेने येत आहे, असे दिसते. क्षणभर त्या 'कुणीतरी'ची ओळख आपल्याला पटत नाही. मग एकदम ध्यानात येते, की समोर आरसा आहे आणि आपलेच पूर्णाकृती प्रतिबिंब आपण त्यात बघत आहोत! हा अनुभव चकित करणारा, तसाच जरा भीतिदायकही वाटणारा असतो. अरे, लोकांना दिसणारे आपण असे आहोत, तर! आपले वागणेही पुष्कळदा असेच असते. कितीदा तरी आपण चक्रमपणे, मूर्खपणे, दुष्टपणे वागतो, बोलतो. सामान्यत: सज्जन असणारे, निरुपद्रवी असणारे आपण अनेकदा क्रूर, उपद्रवी बनतो. कुणावर अन्याय करतो. कुणाबद्दल वेड्यावाकड्या अफवा पसरवतो. कुणाशी उगीचच दुष्टावा करतो. कुणाला जिव्हारी लागेलसे टाकून बोलतो. हे कसे घडते? आपण आपल्याला आतून बाहेरून ओळखतो, असे आपल्याला वाटते, ते तितकेसे खरे नसते, म्हणायचे! त्या इंग्रजी मासिकात आपला अनुभव सांगणाऱ्या स्त्रीला मध्यरात्री आपला पती अनोळखी वाटला. आपल्याला तर आपण स्वत:सुद्धा अशा वेळी अनोळखी वाटतो! या ओळख-अनोळखीचे अद्भुत रसायन म्हणजेच शेवटी माणूस, की काय?

◆◆◆

चिमूटभर मानसशास्त्र

माझी एक डॉक्टर मैत्रीण आहे. ती थोडी वेगळ्या प्रकारची डॉक्टर आहे. म्हणजे असे, की तिने हिप्नोथेरपीचा कोर्स केला आहे. समोरच्या रुग्णाला प्रथम संमोहनावस्थेत न्यायचे आणि नंतर हळूहळू वेगवेगळ्या प्रकारचे प्रश्न त्याला विचारून त्याच्या अबोध मनात खोल तळाशी बसलेले काही सल काढून टाकायचे, वर्षानुवर्षे तयार होत गेलेले त्याचे विशिष्ट मनोगंड नष्ट करायचे, अशासारखे काहीसे तिच्या व्यवसायाचे स्वरूप आहे. तिच्या विषयात मला फारसे गम्य नाही. पण त्या व्यवसायाच्या निमित्ताने तिच्या सान्निध्यात उपचारासाठी जे मनोरुग्ण येतात, त्यांच्यामध्ये मला रस आहे.

ती माणसे, उपचार चालू असता, स्वत:च्याही नकळत, मनाने कशी सैलावतात, आपल्या व्यथावेदना कशा बोलू लागतात, विशिष्ट प्रश्न विचारले असता त्यांची प्रतिक्रिया कशी होते, या सर्व गोष्टींबद्दल मला मनस्वी कुतूहल वाटते. त्यामुळे मी नेहमी या डॉक्टर मैत्रिणीला तिच्या व्यवसायाविषयी वेगवेगळे प्रश्न विचारते. त्यांतले माझे भाबडे कुतूहल आणि बालसदृश अज्ञान बघून तिला गंमत वाटते आणि कधी कधी तीही मला माझ्याविषयी नाना प्रकारचे उलटसुलट प्रश्न विचारते. त्यांची उत्तरे मी दिली, म्हणजे पोटभर हसते आणि स्वत:ची करमणूक करून घेते.

तिच्या मते आपण कुणीच तसे पूर्णपणे नॉर्मल नसतो, प्रत्येकजण थोडाफार मनोरुग्ण असतोच; पण आपण सर्वजण सारखेच असल्यामुळे एकमेकांची ही अवस्था कुणाच्या ध्यानात येत नाही, इतकेच. तशी ती जाणवली, तर आपण म्हणतो, तो अमका भारी विक्षिप्त आहे किंवा तो तमका जरासा चक्रमच आहे. (याच वेळी आपल्याबद्दल सुद्धा इतर लोक तेच म्हणत असतात.) तर असा हा एकूण सगळाच वेड्यांचा बाजार आहे.

माझ्या या डॉक्टर मैत्रिणीची ओळख झाल्यापासून माझ्या मानसशास्त्रविषयक ज्ञानात बरीच भर पडत आहे. मी स्वत: हिप्नॉटिझमचे प्रात्यक्षिक कधीच पाहिलेले नाही. माझी ही डॉक्टर मैत्रीण भरल्या सभेपुढे प्रात्यक्षिके करते, चांगल्या शहाण्यासुरत्या माणसांना संमोहित करून त्यांच्या हातांवरच्या कातडीतून सुया आरपार काढते,

तरुण मुलांमुलींचे अनेक मनोगंड नाहीसे करते, या थेरपीचे स्वरूप अगदी शास्त्रशुद्ध आहे आणि तिच्या योगाने काही (काल्पनिक) आजारही बरे होऊ शकतात, हे सगळे मला ठाऊक आहे. तरीही प्रत्यक्ष हजर राहून आपण हे बघावे, असे मात्र, का, कोण जाणे, मला कधी वाटत नाही. तशी मी भित्री आहे. तरी देखील या मैत्रिणीशी गप्पा मारता मारता मला इतरांची मने जरा अधिक प्रमाणात कळू लागली आहेत, इतकेच नव्हे, तर माझ्या स्वत:च्याही मनाची, वागण्याची मला जास्त ओळख पटत चालली आहे; आणि आजवर आकलन न झालेल्या स्वत:बद्दलच्याच अनेक कोड्यांचा आता उलगडा होत आहे.

एक अगदी साधे उदाहरण द्यायचे, तर आजपर्यंत घरी आलेल्या माणसांच्या आग्रहाला बळी पडून मी किती तरी नको असलेली कामे स्वत:वर ओढवून घेतली आहेत. नसती खेकटी आणि घोंगडी स्वत:च्या गळ्यात अडकवून घेतली आहेत. कधी एखाद्या व्याख्यानाचे आमंत्रण घेतलेले असते, कधी दुसऱ्या एखाद्या तरुण कवीच्या कवितासंग्रहाच्या प्रकाशनात भाषण करायचे कबूल केलेले असते. कधी एखाद्या परिसंवादात भाग घ्यायला संमती दिलेली असते. कधी शाळेच्या बक्षीससमारंभाचे अध्यक्षपद पत्करलेले असते, तर कधी कुण्या नवोदिताच्या पुस्तकाला प्रस्तावना लिहून देईन, असे उत्साहाच्या भरात मी बोलून गेलेली असते. अशी कामे घेताना मला काही वाटत नाही, पण आमंत्रण द्यायला आलेली मंडळी घराबाहेर निघून गेली, की माझ्या मनाने प्रत्येक वेळी पलट खाल्लेली आहे. आपण या भुलावणीला कसे चुकलो, या आग्रहाला कसे बळी पडलो, याचा माझा मलाच अतोनात पस्तावा झालेला आहे आणि स्वत:ची मी भरपूर निर्भर्त्सना केली आहे.

या नसत्या अव्यापारेषु व्यापारात पडल्यामुळे आजवर माझा किती वेळ, शक्ती आणि उत्साह खर्ची पडला असेल, त्याचा काही हिशेबच नाही. हा वाया गेलेला वेळ आणि ताकद मला कितीतरी अधिक फायदेशीर गोष्टींत वापरता आली असती, या विचाराने जिवाचा तळतळाट झालेला आहे. आजवर हे असे का घडते, हे मला मुळीच कळत नव्हते. पण माझ्या डॉक्टर मैत्रिणीने एकदा मला सांगितले, की सौम्य स्वरूपाचे का होईनात, हे सगळे हिप्नॉटिझमचेच प्रकार आहेत.

ती मला म्हणाली,

'तुझ्याकडे येणारी ही माणसे, तात्पुरती का होईना, तुला संमोहनावस्थेत नेतात. अमुकतमुक गोष्ट तू किती उत्कृष्ट प्रकारे करू शकशील, तुझ्यासारखे हे काम इतर कुणालाही कसे जमणार नाही, याचे अत्यंत आकर्षक पण भ्रामक चित्र ते तुझ्यासमोर उभे करतात. तुलाही तेवढ्या वेळापुरते ते सारे खरे वाटते आणि मग तू त्यांची आमंत्रणे, कामे सगळे पत्करतेस!'

मैत्रिणीने केलेला हा खुलासा ऐकून मी चकित झाले आणि मला खूप वाईटही

वाटले. आजवर मला इतकी माणसे हिप्नोटाइझ करून गेली आणि मला त्याचा पत्ताही नसावा ना?

आता मी स्वतःकडे तर जास्त बारकाईने बघू लागलेच; पण माझ्या ओळखीचे लोक, माझ्या मित्रमैत्रिणी यांचेही मी सूक्ष्म निरीक्षण करू लागले; आणि त्यात मला अनेक गमती आढळत राहिल्या. त्या खरोखर सांगण्यासारख्या आहेत. तूर्त त्यांतली एकच सांगते.

माझी एक दुसरी मैत्रीण आहे. तिला अशी सवय आहे, की एखादी गोष्ट आपण दुसऱ्याला सांगितलेली आहे, हे तिच्या कधी ध्यानातच राहात नाही. त्यामुळे त्याच त्या गोष्टी ती पुन्हा पुन्हा मला ऐकवत राहाते. म्हणजे असे, की ती एखाद्या सभेला, कार्यक्रमाला गेली, तर तिथे आपल्याला कोण कोण भेटले, याची साग्रसंगीत यादी ती मला ऐकवते.

बरे, एकदा ही यादी ऐकली, म्हणजे त्यातून माझी सुटका झाली, असे मुळीच होत नाही. कारण पुन्हा चार दिवसांनी ती कुठे भेटली किंवा तिचा फोन आला, की पुन्हा तिला भेटलेल्या त्या सगळ्या मंडळींची नावे मला ऐकावी लागतात.

माझ्या या मैत्रिणीने खूप प्रवास केला आहे. ती चांगली बुद्धिमान आहे आणि अनेक गोष्टींत तिला रस आहे. ती प्रवासाहून आली, की अर्थातच तिचा मला फोन येतो. प्रवासात तिने काय काय पाहिले, ती कुठे कुठे गेली, तिला काय काय अनुभव आले, हे सारे ती मला अगत्याने सांगते.

पहिल्यांदा ते ऐकताना माझी खूप करमणूक होते. पण तेच सारे तिच्याकडून पुन्हा वारंवार ऐकावे लागले, म्हणजे साहजिकच कंटाळा येऊ लागतो. मग मला प्रश्न पडतो, हे असे का बरे होत असावे? काही गोष्टी आपण एकदा बोललो आहोत, हे या मैत्रिणीच्या ध्यानात कसे राहात नाही? हा काय प्रकार आहे?

शेवटी डॉक्टर मैत्रिणीकडून या कोड्याचा उलगडा करून घ्यायचे मी ठरवले. तिला मी माझ्या या दुसऱ्या मैत्रिणीची हकीगत सांगितली आणि तिच्या वर्तनाचा अर्थ विचारला. त्यावर माझी डॉक्टर मैत्रीण म्हणाली,

'अग, हा प्रकार खूप कॉमन आहे. आमच्या शास्त्रात याला 'अनफिनिश्ड बिझिनेस' असं आम्ही म्हणतो.'

'म्हणजे काय?' मी चक्रावून विचारले.

'म्हणजे असं...', मैत्रीण सांगू लागली, 'या मंडळींनी एखादं काम पूर्ण केलेलं असलं, तरी त्यांच्या अबोध मनात ते पुरं झालेलं नसतं. ते काम अद्याप चालू आहे, असंच त्यांना वाटत राहातं; आणि म्हणून पुन्हा पुन्हा ते त्याच गोष्टी त्याच उत्साहानं, जणू पहिल्यांदाच आपण त्या करतो आहोत, अशा आविर्भावानं सांगत राहातात. त्यांच्या दृष्टीनं तो व्यवहार, तो उद्योग पुरा झालेलाच नसतो. म्हणजेच

त्यांच्यापुरता तो 'अनफिनिश्ड बिझिनेस' असतो.

डॉक्टर मैत्रिणीचे हे उद्गार ऐकले मात्र, माझ्या मनात एकदम लख्ख प्रकाश पडल्यासारखे झाले, या 'अनफिनिश्ड बिझिनेस' ची अनेक उदारहणे मला आठवू लागली. त्यांत पहिले उदाहरण आठवले. ते माझे स्वत:चेच. सेवानिवृत्त झाल्यानंतर आता आपण कोणकोणती कामे करणार आहोत, याची एक लांबलचक यादी माझ्या मनात जय्यत तयार आहे. त्यांमध्ये घरातली पुस्तके आवरण्यापासून ते आलेल्या पत्रांना नियमित उत्तरे पाठवण्यापर्यंत आणि भरपूर वाचन करण्यापासून तो मनमुराद लिहिण्यापर्यंत अनेक गोष्टी आहेत. यांतले काहीही अद्याप माझ्या हातून झालेले नाही. पण ते जणू चालूच आहे, अशा आविर्भावात आजवर कितीदा तरी मी ते कितीकांना ऐकवले आहे.

आमच्या एका स्नेह्यांची मुले खोडकर, गुंड, आईवडलांना न जुमानणारी आहेत. हे गृहस्थ त्या मुलांना मुळीच वळण लावू शकत नाहीत. पण आपण आता त्यांना शिस्तीच्या धारेवर धरले आहे, ही गोष्ट त्यांनी आजवर दहा वेळा तरी मला ऐकवली असेल.

तरी हा प्रकार थोडा वेगळा आहे. मी काय किंवा माझे हे स्नेही काय, आमच्या बाबतींत विशिष्ट कामांना मुळी सुरुवातच झालेली नाही. आमचा 'बिझिनेस' 'अन्फिनिश्ड' आहे, असे म्हणणे जरा चुकीचे आहे. कारण तो मुळात सुरूच झालेला नाही. जे काम आपल्या हातून कधी होणार नाही, याची मनाला पक्की खात्री आहे, ते करणार असल्याचे आपण इतरांना पुन्हा पुन्हा इतके निक्षून का सांगतो, कोण जाणे! डॉक्टर मैत्रिणीला एकदा विचारले पाहिजे. कदाचित तिच्या शास्त्रात यालाही काही नाव असेल. याचेही काही स्पष्टीकरण असेल.

पण या 'अन्फिनिश्ड बिझिनेस'कडे पुन्हा एकदा वळू या. आपल्या भोवतालची खूप माणसे पुन्हा पुन्हा तेच तेच आपल्याला सांगत असतात. त्याच गोष्टी नव्या उत्साहाने, उमेदीने परत परत ऐकवत असतात. डॉक्टर मैत्रिणीच्या मते या गोष्टीची अनेक कारणे असू शकतात. स्वत:चे मानसिक रितेपण, आपण काही करीत नसतानाही काहीतरी महत्त्वाचे काम करीत आहोत, असे स्वत:च स्वत:ला पटवून देण्याची गरज, नव्या उद्योगात स्वत:ला गुंतवून न घेतल्यामुळे जुन्या घडून गेलेल्या गोष्टीत समाधान शोधण्याची स्वाभावीक प्रवृत्ती अशा अनेक कारणांमुळे माणसे तेच तेच पुन्हा सांगत राहातात.

माझ्या ओळखीच्या एका बाईंनी गांधीजींच्या स्वातंत्र्ययुद्धाच्या चळवळीत भाग घेतला होता. म्हणजे काय, तर त्या कुठेतरी पिकेटिंग करून आठ दिवस तुरुंगात

जाऊन आल्या होत्या. आपल्या या देशसेवेचे वर्णन त्या पुढे आयुष्यभर करत राहिल्या. तो मुकुट त्यांनी सतत डोक्यावर मिरवला. इतकेच नव्हे, तर हजार लटपटी करून, वशिले लावून, आपल्या त्या नखभर देशसेवेच्या मोबदल्यात त्यांनी 'स्वातंत्र्यसैनिक' हे बिरूद, मानपत्र आणि पेन्शनदेखील मिळवले!

पण त्या बाई निदान सामान्य कुवतीच्या, अडाणी होत्या. त्यांना फारसा दोष देण्याचे कारण नाही. त्यांची एकूण समजशक्तीच तितकी. परंतु आपल्या अनेक ख्यातनाम लेखकांचे काय? त्यांचे लेखन वाचताना मला या 'अन्‌फिनिश्ड बिझिनेस'ची आठवण येते. या लेखकांनी आयुष्यात एकदा कधीतरी काही चांगले, महत्त्वाचे, वेगळे, वैशिष्ट्यपूर्ण असे लिहिलेले असते. त्याबद्दल वाचकांनी त्यांना कौतुकाची पावतीही दिलेली असते. पण नंतर हे लेखक आयुष्यभर तेच तेच पुन्हा लिहीत राहातात. तीच वळणे आणि त्याच वेलांट्या सतत गिरवत बसतात. त्यांच्याही बाबतीत हाच मानसशास्त्रीय गोंधळ झालेला असतो, असे समजायचे, की काय?

त्यांचे नायक तेच, नायिका त्याच, कादंबरी-कथेत निर्माण होणाऱ्या समस्या त्याच आणि त्यांतून काढलेले निष्कर्षही तेच, मग कधी रुचिपालट म्हणून पार्श्वभूमी बदलायची, पात्रांना कधी ऐतिहासिक वातावरणात न्यायचे, तर कधी परदेशची वारी घडवायची. विनोदासाठी पुन्हा पुन्हा त्याच त्या अतिविशाल महिला, तेच ते मूर्ख आणि निर्बुद्ध (?) मंत्री, आणि तेच ते (स्वतःच्या) बायकोवरचे चावून चिकट झालेले किस्से सांगायचे. ग्रामीण लेखन करायचे असेल, तर कुऱ्हाड, फरशी, गावगुंड आणि व्यसनी पाटील किंवा झेड्‌पीचे मवाली सदस्य यांचा वापर करायचा. मध्यमवर्गीय पांढरपेशे जीवन रंगवायचे असेल, तर इतर सगळे प्रश्न सोडून स्त्रीपुरुषांच्या वैधअवैध संबंधांचे चित्रविचित्र आकृतिबंध जुळवत बसायचे. आपण तेच तेच पुन्हा पुन्हा लिहीत आहोत, हे या लेखकांना कळत नाही का? त्यांचा हा 'अन्‌फिनिश्ड बिझिनेस' कधी संपणारच नाही का? माझ्या डॉक्टर मैत्रिणीकडे या लेखकांना नेले, तर ती या बाबतीत काही उपचार करू शकेल?

◆◆◆

निरर्थक वाचन

एका थोर लेखकांशी, विद्वान प्राध्यापकाशी गप्पा मारत होते. बोलता बोलता त्यांनी सहज विचारले,

'हल्ली वाचन काय चाललंय?'

मी म्हटले,

'तुम्हांला आवर्जून सांगावं, असं खास काही वाचत नाही.'

'तरी पण काहीतरी वाचत असालच, की नाही?' ते म्हणाले, 'तुमची वाचनाची आवड मला ठाऊक आहे. शिवाय, वाचनाखेरीज माणसाच्या आयुष्याला अर्थ काय?'

एवढे जबरदस्त तात्त्विक विधान त्यांनी केल्यावर माझ्यासारखी काय बोलणार? वाचन हा मन समृद्ध करणारा एक सुंदर छंद आहे, यात काही शंका नाही. पण त्याखेरीजही माणसाच्या जीवनाला अर्थ देणाऱ्या इतर अनेक गोष्टी, अनेक छंद आहेत. प्रवास करणे, झाडे लावून ती वाढवणे, लहान मुलांना खेळवणे, आवडत्या मित्रमैत्रिणींशी गप्पा मारणे या आणि अशाच कितीतरी इतर छंदांत मन रमू शकते.

पण त्या विद्वान गृहस्थांशी प्रतिवाद न करता मी इतकेच म्हटले,

'तशी मी वाचते आहे काहीबाही. पण तुम्हांला सांगण्याजोगं, खरंच, त्यात काही नाही.'

आता ते गृहस्थ हट्टालाच पेटले आणि म्हणाले,

'अगदी एवढं न सांगण्याजोगं काय वाचता आहात, बुवा? एखादा नवा पाश्चात्त्य प्रतिभावंत तर नाही ना सापडला तुम्हांला? सापडला असेल, तर आम्हांला सांगा की! आम्ही पण वाचू तो.'

मी क्षणभर स्तब्ध राहिले. नंतर म्हणाले,

'एकाच वेळी चार-चार, पाच-पाच पुस्तकं आलटून पालटून वाचायची मला सवय आहे. आता जी पुस्तकं मी वाचते आहे ना, ती अशी आहेत. शिवलीलामृत, कहाण्या, शनिमाहात्म्य, बिरबल बादशहाच्या गोष्टी अन् हो... दोन ॲगाथा ख्रिस्टी पण आपल्या आहेत. तशा त्या पूर्वी मी वाचलेल्या आहेत. पण ॲगाथा ख्रिस्टीचं लेखन मला फार आवडतं, तिची भाषा, व्यक्तिचित्रं रंगवण्याची तिची हातोटी, सतत उत्कंठा वाढवत जाणारी तिची रहस्यपूर्ण, गुंतागुंतीची कथानकं...'

ॲगाथा ख्रिस्टीचा हाताच्या एका फटक्याने निकाल लावत ते लेखक म्हणाले,

'ॲगाथा ख्रिस्टी जाऊ द्या, हो. रहस्यकथा म्हणजे तर बोलून चालून टाइम किलिंग - वेळ घालवायचंच वाचन. पण शिवलीलामृत, कहाण्या, शनिमाहात्म्य? तुम्ही अगदीच जड, जुनाट, देवभोळ्या बनलेल्या दिसताहात. शिवाय बिरबल बादशहाच्या गोष्टी? छे छे! असलं काही वाचू नका, बुवा! आता या वयात असल्या निरर्थक वाचनात वेळ गमावणं तुम्हांला परवडण्याजोगं नाही. त्यापेक्षा असं करू... मी तुम्हांला दोन-चार दिवसांत पाच-सहा उत्तम इंग्रजी पुस्तकं धाडून देतो. डी.एच्.लॉरेन्स, थॉमस मान, जेम्स जॉइस... यांतलं काहीतरी पाठवतो. ही पुस्तकं वाचा.'

थोड्या वेळाने ते प्राध्यापक निघून गेले. पण मी कोणती पुस्तके वाचते आहे, हे त्यांना सांगितल्यावर त्यांच्या डोळ्यांमध्ये आणि चेहऱ्यावरती माझ्याबद्दल जी दया, करुणा, कीव उमटली होती, ती अजून खोलीत भरून राहिली होती. माझ्या भोवती तरळत होती आणि त्या सर्व भावना नाकावर बोट ठेवून दरडावून जणू मला सांगत होत्या,

'हां! भलतंसलतं निरर्थक काही वाचलंस, तर खबरदार!'

ते प्राध्यापक थोर होते. त्यांची विद्वत्ता निर्विवाद होती. व्यासंग मोठा होता. शिवाय माझ्यापेक्षा वयाने ते पुष्कळच वडील होते. माझ्याबद्दल त्यांना आपुलकी वाटत होती; आणि माझा कान पकडून मला काही सुनावण्याचाही त्यांना पूर्ण अधिकार होता. पण हे सारे असताना देखील माझ्या वाचनाबद्दल त्यांनी जी मते व्यक्त केली होती, ती मला पटली नव्हती; आणि त्या पुस्तकांच्या वाचनावर 'निरर्थक' म्हणून त्यांनी जो शेरा मारला होता, तो तर मला मुळीच मान्य झाला नव्हता, त्या शेऱ्यामुळे मला माझ्या अभिरुचीचा अपमान झाल्यासारखे वाटले. मीही मग हट्टाला पेटले आणि मनाशी म्हणाले,

'धाडू देत त्यांना हवी ती पुस्तकं. मी नाहीच वाचणार ती. मी आपली मला हवं तेच वाचणार. मला, अमुक वाच नि तमुक वाचू नको, म्हणून बजावणारे हे कोण डुड्ढाचार्य?'

थोड्या वेळाने माझा राग ओसरला आणि मग त्या रागाचाच मी अर्थ लावू लागले. तेव्हा माझ्या ध्यानात आले, की मी जी पुस्तके वाचत होते, ती निरर्थक नाहीत, उलट, आपापल्या परीने त्याही थोर कलाकृती आहेत, हे मला त्यांच्या पुनर्वाचनात पटले होते; आणि म्हणूनच त्या पुस्तकांना जुनाट, निरर्थक ठरवणाऱ्या त्या विद्वान प्राध्यापकांचा मला राग आला होता. अपमान माझ्या अभिरुचीचा झाला नव्हता. अपमान त्या वाङ्मयकृतींचा झाला होता.

शिवलीलामृत, शनिमाहात्म्य, कहाण्या ही पुस्तके काही एका धार्मिक भावनेने, कधी कधी अंधश्रद्धेनेही वाचली जात असतील; आणि इसापनीती किंवा बिरबल

बादशहा यांच्या गोष्टी हे फक्त बालपणीच वाचण्याचे साहित्य आहे, असेही कुणाला वाटत असेल. पण यापेक्षा वेगळी, निखळ वाङ्मयीन आनंद देणारी आणि जीवनाच्या विविध पैलूंचे दर्शन घडवणारी अशीही काही शक्ती या साहित्यात असेल, असू शकेल आणि त्यासाठी देखील कुणी या पुस्तकांचे वाचन करत असेल, हे या विद्वान प्राध्यापकांना का कळू नये? निदान या बाबतीतली माझी भूमिका तरी त्यांनी समजून घ्यायला हवी होती. पण ते आपले एकदम मला जड, जुनाट, अंधश्रद्ध, देवभोळी ठरवून मोकळे झाले. ज्या पाश्चात्त्य लेखकांची पुस्तके ते मला वाचायला आणून देणार होते, त्यांची वाङ्मयीन श्रेष्ठता निर्विवाद आहे. पण म्हणून इतर प्रकारची पुस्तके आपल्या आवडीनुसार काय कुणी वाचू नयेत? आणि समजा, एखादे पुस्तक त्यांच्या मताने अगदी निरर्थक असले, तरी काय झाले? अगदी निरर्थक गोष्टी करण्यातही एक वेगळा आनंद असतो. आणि कुणाला काय सार्थ अथवा निरर्थ वाटते, हे ठरवण्याचे स्वातंत्र्य ज्याला त्याला नाही का?

वस्तुस्थिती अशी आहे, की काही पुस्तके वाढत्या वयाबरोबर आपल्याला वेगळ्या रीतीने समजू लागतात. पुस्तके वाढत नाहीत, तर मधल्या काळात गेलेल्या वर्षांनी, त्यांत बसलेल्या चटक्यांनी आणि आलेल्या वेगवेगळ्या अनुभवांनी आपण वाढतो. आपलीच आकलनशक्ती अधिक सुजाण, प्रौढ, प्रगल्भ होते.

बाळपणी ज्या पुस्तकांनी केवळ आपले मन रंजवले, गोष्टी वाचण्याची आपली आवड वाढीला लावली, 'पुढे काय? पुढे काय?' हे बालमनाचे कुतूहल शमवले, कदाचित थोडा स्वप्नरंजनाचाही आनंद दिला, ती पुस्तके आपल्या वाढत्या वयात अधिक गहन, गुंतागुंतीची बनतात. त्यांना अर्थाचे एक नवे परिमाण लाभते. जीवनाच्या गाभ्याला स्पर्श करण्याची त्यांची शक्ती आपल्याला जाणवते. साध्या साध्या घटनांना प्रतीकात्मकता येते आणि त्यांच्या अनुषंगाने आपल्या आयुष्याचा, त्यातल्या सुखदुःखांचा वेगळा अन्वय आपण लावू शकतो. निदान माझा अनुभव असा आहे.

इसापनीती मी लहानपणी वाचलेली. आता या वयात मी अचानक पुन्हा भेटली, आणि किती तरी जुन्या कथा वेगळ्याच प्रकारे जाणवू लागल्या. माझ्याभोवती घडणाऱ्या घटनांचा अर्थ अधिक खोलपणे त्या मला समजावून देऊ लागल्या.

इसापाची एक कथा अशी आहे, एक चिलट एका बैलाच्या शिंगावर बसले आणि मोठ्या ऐटीने, आढ्यतेने, पण दिखाऊ नम्रपणाने त्याला विचारू लागले,

'बैलदादा, मी तुमच्या शिंगावर बसलो आहे, पण त्याचे तुम्हांला ओझे तर होत नाही ना? तसे असेल, तर मी आपला झाडावर जाऊन बसतो बापडा!'

चिलटाचा तो शिष्टपणा बैलाला मुळीच आवडला नाही. पण न रागावता तो चिलटाला म्हणाला,

'अरे बाबा, तुझे मला कसले ओझे होणार? तू बोलला नसतास, तर माझ्या

शिंगावर तू बसला आहेस, याचादेखील मला पत्ता लागला नसता!'

इसापाची ही कथा वाचली आणि काही वर्षांपूर्वीची एक आठवण माझ्या मनात जागी झाली.

एका मोठ्या, नामवंत कवीच्या नव्या कवितासंग्रहावर एका चिल्लर, क्षुद्रमनस्क आणि पोरसवदा प्राध्यापकाने कुत्सित टीकालेख लिहिला. नंतर योगायोगाने एका वाङ्मयीन सभेच्या वेळी त्या उभयतांची गाठ पडली, त्या वेळी तो पोरसवदा समीक्षक दांभिक विनयाचा आव आणून मुद्दाम त्या कवीला म्हणाला,

'मध्यंतरी तुमच्या नव्या कवितासंग्रहावर मी जरा प्रतिकूल लिहिलं होतं - आपल्या मनाला त्याचा फार त्रास झाला का?'

'छे छे!' कवी अगदी शांतपणे म्हणाला, 'कुणीतरी त्या लेखाबद्दल माझ्याशी बोलल्याचं मला आठवतं; पण माझ्या ते ध्यानातसुद्धा राहिलं नाही. मग त्रास कसला होणार?'

जी गोष्ट इसापच्या कथांची, तीच कहाण्यांची. लहानपणी मी कहाण्या वाचायची, ऐकायची, तेव्हा फक्त मजेदार गोष्टी हेच त्यांचे स्वरूप मनावर ठसत असे. ते आटपाटनगर, ती चित्रविचित्र नावे, त्या अद्भुत घटना यांचे विलक्षण आकर्षण वाटत असे. पण आता इतक्या वर्षांनी कहाण्या जेव्हा मी पुन्हा वाचल्या, तेव्हा कवितेच्या अंगाने जाणारी निवेदनाची ती लयबद्ध, प्रासयुक्त, बोलकी शैली - मराठी भाषेचे एक वेगळे अभिजात सौंदर्य मनावर ठसवू लागली. इतकेच नव्हे, तर काही कहाण्यांचे वेगळे अर्थ लागताहेत, असे जाणवले. घटनांना प्रतीकात्मक स्वरूप आले.

एका काहाणीची नायिका एक अनाथ मुलगी आहे. तिच्या पतीला तिचे अनाथपण माहीत नसते. एकदा तो सहज बायकोला म्हणतो,

'अग, आपण एकदा तुझ्या माहेरी जाऊ या ना?'

तेव्हा बायको घाबरते आणि देवाची प्रार्थना करते,

'देवा, माझी लाज राख. मला घटकेचे माहेर दे...'

- आणि त्याप्रमाणे देव तिला घटकेपुरते सुंदर, समृद्ध माहेर देतो.

लहानपणी या कहाणीने माझे केवळ रंजन केले होते. पण घटकेचे माहेर मिळणे या कल्पनेत केवढे कारुण्य आणि केवढे सौंदर्य आहे, ते आता मला उमगले आणि मन हेलावून गेले.

आणखी एका कहाणीत लक्ष्मी ही श्रीविष्णूचे पाय चुरत असते. एकदा श्रीविष्णूला लक्ष्मीचे हात कठोर लागतात. ते ऐकून लक्ष्मीला वाईट वाटते आणि ती म्हणते,

'देवा, माझे हात पुन्हा मृदु व्हावेत, यासाठी मी काय करू?'

त्यावर श्रीविष्णु तिला सांगतो,

'तू वेष पालटून पृथ्वीवर जा आणि एखाद्या गरीब बाईचे फुकट बाळंतपण कर. म्हणजे तुझे हात पुन्हा कमळासारखे मृदु होतील.'

लक्ष्मी तसे करते आणि तिच्या हातांचे कठोरपण नाहीसे होऊन ते पुन्हा मऊ होतात.

लहानपणी ही कहाणी मी नुसती वाचली होती, इतकेच. पण मी ती पुन्हा वाचली, तेव्हा तिला एक प्रतीकात्मक अर्थ आहे, असे मला वाटले.

लक्ष्मी ही संपत्तीची देवता. परंतु जोवर ती दीनदुबळ्यांच्या कामी येत नाही, त्यांची दुःखे दूर करत नाही, तोवर ती कठोर, हृदयशून्यच असणार. तिला मृदुता येईल, ती केवळ कणवेने, सहानुभूतीने. एरवी ती व्यर्थ आहे.

- आणि ते शिवलीलामृत. ते शनिमाहात्म्य. त्यांतल्या अनेक घटनांची प्रतीकात्मता जाणून घेतली, तर जीवनातली सुखदुःखांचे, समस्यांचे वेगळे अन्वय लागतात.

सौदागराशी एका रात्रीचा संकेत करणारी वेश्या महानंदा त्याच्याबरोबर सती जायला सिद्ध होते आणि पतिनिष्ठेचे एक वेगळेच कठोर रूप आपल्यासमोर उभे राहाते.

दारी आलेल्या अतिथीला मुलाचे मस्तक उखळात कांडून जेवू घालणारी चांगुणा त्यागाच्या परिसीमेचे एक भयावह दर्शन घडवते.

कुणाला या भाकडकथा वाटतील. कुणाला त्या ओंगळ आणि बीभत्सदेखील वाटतील. पण मला वाटते, या कथांचे प्रतीकात्मक सामर्थ्य आपण पाहिले पाहिजे.

तसाच शनिमाहात्म्यातला तो विलक्षण प्रसंग. विक्रम राजामागे शनि लागलेला असतो. तेव्हा भिंतीवरच्या चित्रातला हंस सजीव होतो आणि खुटींवरचा मोत्यांचा हार तो गिळून टाकतो. विक्रम राजावर चोरीचा आळ येतो.

आयुष्यात आपल्या वाट्याला येणारी दुःखे किती अतर्क्य, अकारण आणि किती भीषण असू शकतात, याचे इतके चांगले उदाहरण दुसरे मिळेल का? मला तरी या घटनेत नियतीची एक भेसूर क्रीडा दिसून आली आणि भीतीने मन थरारले!

अशी ही पुस्तके आणि अशा त्यांतल्या घटना.

माझ्या त्या विद्वान प्राध्यापक मित्रांना ही पुस्तके खुळचट वाटली. त्यांचे वाचन निरर्थक आणि वेळ खाणारे आहे, असे वाटले. वाटो बिचारे! मला मात्र या निरर्थक वाचनात खूप अर्थ जाणवला. त्या मित्रांनी माझ्याकडे इंग्रजी पुस्तके पाठवली, तर ती मी वाचीनच. पण मला हवी ती पुस्तके वाचण्याचा माझा हक्क मात्र मुळीच सोडणार नाही!

◆◆◆

मानवी प्राणांचे मोल

अलीकडे सकाळी उठल्यानंतर वर्तमानपत्र उघडण्याची भीती वाटते. टेलिव्हिजनवर बातम्या सुरू झाल्या, की मन अवघडून जाते. बघावे, तिकडे माणसे मारल्याच्या बातम्या. वृत्तपत्रांतले भडक मथळे. इथे दहा लोक गोळीबारात ठार. तिथे वीस लोक अतिरेक्यांनी मारले. कुठे माणसांच्या अंगावर जीप घातली. कुठे निष्पाप माणसे घराबाहेर पडून आपल्या नित्याच्या व्यवहारांना लागलेली असताना, रस्त्याने नि:शंकपणे वावरत असताना त्यांचे खून पाडण्यात आले. दररोज रक्त सांडले जात आहे. दररोज निरपराधी माणसे बळी पडत आहेत. राजकारणात कुठेतरी, काहीतरी घडते. कुणाच्या तरी भावना दुखावल्या जातात. मग गोळीबार, दंगल, जाळपोळ, हिंसा. मला राजकारण कळत नाही. त्यातल्या गुंतागुंतीत रस नाही. मी एक सामान्य व्यक्ती. मला इतकेच वाटते, सामान्य माणसाला त्याचे सामान्य पातळीवरचे जीवन निर्भयपणे, सुखासमाधानाने जगता यावे. पण आज सभोवताली पाहिले, तर काय चित्र दिसते? माणसांच्या प्राणांना पालापाचोळ्याइतकी देखील किंमत राहिलेली नाही.

माणसाचा जीव ही खरोखर इतकी क्षुद्र, उपेक्षणीय वस्तू आहे काय? निसर्गाच्या स्वाभाविक प्रक्रियेत काही नैसर्गिक नियमांनुसारच प्राणहानी होत असते. फार प्राचीन काळी प्रचंड दिनासूर आणि त्यासारखेच इतर काही अवाढव्य प्राणी पृथ्वीच्या पाठीवर हिंडत होते. पण पुढे निसर्गालाच त्यांची आवश्यकता भासेनाशी झाली. परिणामी ते नाहीसे झाले. त्यांची खूण आता कुठे शिल्लक असेलच, तर ती वस्तुसंग्रहालयांमध्ये सांगाड्यांच्या किंवा इतर अवशेषांच्या रूपांत. आपण फक्त तिथेच त्यांना बघायचे. पण हा झाला निसर्गाचा परिपाठ. निसर्गाप्रमाणे काळाचेही काही गणित असते. त्या गणितानुसार एके काळी भरभराटीला आलेल्या, समृद्धीच्या शिखरावर पोहोचलेल्या मोठमोठ्या संस्कृती आज विलयाला गेलेल्या दिसतात. नाईल नदीच्या काठी अशी एक संपन्न संस्कृती होती. सिंधू नदीच्या तीरी अशीच एक भरभराटलेली संस्कृती होती. इतरही अशा काही संस्कृती होऊन गेल्या. पण त्याही आज नष्ट झाल्या आहेत. त्या अवशेषरूपांतच आज आढळल्या, तर आढळतात. याचीही कारणमीमांसा आपल्याला करता येत नाही. निसर्गशास्त्रज्ञ, भूगर्भशास्त्रज्ञ, मानववंशशास्त्रज्ञ, समाजशास्त्रज्ञ हे त्यांतले जाणकार. ते या घटनांचा अर्थ लावू शकतात. त्यावरून निर्मिती आणि विनाश यांतले काही नातेही ते

प्रस्थापित करू शकतात. पण आपण सामान्य माणसे फक्त वर्तमानात जगतो; आणि आपली विचार करण्याची कुवतही तेवढ्यापुरतीच मर्यादित असते. म्हणून माणसासारखा माणूस किडामुंगीच्या पातळीवर येणे आणि तितक्याच निर्विकार रीतीने तो मारला जाणे यातली निर्घृणता आपल्याला असह्य होते. अंगावर भीतीने काटा उभा राहातो. पोटात कालवाकालव होऊ लागते.

परवा वर्तमानपत्रातल्या अशाच काही बातम्या वाचून सुन्न होऊन बसले होते; आणि अचानक मन भूतकाळात गेले. फार वर्षांपूर्वी पण वेगवेगळ्या वेळी पाहिलेले दोन चित्रपट मला आठवले. त्यांतला एक अमेरिकन होता, दुसरा फ्रेंच होता. चित्रपटांची नावे आज मी विसरले आहे. पण त्यांचे कथानक, त्यांतल्या घटना मात्र अगदी चांगल्या ध्यानात राहून गेल्या आहेत. दोन्ही चित्रपटांचे विषय परस्परांपासून अगदी वेगळे, पण दोहोंतला आशय मात्र एकच. तो म्हणजे - पण आशय सांगण्याऐवजी चित्रपटांचाच थोडक्यात परिचय करून दिलेला बरा.

तर या दोहोंतला जो अमेरिकन चित्रपट होता, त्याचे कथानक अगदी साधे होते. ते असे:

चित्रपट एका बँकेच्या पार्श्वभूमीवर घडतो. काहीतरी कारणांमुळे बँकेला सलग दोन-तीन दिवसांसाठी सुटी आलेली आहे आणि त्यामुळे तीन दिवसांसाठी बँकेचे सर्व व्यवहार बंद राहाणार आहेत. बँकेतला एक तरुण अधिकारी असतो. तो बायकोला फोन करतो आणि तिला सांगतो,

'तू दुपारी तीनच्या सुमाराला गाडी घेऊन बँकेवरच ये. तिथूनच आपण बाहेर पडू. संध्याकाळचे जेवण बाहेर घेऊ. वाटल्यास सिनेमा पाहू. वाटल्यास कुठे हिंडायला जाऊ. पुढं काय करायचं, ते मग ठरवू. तीन दिवस सुट्टी आहे. कदाचित कुठं एखादी छोटीशी सहल देखील काढता येईल. अर्थात आपल्या छोट्यालाही बरोबर घेऊन ये.'

फोनवरील सूचनेनुसार अधिकाऱ्याची पत्नी बँकेवर येते. बरोबर तिचा लहान मुलगा असतो. जेमतेम चार-पाच वर्षांचे वय. मुलगा अतिशय गोड, पण तितकाच अवखळ, खटपट्या, उद्योगी असतो. बायको आल्यानंतर तो अधिकारी तिच्याशी बोलू लागतो. दोघे पुढचा बेत ठरवू लागतात. तेवढ्यात आईवडिलांची नजर चुकवून ते मूल एका छोट्याशा खोलीपाशी येते. आत शिरते. तोच घड्याळात पाचाचे ठोके पडतात आणि - खोलीचे दार अचानक बंद होते. मूल आत इतक्या सहजपणे बंदिस्त होते, की काय झाले, ते त्याच्या ध्यानातही येत नाही. ते आपले आत मजेत खेळत असते.

मूल ज्या खोलीत शिरलेले असते, ती खोली नसून बँकेची तिजोरी असते.

आणि बँकेला तीन दिवस सुट्टी असल्यामुळे ठरावीक वेळी ती आपोआप बंद होते. तिचे कुलूप विशिष्ट प्रकारचे असते. ते एकदा बंद झाले, की बँकेचे व्यवहार पुन्हा सुरू होईपर्यंत ते उघडलेच जाणार नसते. कुलूप उघडण्याची काही यांत्रिक प्रक्रिया असते; आणि ती ज्या अधिकाऱ्याला ठाऊक असते, तो सुट्टीमुळे तीन दिवसांच्या रजेवर आधीच गेलेला असतो.

इकडे आईबापांना मुलाची काहीच खबरबात नसते. ती दोघे गप्पा आटोपून जायला निघतात, तेव्हा मूल जवळ नाही, हे त्यांच्या ध्यानात येते. मूल जवळपास खेळत असेल, म्हणून आईवडील आधी निःशंक असतात. ते त्याच्या शोधाला लागतात. मूल तर सापडत नाही. मग आई कावरीबावरी होते. शेवटी आईबाप हिंडत हिंडत त्या तिजोरीच्या खोलीपाशी येतात. तिला जाळी असते. त्यातून आपले मूल त्यांना आत दिसते. आता कुठे परिस्थितीचे गांभीर्य त्यांच्या ध्यानात येते. मूल तिजोरीच्या खोलीत अडकले आहे. तिजोरीची खोली यांत्रिक प्रक्रियेने आपोआप बंद झाली आहे. आता काय वाटेल ते झाले, तरी ती तीन दिवस उघडणार नाही. तोवर - मूल आत अडकून राहाणार! आता काय होईल? आता काय करायचे? मुलाला बाहेर कसे काढायचे? बाप घाबरून जातो, आई रडू लागते. बँकेत अजून हजर असलेले कर्मचारी चिंतातुर होतात. मुलाला मात्र अजून काहीच कळलेले नाही. ते खोलीत मजेत हिंडत असते. जाळीतून आईवडिलांकडे बघत निरागसपणे हसत असते.

चित्रपट इथपर्यंत येतो आणि मग कथा विद्युत्वेगाने धावू लागते. तिचा ताण एकदम वाढतो. घटना भराभर घडत राहातात. पोलिसांना वर्दी जाते, टेलिव्हिजनवर बातमी देण्यात येते, वृत्तपत्रांच्या बातमीदारांना, रेडिओवरील कर्मचाऱ्यांना - सर्वांना कळवण्यात येते. याचे कारण असे, की तिजोरी उघडण्याची कळ बँकेच्या ज्या एकमेव अधिकाऱ्याला अवगत असते, तो आपल्या घरी नसतो. तो सुट्टीत कुठेतरी खेड्यामधल्या आपल्या एका मित्राकडे सहकुटुंब मजेत राहाण्यासाठी म्हणून गेलेला असतो आणि त्याचा ठावठिकाणा कुणालाच माहीत नसतो. म्हणून प्रसिद्धीची एकूण एक साधने उपयोगात आणली जातात. अशासाठी, की त्या अधिकाऱ्याला प्रसंगाचे महत्त्व, निकड ध्यानात यावी आणि तो ताबडतोब बँकेवर येऊन दाखल व्हावा.

बँकेभोवती एव्हाना माणसांचा प्रचंड गराडा पडलेला असतो. झालेल्या घटनेमुळे सारे हळहळत असतात. बँकेत आई ओक्साबोक्शी रडत असते. बाप तिचे सांत्वन करत असतो, पण तोही आतून हादरलेला असतो. आता मुलालाही काय झाले आहे, ते कळलेले असते. ते त्या बंदिस्त खोलीत टाहो फोडून रडत असते. जाळीशी तोंड आणून आईला, बापाला हाका मारत असते. जाळीतून जाणाऱ्या

हवेमुळे व खोली प्रशस्त असल्यामुळे ते गुदमरत नाही, इतकेच. पण त्याला काही खायला - प्यायला देणे अशक्य होऊन बसते. रडून रडून मुलाचा घसा सुकतो. ते झीट आल्यासारखे होऊन बसते. आईचा जीव माशासारखा तडफडू लागतो. बँकेतल्या इतर लोकांनी वेल्डर्सना बोलावून आणलेले असते. ते कुलूप वितळवण्याचा प्रयत्न करतात. पण बँकेच्या तिजोरीचे ते भरभक्कम कुलूप कसल्याही उपायांना दाद देत नाही. ते जसेच्या तसे अभंग राहाते. पुन्हा हे सर्व करताना आत असलेल्या मुलाला काही अपाय होणार नाही ना, याची त्या वेल्डर्सना काळजी घ्यायला हवी असते. डॉक्टरांनाही बोलावण्यात येते. त्यांना एकीकडे आईवडिलांचे मनोधैर्य खचू न देण्याचे कार्य करायचे असते, तर दुसरीकडे आत अडकलेल्या मुलाशी गोड बोलून त्याला सावरून धरायचे असते.

घटनांची गती वाढते. टेलिप्रिंटवर बातम्या येतात. वृत्तपत्रांचे खास अंक भडक मथळ्यानिशी रस्त्यावर विकले जातात. टेलिव्हिजनवर दृश्ये दाखवली जातात. तारायंत्रांच्या तारा बातम्या वाहून नेतात; आणि प्रसिद्धीची एकूण एक साधने कार्यरत होतात. शेवटी तो अधिकारी ज्या खेड्यात मित्राकडे राहात असतो, त्याच्याशी संपर्क साधला जातो. त्याला वेगाने येता यावे, म्हणून खास विमानाची व्यवस्था करण्यात येते. तो अधिकारी दोन तासांच्या आत बँकेवर येऊन दाखल होतो. तिजोरीच्या खोलीचे कुलूप उघडतो, आई वादळी वाऱ्यासारखी धावत आत जाते. मुलाला पोटाशी धरून त्याला बाहेर घेऊन येते. दरम्यान बिस्किटे, चॉकोलेट्स, खेळणी यांच्या असंख्य देणग्या त्या मुलासाठी वेगवेगळ्या कंपन्यांकडून येऊन पडलेल्या असतात. शेवटी एका छोट्या मुलाचे प्राण वाचतात. खाली जमलेल्या, श्वास रोखून वाट बघणाऱ्या गर्दीतून आनंदाचा एकच जल्लोष उसळतो. एका लहान मुलाला वाचवण्यासाठी सारा देश उलथापालथा होतो. साऱ्या शक्ती उपयोजिल्या जातात. सर्व माणसे एक होऊन जणू आपल्याच मुलाचे प्राण धोक्यात सापडले आहेत, अशा भावनेने प्रयत्नांची पराकाष्ठा करतात! आणि शेवटी त्या कामी यश मिळवतात.

हा झाला अमेरिकन चित्रपट. दुसरा चित्रपट फ्रेंच होता, ती भाषा मला येत नाही. पण चित्रपटाला इंग्रजी सब् टायटल्स दिलेल्या होत्या; आणि चित्रपटातली दृश्ये पुरेशी बोलकी होती. पहिला चित्रपट बँकेच्या पार्श्वभूमीवर घडतो, तसा हा दुसरा चित्रपट एका मोठ्या थोरल्या बोटीच्या पार्श्वभूमीवर उलगडत जातो. या चित्रपटाचे कथानकही तसे साधेच आहे. बोटीवर पन्नास-साठ माणसे असतात. त्यांतले काही प्रवासी असतात, तर काही बोटीवरचे कर्मचारी असतात. बोट समुद्रात खोलवर शिरलेली असते. सारे सुरळीत चाललेले आहे आणि अचानक एक अनपेक्षित दुर्घटना घडते. बोटीवर जो अन्नाचा साठा असतो, त्यात सुकवलेल्या सार्डिन माशांचे काही डबे असतात. हे मासे खराब झालेले असतात. ते प्रवाशांच्या

खाण्यात येतात आणि त्यांना विषबाधा होते. विषबाधा झाल्याबरोबर पाच-सहा माणसे तर तात्काळ मृत्युमुखी पडतात. त्यांत काही म्हातारी माणसे, काही तरुण माणसे, लहान मुले, स्त्रिया, पुरुष - सारे असतात. उरलेले काही खूप आजारी पडतात. बोटीवर डॉक्टर आहेत. परंतु त्यांच्याजवळची औषधे, साधनसामग्री अपुरी असते. आणि अशा अनपेक्षित रीतीने ओढवलेल्या संकटाशी मुकाबला करण्यासाठी काहीच पूर्वतयारी त्यांनी केलेली नसते. विशेषत: काही ठरावीक इंजेक्शन्स त्यांना ताबडतोब हवी असतात. ती वेळेवर हाती आली, तरच बोटीवरच्या इतर आजारी प्रवाशांचे प्राण वाचवणे शक्य होणार असते. नाहीतर प्रसंग मोठा बिकट असतो.

अचानक उद्भवलेल्या या पेचप्रसंगाशी बोटीवरच्या लोकांनी दिलेला सामना हा या चित्रपटाचा विषय. अर्थात समुद्रात खोलवर घुसवलेल्या बोटीवर काहीच करता येणे शक्य नसते. त्यासाठी तिथल्या कर्मचाऱ्यांना भूमीवर असलेल्या देशांशी संपर्क साधावा लागतो. तो ते साधतात. पण तिथेही अमुकच ठिकाणी ती इंजेक्शन्स उपलब्ध होतील, याची शाश्वती नसते. मग अतिवेगाने इंजेक्शन्स मिळवण्याचे व ती बोटीवरच्या संकटग्रस्त प्रवाशांना शक्य तेवढ्या तातडीने पोहोचवण्याचे प्रयत्न सगळीकडे जारीने सुरू होतात. हे काम वाटते तेवढे सोपे नसते. कुठे तांत्रिक अडचणी येतात. कुठे इंजेक्शने मिळवण्यासाठी निघालेल्या डॉक्टरांना पासपोर्ट, व्हिसा अशा गोष्टींमध्ये वेळ खर्ची घालावा लागतो. कुठे तातडीने जाण्यासाठी विमान मिळत नसते. तर कुठे डॉक्टर विमानतळावर येऊन पोहोचतात, तो विमान पाच मिनिटांपूर्वीच सुटलेले असते. याखेरीज वेगवेगळ्या देशांतल्या परस्पर राजकीय संबंधांची भानघड असते, ती निराळीच.

कुणाचे संबंध आपापसांत बिघडलेले असतात. कुणाची भांडणे चालू असतात. कुठे किरकोळ युद्धे सुरू असतात. शिवाय वेगवेगळ्या देशांतले कायदेही निराळे असतात. कम्युनिस्ट देशांत प्रवेश मिळवण्यासाठी वेगळे कायदे, वेगळे परवाने लागतात. एकूण जगाची परिस्थिती, नेहमी असायची, तशीच तणातणीची असते. परंतु दूर समुद्रात, एकाकी अवस्थेत मृत्यूशी सामना देणाऱ्या काही दुर्दैवी प्रवाशांचे प्राण वाचावेत, म्हणून सगळे देश आपापले तात्पुरते मतभेद, भांडणे, ताणतणाव काही काळ बाजूला ठेवतात. माणुसकीच्या एकाच सनातन नात्याने सारे एकत्र येतात. सर्व शक्ती एकवटून प्रवासाची, वाहनांची सारी सोय तत्परतेने मिळवून देऊन, तांबड्या फितीची बंधने झुगारून सगळे देश एकमेकांशी सहकार्य करतात व बोटीवर हवी असलेली इंजेक्शन्स मिळवून ती वेळेवर बोटीवर पोहोचती करण्यात येतात.

डॉक्टर त्यांची वाटच बघत असतात. इंजेक्शन्स हाती येताच ते उरलेल्या रोग्यांवर तातडीने उपाययोजना सुरू करतात. परिणामी ते एकूण एक रोगी बचावतात.

त्यांचा घास घेण्यासाठी टपलेल्या मृत्यूला निराश होऊन हात हलवत परत जावे लागते. एकीकडे अटळ नियती नि दुसरीकडे माणसाचा प्रचंड आशावाद व प्रयत्नशीलता, एकीकडे माणसामाणसांत अखंड चाललेली भांडणे आणि दुसरीकडे अकस्मात आलेल्या संकटामुळे जागृत होणारी, सर्वांना एका समान भूमिकेवर आणणारी माणुसकीची जाणीव - अशा या द्वंद्वात माणसाची नियतीवर मात होते. माणुसकीपुढे कलह हतबल होतो. देश, धर्म, भाषा, पंथ, राजकारण - यांतले सर्व भेद विसरले जातात; आणि माणसांतले माणुसकीचे एकमेव नाते शिल्लक राहाते. ज्यांच्याशी आपले कसले काही संबंध नाहीत, त्यांना वाचवण्यासाठी जगातल्या विविध शक्ती एकत्र येऊन संघटित प्रयत्न करतात.

चित्रपटाच्या अखेरीस विषबाधेतून बचावलेले एक पाच-सहा वर्षांचे मूल खदाखदा हसताना, खेळताना दिसते आणि टायटल येते :

'Nothing is more precious than human life.'

या आशावादी, मन प्रसन्न, उल्हासित करणाऱ्या शब्दांवर चित्रपट संपतो.

'मानवी प्राणांइतके बहुमोल आणि रक्षणीय या जगात दुसरे काहीच नाही.' हा चित्रपटाचा संदेश मनावर बिंबत असताना माणूस चित्रपट बघून चित्रपटगृहाबाहेर पडतो.

वर्तमानपत्रांत प्रत्यही येणाऱ्या हत्येच्या, विद्वेषाच्या, जाळपोळीच्या, खुनाखुनीच्या आणि रक्तपाताच्या पार्श्वभूमीवर अनेक वर्षांपूर्वी पाहिलेल्या या दोन चित्रपटांची मला तीव्रतेने आठवण व्हावी, ही गोष्ट अर्थपूर्ण आहे. याचे तात्पर्य - पण तात्पर्य सांगण्याची खरोखर काही गरज आहे काय?

◆◆◆

फसवी दारे

परवा इतिहासाच्या पार्श्वभूमीवरची एक कादंबरी वाचत होते. इजिप्त म्हटला, की आपल्याला दोन गोष्टी हटकून आठवतात. एक नाईल नदी आणि दुसरे पिरॅमिड्स. सगळ्या वास्तुशिल्पकारांना कोड्यात पाडणारी आणि सामान्य माणसाला विस्मयाने थक्क करणारी ही पिरॅमिड्स म्हणजे खरोखर अवाढव्य अशी थडगीच आहेत. पिरॅमिड्स ही राजेरजवाड्यांची, उभा जन्म ऐश्वर्यात घालवलेल्या अमीर-उमरावांची थडगी आहेत. तथापि, सामान्य माणसांची थडगीही इजिप्तमधे कमी नाहीत. कादंबरीमध्ये या थडग्यांबद्दल अनेक चित्रविचित्र गोष्टी सांगितलेल्या होत्या. परंतु त्यातली एक गोष्ट मला फार विस्मयजनक वाटली. ती गोष्ट अशी, की प्रत्येक थडग्याला एक फसवे दार असते. बाहेरून पाहिले, तर हे दार अगदी दारासारखेच दिसते. परंतु ते उघडून कुणी आत जाण्याचा प्रयत्न केला, तर समोर भरभक्कम दगडच त्याला दिसून येतो. थडग्यांच्या अंतरंगात त्याला प्रवेश मिळत नाही.

चार हजार वर्षांपूर्वी नाईलच्या तीरावर निर्माण झालेल्या समृद्ध आणि संपन्न संस्कृतीत मृत्यू, मृत व्यक्ती, तिचे मरणोत्तर जीवन या गोष्टींना फार महत्त्व होते. एखादी व्यक्ती मरण पावली, तर मरणानंतर स्वर्गातही इहलोकाचे सारे वैभव, सारी सुखे अन् सारे ऐशाराम तिला मिळावेत, अशी इजिप्तमध्ये तरतूद करण्यात येई. मृत व्यक्तीची सेवा करण्यासाठी जिवंत गुलाम तिच्याबरोबर थडग्यात पुरले जात. इतकेच नव्हे, तर कपडा, अलंकार, सुगंधी द्रव्ये, खाद्यपदार्थ हेही सोबत ठेवले जात असत.

ही सर्व माहिती वाचल्यावर फसव्या दाराची आवश्यकता माझ्या ध्यानात आली. चोर, लुटारू, दरोडेखोर यांनी बळजबरीने थडगे उघडून आतली संपत्ती फस्त करू नये, म्हणून त्यांची दिशाभूल करण्यासाठी या दाराची योजना मोठ्या धूर्तपणे केलेली असावी.

इजिप्तमधील थडग्यांना ठेवलेल्या या फसव्या दारांची माहिती मी एका मित्राला सांगत होते. तेव्हा तो म्हणाला,

'इजिप्तचे काय महत्त्व सांगता? आपल्याकडे देवगिरीचा किल्ला आहे, तो पाहिला आहे का तुम्ही?'

'नाही.' मी म्हटले.

'तरीच!' मित्र म्हणाला, 'अहो, या देवगिरीच्या प्रचंड किल्ल्यातही अशी फसवणारी, दिशाभूल करणारी दारं आहेत. शत्रूला किल्ल्यात सहजासहजी प्रवेश मिळू नये, मिळाला, तरी आत कुठे तरी तो एखाद्या खोल खड्ड्यात, पाण्याने भरलेल्या खंदकात किंवा काटेरी कंजाळात जाऊन पडावा, म्हणून या फसव्या दारांची योजना किल्ल्यात करून ठेवली आहे.'

मी आश्चर्याने ऐकत होते. तरी थडग्यांतली फसवी दारे आणि किल्ल्यातली फसवी दारे यांत थोडासा फरक असल्याचे मला जाणवले. थडग्यांतली दारे आपल्या पोटात दुर्भेद्य असा पाषाण बाळगणारी, तर किल्ल्यातली फसवी दारे माणसाला अगदी अचूकपणे भलत्या जागी नेऊन सोडणारी. त्यांची दिशाभूल करणारी. मात्र दोघांचाही हेतू एकच. परक्या, अनोळखी माणसाला अंतरंगात प्रवेश नाकारणे. त्याला आतला नेमका ठावठिकाणा लागू न देणे.

या फसव्या दारांचा माझ्या मनावर अगदी खोल ठसा उमटला. त्यांनी मला अस्वस्थ करून सोडले. विशेषत:, परक्यावर एकाएकी विश्वास न टाकण्याची त्यात जी सावधगिरी बाळगलेली होती, ती मला विशेष तीव्रतेने जाणवली. हे सगळे विलक्षण होते, तरी त्याचा आपल्या मनावर इतका परिणाम का व्हावा, हे मला कळेना. पण जरा विचार केल्यानंतर माझ्या अस्वस्थतेचे कारण माझे मलाच उमगले. त्या दाराविषयी वाचताना माझ्या अबोध मनात कुठेतरी एक वेगळी तुलना सुरू झाली होती. थडगी आणि किल्ले यांच्या जागी माणसेच मला दिसू लागली होती; आणि या अनेक परिचित माणसांच्या मनाला असलेली अशीच फसवी दारे माझ्या ध्यानात येत होती.

काही माणसे अशी असतात, की त्यांची मने अगदी उघड्या धर्मशाळेसारखी असली पाहिजेत, असे वाटते. तिथे कुणीही यावे, हवा तेवढा मुक्काम करावा आणि मनात येईल, त्या दिवशी तिथून निघून जावे. 'आव जाव, घर तुम्हारा' या म्हणीसारखे या लोकांचे अंतरंग असते. तिथे गुप्त, खाजगी, आपले स्वत:चे, इतरांच्या टेहळणीपासून अलिप्त ठेवावेसे वाटण्याजोगे काही नसतेच. आपले व्यावहारिक यशापयश, आपली आर्थिक परिस्थिती, आपली भलीबुरी प्रेमप्रकरणे इथपासून तो आदल्या दिवशी आपल्या घरी कोणती भाजी केली होती, इथपर्यंत आपल्या आयुष्यातले लहानमोठे, महत्त्वाचे, बिनमहत्त्वाचे सारे तपशील ही माणसे इतरांना ऐकवत असतात. अशा बाबतीत त्यांच्या ठायी इतका नि:संकोचपणा असतो, की त्यांच्या अत्यंत खाजगी गोष्टी ऐकताना आपल्यालाच अवघडल्यासारखे होते. त्याबरोबर काही खाजगी गोष्टींचे पावित्र्य या माणसांना कसे राखावेसे वाटत

नाही, म्हणून त्यांचा थोडा रागही येऊ लागतो. हा निरागसपणा म्हणावा, भाबडेपणा म्हणावा, की शुद्ध मूर्खपणा म्हणावा?

याउलट, काही लोक असे असतात, की ते अकारण आपल्या आपल्याभोवती गूढतेचे, संदिग्धतेचे वलय निर्माण करतात. अगदी साध्या साध्या गोष्टीत देखील दुसऱ्याला स्वत:चा काही थांगपत्ता लागू नये, याबद्दल मनस्वी जागरूक राहातात. आपण धिटाई करून त्यांना काही प्रश्न विचारलेच, तर त्याची ते अशी गोल गोल, फिरकीची, वळसेदार उत्तरे देतात, की आपण थक्कच होऊन जातो. बरे, त्यांनी इतकी गुप्तता राखावी, असे आपल्या प्रश्नांमध्ये काही फार खोलात शिरू पाहणारे कुतूहल असते का? तर तसेही नाही. आपले प्रश्न अगदी साधे, सरळ, संभाषणाचा ओघ चालू राहावा, इतक्यापुरतेच असतात. उदाहरणार्थ, तुमच्या पत्नीची डोकेदुखी आता कशी आहे, मुलाच्या परीक्षेचा रिझल्ट लागायचा होता, तो लागला का, मुलगी मुंबईहून चार दिवस माहेरी येणार होती, तिचे काय झाले वगैरे. पण या अशा बिनधोक प्रश्नांनाही ही माणसे इतकी बुचकळ्यात टाकणारी उत्तरे देतात, की ती जणू काही एखादे राजकीय गौप्य राखत आहेत, असे ऐकणाराला वाटावे. इथे मराठी भाषेतले काही शब्द व शब्दसंहती त्यांच्या फार उपयोगी पडतात. 'बहुतेक', 'बहुधा', 'साधारणत:', 'म्हणजे अंदाजे म्हणा ना!', 'नक्की काही सांगता येत नाही' 'बघावं, आता काय होतंय्... ते?' ही व या प्रकाराची उत्तरे त्यांच्या तोंडी सदैव खेळत असतात. आता आधी सांगितलेल्या लोकांचा अखंड खळखळता भडभडा स्वभाव जसा आपल्याला आवडत नाही, तसा साध्या गोष्टींतला या दुसऱ्या प्रकारच्या माणसांचा अतिसावधपणाही आपल्याला रुचत नाही. पहिल्या तऱ्हेचे लोक आपल्याला खोल पाण्यात खेचतात, तर दुसऱ्या तऱ्हेचे लोक अगदी अंग चोरून, कपड्याच्या टोकाचा वाराही आपल्याला लागणार नाही, इतके अंतर ठेवून आपल्याजवळून जात असतात!

ही अतिसावध माणसे पाहिली, की मला कुठेतरी वाचलेल्या एका चिनी विनोदाची आठवण होते.

चिनी माणसे अशीच, म्हणे, फार अबोल, गुपित राखणारी आणि कुणाला कसला पत्ता लागू न देणारी असतात.

तर एक चिनी माणूस नानकिंगला जाणार होता. त्याच्या एका मित्राने त्याला विचारले,

'काय? कुठल्या गावी जाणार आहेस?'

याने आपले सरळ स्वभावाने उत्तर दिले,

'नानकिंगला.'

'हं हं!' मित्र कसे नेमके पकडले, या आविर्भावाने म्हणाला, 'अरे चोरा! तू

चुंकिंगला जाणार आहेस, असं मला वाटावं, तू आपण नानकिंगला जाणार असल्याचं मला सांगतोस काय? पण, बेट्या! मी तुझं बारसं जेवून बसलो आहे. तू नानकिंगलाच जाणार आहेस, ते मला पक्कं ठाऊक आहे; आणि तशी माहिती पण मी काढली आहे, मला बनवतोस काय?'

माणसांचे हे दोन प्रकार आपणां साऱ्यांच्या चांगले परिचयाचे आहेत. पण यांना मी फारसे धोकेबाज मानायला तयार नाही. पहिल्या प्रकारच्या माणसांइतकीच दुसऱ्या प्रकारची माणसेही आपल्याला अंतर्बाह्य कळून चुकतात. फार उघड्या माणसाइतका फार लपवणारा माणूसही उमगतो. पहिला जे बडबडीने सांगून टाकतो, तेच दुसरा मौनाने व्यक्त करतो. न बोलणाराचीही सगळी गुपिते कळतात. समोरचा माणूस चलाख असेल, तर तो अबोल माणसाच्या मनातली सारी हालचाल नेमकी टिपतो. तेव्हा इथे फसव्या दारांचा प्रश्नच उद्‌भवत नाही. पाषाणावर डोके आपटेल किंवा भलत्या वाटेने आत शिरून आपण खोल खड्ड्यात, खंदकात वा काटेऱ्यात जाऊन पडू, अशीही भीती बाळगण्याचे कारण राहात नाही.

पण माणसांचा आणखी एक वर्ग आहे. त्याच्या मनाला मात्र ही फसवी दारे असतात. आणि ती खरोखर धोक्याची असतात. आपल्या निकट सहवासातल्या, गाढ स्नेहातल्या व्यक्तींचे चेहरे प्रत्येकाने डोळ्यांसमोर आणून बघावेत. त्यांत एक-दोन तरी माणसे या प्रकारची निश्चित असल्याचा प्रत्यय येईल. ही माणसे आपल्या व्यक्तिमत्त्वाला अशी काही फसवी दारे जाणूनबुजून ठेवत असतात, की आपल्या निदर्शनाला तीच येतात. मग आपल्याला वाटते. अरे, याच्या अंतरंगात प्रवेश करण्याचा हाच मार्ग आहे. तो आपल्याला ठाऊक आहे, बरे का. परंतु एखादा प्रसंग असा येतो, की त्या मार्गाचे फसवेपण आपल्याला पुरते कळून चुकते आणि अपेक्षाभंगाच्या दुःखाने आपण घायाळ होतो.

एखादा मित्र आपल्याशी खूप जवळिकीने वागत असतो. भलेपणा, सौजन्य, औदार्य हे गुण त्याच्याजवळ पुरेपूर आहेत आणि आपल्या जिवलग मित्रासाठी हवे तेव्हा हे सारे खर्ची घालण्याची त्याची तयारी आहे, असा त्याच्या बोलण्यावरून आपला समज असतो. परंतु जेव्हा आपल्यावर एखादा अवघड प्रसंग कोसळतो, त्या वेळी हा मित्र नेमका पाठमोरा होतो. आपल्या आसपासही तो फिरकत नाही. इतकेच नव्हे, तर हेतुतः आपल्याला टाळू लागतो आणि मग त्याने स्वतःच डांगोरा पिटून जाहीर केलेले त्याचे भलेपण आणि औदार्य काय किमतीचे होते, हे आपल्याला कळून चुकते. या थडग्याचे ते फसवे दार असते आणि ते उघडून बघण्याची जेव्हा वेळ येते, तेव्हा आत फक्त कठीण, दुर्भेद्य खडक आहे, असा आपल्याला साक्षात्कार होतो. चूक त्या मित्राची नसते. त्यावर भाबडेपणाने विश्वास

ठेवणाऱ्या आपली असते. फसव्या दाराला आपण खरे दार मानत आलेलो असतो.

माझ्या ओळखीचे एक लेखक आहेत. ते अगदी सुरुवातीला लेखन करू लागले, तेव्हापासून त्यांचा आणि माझा परिचय आहे.

खूपच प्रतिकूल परिस्थितीशी झगडून वर आलेला, शिक्षणाचा जवळजवळ काहीही लाभ झालेला नसता अविरत व्यासंगाने आणि जगाच्या अवलोकनाने प्रगल्भ झालेला, निसर्गदत्त प्रतिभेचे लेणे लेवून आलेला असा हा लेखक. त्याचे साहित्यातले योग्य ते स्थान त्याला मिळाले. सर्व प्रकारचे वाङ्मयीन गौरव त्याला प्राप्त झाले. या लेखकाने अत्यंत नम्र, काहीसा भाबडा, स्वतःच्या साहित्यकृतींबद्दल कसलाही अहंभाव न बाळगणारा - अशी एक स्वतःची प्रतिमा जनमानसात निर्माण केली आहे. माझ्या इतक्या निकट परिचयानंतर माझ्याही मनात त्या लेखकाची तीच प्रतिमा होती. परंतु मध्यंतरी काही घटना अशा घडल्या, काही अनुभव असे आले, की या लेखकाचा विनयशील भाबडेपणा हे त्याच्या मनाचे एक फसवे दार असल्याचा मला प्रत्यय आला व त्याच्याविषयीच्या माझ्या सगळ्या पूर्वकल्पना गडगडत ढासळून पडल्या. अगदी नवशिक्या होतकरू लेखकांशी वा निर्व्याज चाहत्यांशी वागताना हा लेखक अत्यंत अहंकारी बनतो. भर सभेत तो ज्यांचे गुणानुवाद गातो, त्या साहित्यश्रेष्ठींना एखाद्या खाजगी बैठकीत हा अगदी तुच्छ लेखतो. दलित लेखकांपुढे वेगळा मुखवटा, प्रस्थापितांपुढे निराळी भूमिका, सभासंमेलनात आणखीच दुसरी 'पोज', असे रंग पालटणारे या लेखकाचे व्यक्तित्व आहे. हे सगळे, एकदम नव्हे, पण वेगवेगळ्या निमित्तांनी वेगवेगळ्या माणसांकडून आणि स्वतःच्या वाङ्मयीन यशाबद्दल काहीसे भाबडेपणाने आश्चर्यचकित होणे यातून या लेखकाची निर्माण झालेली प्रतिमा फसवे दार आहे, त्या दारातून आत शिरकाव करणे शक्य नाही आणि मागचा खरा माणूस उमगणे तर कधीच संभवनीय नाही, ही मला जाणीव झाली.

अशाच माझ्या परिचयाच्या एक प्रौढ संसारी गृहिणी. जो कुणी किंवा जी कुणी त्यांना भेटेल, त्याच्यावर किंवा तिच्यावर आपुलकीचा, अगत्याचा, आदरातिथ्याचा त्या असा भडिमार करतात, की आलेले माणूस गांगरूनच जावे. या आतिथ्याच्या जोडीलाच या बाईंचा सदैव विरक्तीचा आणि आध्यात्मिकतेचा असा एक भाव असतो. तो त्यांच्या बोलण्यातून सारखा उमटत असतो.

'काय, मेले, चार दिवसांचे तर आयुष्य. शेवटी बरोबर काय यायचे आहे? दोन गोड शब्द दुसऱ्यांशी बोलले, दुसऱ्यांना जरा जिव्हाळा दिला, तर तेवढंच संगतीला येईल. बाकी घरदार, चीजवस्तू, धनदौलत इथंच टाकून जायचं असतं ना?'

ही किंवा या प्रकारची वाक्ये बाईंच्या तोंडामध्ये गाण्याच्या पालुपदासारखी

सतत घोळत असतात. ज्ञानेश्वरी, दासबोध त्यांनी अगदी मन लावून वाचलेले आहेत आणि तल्लख स्मरणशक्ती व समयसूचकता यांचे देणेही त्यांना भरपूर प्रमाणात लाभले आहे. त्यामुळे प्रसंगाला उचित अशी अवतरणे या ग्रंथांतून त्या देतात आणि ऐकणाऱ्याला गार करून सोडतात.

पण पुढे हळूहळू उमगू लागते, की या बाईंची ही आध्यात्मिक विरक्त भूमिका हे एक फसवे दार आहे. कारण नंतर त्यांच्या संबंधीच्या काही गोष्टी मी पाहिल्या, ऐकल्या आणि त्यांतून बाईंचा कठोर व्यवहारीपणा, माणसे जोखून ती जोडण्यातला त्यांचा हिशेबीपणा आणि प्रसंगी अत्यंत निर्दय होण्याची त्यांची क्षमता यांचा मला चांगलाच अनुभव आला.

अशी फसवी दारे माणसांच्या मनांना असतात; आणि पिरॅमिडच्या फसव्या दारांचा जो हेतू, तोच याही दारांचा असतो. ही दारे इतरांना त्या त्या माणसांच्या अंतरंगात प्रवेश करू देत नाहीत आणि त्यामुळे आपले खरे व्यक्तित्व त्यांना इतरांपासून लपवून ठेवता येते. आपल्या खाजगीपणावर, खोल भावनासंचितावर कुणी दरोडा घालू नये, हाच या व्यक्तींचा हेतू असतो. त्यात आत्मसंरक्षणाची निकड असते. शिवाय आतून आपण कसेही असलो, तरी जगासमोर आपली एक विशिष्ट साजरीगोजिरी, आकर्षक प्रतिमा उभी करणे हे त्यांना आवश्यक असते. या फसव्या दारांमुळे आपल्यामधले सूक्ष्म अंतर्विरोध, तर्कविसंगत वागणे जगाच्या नजरेआड राहाते, हाही या मंडळींचा त्यात एक फायदा असतो; आणि अशी तर्कविसंगती माणसांमध्ये भरपूर प्रमाणात असते. आतला हळवेपणा लपवण्यासाठी माणसे कठोरपणाची, करड्या वृत्तीची एक दर्शनी बाजू जगासमोर उभी करतात. आपला हृदयशून्य स्वभाव इतरांना उमगू नये, म्हणून ती बाहेर प्रेमळ दयाळूपणाचा देखावा दाखवतात. हिशेबी आणि कंजूष बाजू लोकांना दिसू नये, यासाठी बाहेर औदार्याचा आव आणतात, आणि यातून ते जगालाच नव्हे, तर निकटवर्तीयांनाही सतत फसवत राहातात.

माझ्या ओळखीचे एक गृहस्थ आपल्या पत्नीवरील प्रेमाचे नको तिथे अन् नको तेवढे प्रदर्शन करीत. साड्या, दागिने, भेटवस्तू यांच्या तिच्यावर अगदी पाऊस पाडीत. बरीच वर्षे हा आंधळ्या कोशिंबिरीचा खेळ चालू होता. पुढे त्या गृहस्थांचे निधन झाले आणि मग जन्मभर ते आपली प्रतारणा कशी करत होते, इतर अनेक स्त्रियांशी त्यांनी संबंध कसे ठेवले होते, ते पत्नीच्या हळूहळू ध्यानात आले. तेव्हा पतिवियोगाचे दुहेरी दुःख तिने अनुभवले. पतिनिधनाने ती आधी व्यथित झालेली होतीच. आता त्याने केलेल्या फसवणुकीमुळे मानसिकदृष्ट्याही आपण त्याला

दुरावलो आहोत, हे तिला प्रथमच कळले; आणि पतीच्या शारीरिक वियोगापेक्षाही ही मानसिक दूरता तिला अधिक विव्हळ, अधिक व्याकूळ करून गेली.

माणसांच्या व्यक्तित्वाची ही फसवी दारे, अनेक प्रकारची, अनेक कारणांस्तव निर्माण केलेली. तथापि, ही दारे इतरांची किती काळ फसवणूक करतात? कधी काही काळ. कधी जन्मभर. पण मला एकच शंका येते. इतरांना चकवत राहाणारी ही दारे ज्याची त्यालाच फसवू लागली, तर कसे होत असेल? असत्यसुद्धा वारंवार आग्रहाने प्रतिपादीत राहिले, तर ते पुढे सत्य होते, असे म्हणतात. जन्मभर खोटा अभिनय केला, तर कालांतराने तो खराच वाटू लागतो, असेही म्हणतात. या फसव्या बंद दारांच्या बाबतीतही तेच होत नसेल का? त्यांच्याआड आतले जिवंत व्यक्तिमत्त्व घुसमटून मरून जात नसेल का?

◆ ◆ ◆

हेमाला मुलगी झाली

'शांताबाई का?'

'हो. मी बोलते आहे.'

'शांताबाई शेळके ना?'

'हो... मीच. पण...'

'अहो, ऐका तरी. आमच्या हेमाला मुलगी झाली. अगदी डिट्टो हेमा. गोरी, गोंडस, देखणी. वजन साडेसात पौंड. अशी गुटगुटीत आहे! म्हणजे मी आता आजी झाले! सांगा हे सगळ्यांना!'

'अरे, वा! मनापासून अभिनंदन. पण आपण कोण?' मी इतके विचारते आहे, तो पलिकडून फोन खटकन बंद केल्याचा आवाज आला.

मी बुचकळ्यात पडले. कुणालाही मूल झाल्याचे कळले, की मला आनंद होतो. तसा तो आताही झाला. पण ही हेमा कुणाची कोण? तिची आई कोण! मला काही केल्या आठवेना. माझ्या ओळखीच्या, नात्यातल्या, स्नेहातल्या सगळ्या स्त्रियांचे चेहरे मी मनासमोरून फिरवले, पण त्यात कुणी 'हेमाची आई' मला दिसेना. किंवा जिची लेक बाळंतपणाला टेकली आहे, अशीही कुणी ध्यानात येईना. खरे तर, तो तपशील विचारण्यासाठीच मी दोनदा फोनवर त्या बाईंना प्रश्न विचारण्याचा प्रयत्न केला होता. पण त्याच्या आनंदाचा धबधबा इतका प्रचंड आणि गतिमान होता, की त्यात माझे प्रश्न कुठच्या वाहून गेले. मी काही वेळ गप्प बसून राहिले. मग मला एकदम हसू आले आणि कसल्या तरी तिरीमिरीतच मी माझ्या एका जवळच्या मैत्रिणीला फोन केला.

ती म्हणाली,

'काय, गं? काही विशेष?'

'अगं, विशेष म्हणून काय विचारतेस? कळलं का तुला? हेमाला मुलगी झाली. अगदी डिट्टो हेमा. गोरी, गोंडस, देखणी, साडेसात पौंड वजन, छान गुटगुटीत आहे. हेमाची आई आता आजी झाली. आहे ना आनंदाची बातमी?'

'थांब, थांब, थांब जरा!' मैत्रीण काहीशी चिडूनच पलीकडून बोलली, 'कोण ही हेमा? कोण तिची आई? जरा खुलासेवार सांगशील, की नाही?'

'अग, मला तरी कुठं माहीत आहे? कोण हेमा अन् कोण तिची आई, देव

जाणे! मला स्वत:लाच मुळी पत्ता नाही...'

'मग मला कशाला सांगते आहेस?' मैत्रीण अधिकच चिडून म्हणाली.

'अग, मला फोनवर कुणी तरी बातमी सांगितली. ती मी तुझ्यापर्यंत पोहोचवली.' मी म्हणाले, 'तर सांगायचं म्हणजे, हेमाला मुलगी झाली. गोंडस, गुटगुटीत, डिट्टो हेमा!'

'खुळचटच आहेस!' मैत्रीण म्हणाली आणि तिने रागारागाने फोन बंद केला.

तिला बिचारीला विनोदबुद्धी जरा बेताचीच आहे. तिला या सगळ्या प्रकरणातली गंमत जाणवलीच नाही. मी मात्र दिवसभर त्या फोनची आठवण काढून हसत होते आणि भेटेल त्याला सांगत होते, 'कळलं का? हेमाला मुलगी झाली. डिट्टो हेमा!'

मला वाटणाऱ्या गमतीचा भर ओसरल्यावर मी गंभीरपणे झाल्या घटनेचा विचार करू लागले आणि मग त्या फोनची थट्टा केल्याबद्दल माझी मलाच जरा ओशाळगत वाटली. ही जी कोण हेमाची आई, ती नक्कीच मला कधीतरी, कुठेतरी भेटलेली असणार. भगिनीमंडळ, शाळा, एखादा सार्वजनिक समारंभ, लग्न, मुंज अशा ठिकाणी आपल्या इतरांशी ओळखी होतात. तशा त्या तोंडदेखल्या, औपचारिक असतात. आपल्या सार्वजनिक जीवनातला तो एक अपरिहार्य भाग असतो. हेमाची आई अशीच कुठेतरी माझ्या परिचयाची झालेली असणार. मुलीला मुलगी झाली, ही तिच्या लेखी खरोखरच आनंदाची, अपूर्वाईची घटना. ती जर तिने मला कळवली, तर त्यात एवढे मी हसण्यासारखे काय आहे? आता हेमाची आई कोण, ते मला आठवत नाही. तिचा चेहरामोहराही माझ्या डोळ्यांसमोर येत नाही. पण हा काय त्या बिचारीचा दोष आहे थोडाच? महत्त्वाची गोष्ट ही, की आपला आनंद तिला मजपर्यंत पोहोचावासा वाटला. त्यात एवढे चेष्टा करण्याजोगे काय आहे?

मात्र इथेच आणखी एका गोष्टीचा खुलासा करायला हवा. हेमाच्या आईने तिच्या घरची आनंदाची बातमी मला आवर्जून सांगितली, यामुळे मी मोठी फुशारून गेले किंवा माझा अहंकार त्यामुळे वाढला, असे मात्र मुळीच झाले नाही.

वस्तुस्थिती अशी असते, की आपल्या भोवती माणसांचा प्रचंड समूह वावरत असतो. या समूहातून आनंदाचे, दु:खाचे, क्रोधाचे, अपमानाचे, नाना प्रकारच्या वासनाविकारांचे उद्रेक सतत होत असतात आणि आपली इच्छा असो किंवा नसो, या उद्रेकाचे चार शिंतोडे आपल्या अंगावर उडाल्याखेरीज राहात नाहीत. फुलांनी डवरलेल्या चमेलीच्या वेलीजवळून आपण गेलो, तर सुगंधाचा उन्मादक दरवळ सहज आपल्यापर्यंत येऊन पोहोचतो. तसेच पेटलेल्या गंजीजवळून आपण गेलो, तर चटचटणाऱ्या चार-दोन ठिणग्या आपल्याही अंगावर येतात. पाण्याच्या धो-धो

कोसळणाऱ्या धबधब्यापाशी आपण उभे राहिलो, तर पाच मिनिटांत आपले केस, कपडे भिजून चिंब होतात. आपल्याला तुषारस्नान घडते. या सर्व प्रसंगी आपण केवळ निमित्तमात्र, नगण्य असतो. त्या चमेलीच्या वेलीला, त्या पेटलेल्या गंजीला किंवा त्या धबधब्याला आपले काडीमात्र महत्त्व वाटत नसते, त्यांच्या स्वाभाविक आविष्कारात योगायोगाने आपण सापडलेले असतो, इतकीच त्यांच्या लेखी आपल्याला किंमत असते - म्हणजे नसते!

हेमाच्या आईचा विचार करताना माझ्या ध्यानात आले, की नातवंड झाले, की ही बातमी कुणाच्या तरी कानांवर घालावी, ही हेमाच्या आईची खरी गरज होती, महत्त्व त्या गरजेला होते. मला नव्हते. तिने दहा जणांना ही बातमी सांगितली असणार, त्यांतलीच एक मी. फोन बंद केल्याक्षणी ती मला विसरूनही गेली असणार!

मला एक जुनी घटना आठवली. तेव्हा मी कॉलेजमध्ये शिकवत असे. एकदा तास नसल्यामुळे मी कॉमनरूममध्ये अशीच काही वर्तमानपत्रे, मासिके चाळत बसले होते. इतक्यात सायन्स विभागात शिकवणारे एक प्राध्यापक तिथे आले. खरे तर, त्यांचा माझा फारसा घनिष्ट स्नेह होता, असे नाही. कॉलेजात वावरताना एकमेकांसमोर कुठे आलो, कॉरिडॉरमध्ये भेटलो, तर परस्परांकडे बघून हसायचे, 'काय, कसे काय?' विचारायचे नि पुढे चालू लागायचे, इतकीच आमची औपचारिक ओळख होती. पण त्या दिवशी ते प्राध्यापक जे कॉमनरूममध्ये आले, ते माझ्या समोरच्या खुर्चीवर धाडकन बसले आणि रागारागाने म्हणाले,

'हलकट साला! बेशरम! पाजी!'

मी आश्चर्यचकित झाले. प्राध्यापक महाशय कुणाबद्दल बोलताहेत, तेच मला कळेना. मी आजूबाजूला पाहिले. सबंध कॉमनरूममध्ये आम्हां दोघांखेरीज कुणी नव्हते. बाकीची मंडळी आपल्याला तासांवर गेली होती. मी काही प्रश्न विचारणार, इतक्यात प्राध्यापक पुढे मला म्हणाले,

'तुम्हांला सांगतो, बाई, खरोखर मी आपला स्वभावानं शांत, गरीब माणूस पडलो, म्हणून इतके दिवस हे सारं सहन केलं. पण आता यापुढं मी इतकंसुद्धा सोसायचं नाही, असं ठरवलं आहे. अहो, माणसानं किती सोसायचं, याला काही मर्यादा आहे, की नाही?'

'ते बाकी खरंच!' काही तरी बोलायचे, म्हणून मी बोलले.

'अहो, उघड उघड शत्रू परवडले; पण वरून मित्रत्वाचा देखावा करणारे हे असले छूपे शत्रू फार भयंकर असतात.' प्राध्यापक पुढे म्हणाले, 'अहो, हे हिरवळीत दडलेले साप! हे अस्तनीतले निखारे! वर वर गोड बोलतील अन् आतून तुमच्या

घाताच्या योजना आखतील. 'वर्जयेत् तादृशं मित्रं विषकुम्भं पयोमुखं' असं सुभाषितकारानं म्हटलंय् ना, ते अगदी सत्य आहे!'

प्राध्यापक सायन्स विभागातले होते; पण मराठी आणि संस्कृत या भाषांवर त्यांचे चांगलेच प्रभुत्व दिसले. मात्र ते कुणावर इतके रागावले होते, त्याचा अजूनही मला पत्ता लागला नव्हता. बरे, मध्ये थांबवून त्यांना काही विचारावे, तर प्राध्यापकांच्या रसवंतीला खळ कसा तो पडत नव्हता. शेवटी मी फक्त त्यांचे ऐकून घ्यायचे ठरवले. म्हटले, कुणी का असेना यांचा शत्रू, आपल्याला काय करायचे आहे? आता या क्षणी या गृहस्थांना सहानुभूतीने त्यांचे बोलणे ऐकून घेणाऱ्या श्रोत्याची गरज आहे आणि योगायोगाने ती भूमिका आपल्याकडे आली आहे. तेवढी आपण व्यवस्थित पार पाडली, म्हणजे झाले. मग मी प्राध्यापकांना काही विचारण्याच्या भानगडीतच पडले नाही. फक्त ते श्वास घेण्यासाठी मधूनमधून थांबले, म्हणजे 'हो... ते तर खरंच आहे!' 'अहो, जगाची रीतच अशी आहे, त्याला काय करायचं?' 'बाकी, सर, तुम्ही खरोखरीच सहनशील आहात हं. आपल्याच्यानं नसतं हे प्रकरण निभावलं!' असे त्यांना आवडण्याजोगे सांत्वनाचे, सहानुभूतीचे, त्यांना अनुकूल उद्‌गार मधून मधून काढत राहिले.

अर्धा एक तास गेला. प्राध्यापकांचा संताप एव्हाना बराच ओसरला होता. त्यांना हवा तसा शांत, संयमी, सहानुभूती दाखवणारा श्रोता माझ्या रूपाने त्यांना आयता लाभला होता. बोलणे संपवून ते उठले, तेव्हा त्यांना खूपच बरे वाटलेले दिसले. जाता जाता ते मला म्हणाले.

'तुमच्यापाशी मन मोकळं केलं ना, बाई, मला खूप बरं वाटलं, बघा. खरं सांगतो, अगदी आतल्या मनातल्या गोष्टी ज्यांच्यापाशी बोलाव्यात ना, अशी माणसंसुद्धा आजकाल फार थोडी सापडतात. नाही तर बघा. आपण विश्वासानं एखाद्यापाशी काही बोलावं अन् आपली पाठ फिरली, की त्यानं लगेच त्या माणसाकडे जाऊन चुगली करावी. तुम्ही त्यांतल्या नाही, हे मला माहीत आहे, म्हणून तुमच्याजवळ इतकं सगळं बोललो. बराय्... येतो.'

प्राध्यापक निघून गेले. मी विचार करत राहिले. इतके सगळे रामायण त्यांनी मला सांगितले; पण ते कुणाविषयी बोलत होते, हे अखेरयंत मला कळले नाही! तो माणूस त्यांचा सहकारी होता, की विषयप्रमुख होता, की खुद्द प्रिन्सिपल होते, की आणखी कुणी खाजगी मित्र होता, याचा अखेरपर्यंत मला पत्ता लागला नाही. मला हसू आले. मनात म्हटले, मी चुगलखोर नाही, हा त्या प्राध्यापकांना विश्वास वाटला, हे ठीक झाले, पण समजा, मला चुगली करावीशी वाटली, तरी मी ती करणार कुणापाशी? मला त्या व्यक्तीचे नावगाव तर ठाऊक असायला हवे?

आणखी एक असाच प्रसंग. मी लोकलने खारला चालले होते. तेव्हा लोकलना

इतकी गर्दी नसायची. त्यातून ती दुपारची वेळ. बायकांचा डबा जवळजवळ रिकामा होता. फक्त एक तरुण मुलगी डब्यात बाकावर बसली होती. माझीच एक जुनी विद्यार्थिनी. मला बघून ती ओळखीचे हसली आणि माझ्याजवळ येऊन बसली. अंगावर कोऱ्या हिरव्या साडीचा दरवळ, हातांत तास मारलेल्या लखलखत्या सोन्याच्या बांगड्या अन् हिरवा चुडा, आणि गळ्यात कोरे करकरीत मंगळसूत्र. शिवाय चेहऱ्यावर केवळ नववधूच्याच मुखावर असतो, तसा एक अवर्णनीय सुंदर भाव. हिचे नुकतेच लग्न झाले आहे, हे सांगायला कुणाची गरज नव्हती. मी तिचे अभिनंदन केले, त्याबरोबर ती लगबगीने बोलत सुटली,

'फार झटपट ठरलं, हो, बाई, लग्न, अन् एक आठवड्यात झालं सुद्धा. तुम्हांला लग्नाला बोलवायचं फार मनात होतं; पण गडबडीत पत्रिकासुद्धा धड वाटता आल्या नाहीत.'

'ते राहू दे, गं!' मी म्हटले, 'तू मजेत आहेस ना? माणसं चांगली आहेत ना?'

'हो, बाई. सगळं कसं माझ्या मनाजोगतं आहे. हे तर फारच प्रेमळ आहेत. शिवाय नोकरी चांगली...'

मग तिने बराच वेळ बडबडत राहून आपल्या नवऱ्याचा, सासरच्या माणसांचा आणि इतरही बराच तपशील मला पुरवला. तिचा आनंद पाहून माझेही मन सुखावले. ती बोलत होती. आणि एखाद्या कारंज्याजवळ उभे राहावे, त्याचे शीतल तुषार अंगावर यावेत, तसे मला वाटत होते. बोलणे संपवताच ती म्हणाली,

'मुख्य म्हणजे, बाई, आम्हांला उपनगरात स्वतंत्र फ्लॅट मिळालाय्. आहे लहानसाच. पण खूप छान आहे. शिवाय स्टेशनपासून पाच मिनिटांच्या रस्त्यावर, असं डावीकडे वळलात ना, की सचिन सोसायटी लागते. कॉलनीच आहे छोटी. तिथे मिस्टर सोमणांची जागा विचारलीत, तर कुणीही सांगेल. मग यायचं हं नक्की माझ्या घरी, रविवारी या एका. जेवायला या. यांचीही ओळख होईल...'

इतक्यात एक स्टेशन आले. ती लगबगीने उठली. म्हणाली,

'इथं माझी आत्या राहाते. तिच्याकडे जायचंय्. पण माझ्या घरी मात्र यायचं हं, बाई, विसरायचं नाही...'

ती पटकन खाली उतरून गेली. पण तिचा आनंद अत्तराच्या वासासारखा बराच वेळ माझ्याभोवती दरवळत राहिला. जरा वेळाने मी मनाशी म्हटले, एकदा जायचेच हिच्या घरी. केवढ्या अगत्याने बिचारीने आमंत्रण दिले आहे. आणि मग माझ्या ध्यानात आले, की तिने आपण उपनगरात राहातो, इतकेच मला म्हटले होते. उपनगराचे नाव सांगायला ती विसरली होती. ती आपल्या आनंदात इतकी बुडून गेली होती, की असले क्षुल्लक तपशील तिच्या ध्यानातही नव्हते. बरे, मला पाहूनच ती सुखावली होती, असे नाही. माझ्याऐवजी तिच्या ओळखीचे दुसरे कोणीही तिला

भेटले असते, तरी तिच्या प्रसन्नतेचे कारंजे असेच थुईथुई नाचत राहिले असते. महत्त्व मला नव्हते. महत्त्व त्या उत्फुल्ल मन:स्थितीला होते.

तर हे असे असते. आपल्या मनात असो नसो, आपला संबंध असो नसो, आसपासच्या बऱ्या-वाईट घटनांत आपल्याला भागीदार व्हावेच लागते. आपण समाजात राहातो, त्याची ती किंमत आपण देत असतो. म्हणूनच मी तुम्हांलाही सांगते आहे, की हेमाला मुलगी झाली! गोंडस, गुटगुटीत, वजन साडेसात पौंड, डिट्टो हेमा!

◆ ◆ ◆

थबकलेली वये

परवा एक समव्यावसायिक गृहस्थ मला भेटायला आले. समव्यावसायिक अशा अर्थाने, की तेही एका कॉलेजात मराठी विषयाचे अध्यापन करीत होते. शिवाय ते थोडेसे हौशी लेखकही होते. मराठीचे अध्यापन आणि मराठी साहित्य या दोन्ही आमच्या व्यवसायाच्या, तशाच आवडीच्याही गोष्टी. तेव्हा अर्थात गप्पा त्याच विषयांवर सुरू झाल्या. सुरुवातीला त्या रंगल्याही. पण नंतर काही चुकल्या चुकल्यासारखे वाटू लागले. काही तरी गफलत होते आहे, असे मनात येऊ लागले. हे असे आपल्याला का वाटते आहे, हे आधी मला कळेना. पण थोड्याच वेळात त्याचे कारण माझ्या ध्यानात आले.

गंमत अशी होती, की हे प्राध्यापक फडके, खांडेकर, माडखोलकर, रविकिरण मंडळ, तांबे यांच्या काळापुढे मनाने कधी सरकलेच नव्हते. माझ्याशी बोलताना ते त्याच लेखकांबद्दल, कवींबद्दल, त्या वेळच्या वाङ्मयीन घटनांबद्दल, समस्यांबद्दल पुन्हा पुन्हा अतिशय चवीने, रंगून जाऊन बोलत होते. त्यांचा हिरमोड करणे माझ्या जिवावर आले. म्हणून मीही त्यांच्याशी त्याच विषयांवर बोलत राहिले. मनातून मात्र मला त्यांच्या विद्यार्थ्यांची-पण त्याहीपेक्षा त्यांची स्वत:ची-कीव येऊ लागली.

महाविद्यालयीन पातळीवर मराठी विषयाचे अध्यापन करणारा हा शिक्षक. पण गेल्या चाळीस-पंचेचाळीस वर्षांत मराठी साहित्यामध्ये इतक्या महत्त्वाच्या घडामोडी झाल्या; कथा, कविता, नाटके आमूलाग्र बदलली; दलित साहित्याच्या रूपाने एक मोठा सामाजिक उद्रेक झाला; ग्रामीण साहित्याने नवे वळण घेतले; वेगवेगळ्या व्यवसायक्षेत्रांतल्या लोकांचे अनुभव शब्दबद्ध होऊ लागले; यांतल्या कशाचीही या प्राध्यापक महाशयांना दखल नव्हती, आणि जी थोडी-फार होती, ती फक्त नव्या साहित्याची टिंगल, टवाळी, कुचेष्टा करण्यापुरतीच होती. त्यांचा जीव अजून फडके-खांडेकरांत, यशवंत-तांब्यांतच गुंतलेला होता. त्यांना श्रेष्ठ साहित्य फक्त तेच वाटत होते. बोलण्यासारखे जर काही असले, तर ते त्यासंबंधीच होय, अशी त्यांची प्रामाणिक व कळकळीची समजूत होती!

गप्पा संपल्या, चहा आला. प्राध्यापक माझा निरोप निघून गेले. पण तो सारा दिवस माझे मन अस्वस्थ होऊन त्यांचाच विचार करत राहिले. गृहस्थांचे वय आता साठीच्या जवळ आले होते; पण त्यांचे मानसिक वय विशी-बाविशीच्या पुढे कधी

सरकलेच नव्हते. ते आपले तिथेच थबकून राहिले होते. मी विचार करू लागले, तेव्हा अशी विशिष्ट टप्प्यावर थबकलेली किती तरी वये मला आठवू लागली.

माझ्या परिचयाच्या एक वृद्ध बाईंचे पती मामलेदार होते. त्यांच्या अमदानीत बाईंनी खूप वैभव, रुबाब भोगला होता. बाईंचे पती गेल्याला आता अनेक वर्षे लोटली आहेत. दोन मुले आहेत. ती चांगली कर्तबगार निघाली आहेत. एक डॉक्टर, एक इंजीनियर, सुना गुणी, मुली सुस्थळी पडलेल्या, नातवंडे हुशार. काही म्हटल्या, कुठे काही उणे नाही. पण बाईंचे मानसिक वय पतीच्या मामलेदारीच्या काळातच अजून गुंतलेले आहे. कधीही त्यांची भेट झाली, की त्यांना हमखास ते दिवस आठवतात अन् मग त्या वेळच्या स्मृतींची गाथा उलगडू लागते. आपला तेव्हा किती डालमौल होता, लोक कसे 'आईसाहेब... आईसाहेब' म्हणून अजिजीने आपल्याशी वागत, कुठल्याही गावी रावसाहेबांबरोबर आपण फिरतीला गेलो, की लोणी, भाज्या, फळे भेटीदाखल कशी घरी येऊन पडत, याचे रसभरित वर्णन बाई मला ऐकवतात. बाकी मुले, लेकी, सुना, नातवंडे कुणाचेही त्यांना कौतुक नाही. त्यांच्या जीवनाविषयी कुतूहल नाही. त्या आपल्या भूतकाळातच जगत आहेत. तिथेच त्या कायमच्या थबकून उभ्या आहेत.

तशीच ती माझ्या ओळखीची दुसरी एक प्राध्यापिका. तरुणपणी त्या फार देखण्या होत्या. कॉलेजात 'ब्यूटी क्वीन' म्हणून गाजत होत्या. अनेक मुले त्यांचा शब्द झेलण्यासाठी तत्पर असत. हे सारे खरे. पण म्हणून काय बाईंनी त्या काळातच कायम अडकून पडावे? आपण केव्हाही त्यांच्या घरी गेलो, की बाई कॉलेजच्या दिवसांतल्या गमती सांगू लागतात. त्या वेळचे आपले फोटो कौतुकाने दाखवतात. मला वाटते, चाळिशी उलटल्यानंतर त्यांनी आपले फोटो सुद्धा काढलेले नाहीत. दिवाणखान्यात स्वत:चे दोनतीन मोठाले फोटो लावून ठेवलेले आहेत, ते देखील विशी-बाविशीतले. भूतकाळात जगण्याचा त्यांचा हा अट्टाहास इतका केविलवाणा वाटतो. पण बोलायचे कुणी, कसे? सगळ्यांत अतिशय करुण गोष्ट अशी, की बाईंचे वय आज साठीच्या आतबाहेर आहे, पण सारे हातवारे, आविर्भाव, हसणे, रुसणे, लाडिकपणे बोलणे हे मात्र कॉलेजमधल्या वयातलेच. आता ऐन विशीतल्या कोवळ्या सुंदर कुमारिकेला जे आविर्भाव शोभून दिसतील, ते साठीच्या घरातल्या वृद्ध स्त्रीला कसे शोभतील? बाई लाडके, तोंडातल्या तोंडात जीभ फिरवत, अरळ अरळ बोलू लागल्या, की अक्षरश: अंगावर झुरळ चढल्यासारखे वाटते. शहारे येतात. दुर्दैवाची गोष्ट ही, की बाईंनी वयाची शारीरिक वाढ जशी पत्करली नाही, तसे मानसिक वयही त्यांनी कधी वाढू दिले नाही. वाचन नाही.

विचार नाही. प्रगल्भता नाही. फावल्या वेळची त्यांची मोठी करमणूक म्हणजे कॉलेजमधल्या आपल्या जुन्या फोटोंचे आल्बम चाळत बसणे आाणि आत्मकौतुकात मग्न होणे! किती भयानक आहे हे सारे.

या दोघी बायका तर सामान्य कुवतीच्या आहेत. पण आणखी थोडे बारकाईने आसपास बघू लागल्यास आपले काही नामवंत लेखक, कवी हे देखील विशी-बाविशीच्या पुढे मनाने वाढलेच नाहीत, की काय, अशी शंका येते. त्यांचे साहित्यगुण निर्विवाद आहेत. पण समाजापुढे सतत स्वत:ची एक तरुण, तरतरीत 'इमेज' उभी करण्याची त्यांची जी धडपड चाललेली असते, तिची मला कीव येते. ही माणसे - खाजगी काय किंवा सार्वजनिक काय - कुठल्याही प्रसंगी आपल्या मस्तकावरचा कलावंताचा झगझगीत मुकुट उतरवून ठेवायला मुळी तयारच नसतात. विशी-बाविशीतला कोवळा उत्साह निदान खरा असतो. निरागस असतो. त्यात एक स्वाभाविक उत्स्फूर्तता असते. या वयाला थोडा अतिरेक शोभूनही दिसतो. पण पन्नाशी आणि साठी ओलांडलेले आमचे नामवंत बुजुर्ग साहित्यिक जेव्हा तो अतिरेक आणि उत्साह दाखवतात, तेव्हा तो अगदी अंगावर येतो. त्यांचे कारण त्यामागे एक मतलबी हिशेब असतो. समोरच्या माणसाला दिपवून त्याला गारद करण्याचा एक पवित्रा असतो. म्हणून त्यातले खोटेपण सहज ध्यानात येते. हे तारुण्याचे व तरतरीचे सोंग अनेक मार्गांनी प्रकट होत असते. खेळकरपणे वागणे, एकसारखे विनोद आणि कोट्या करणे, जाता जाता सहज म्हणून, पण आतून आधीच ठरवून इंग्रजी-मराठी-संस्कृत अवतरणे समोरच्या माणसांना ऐकवणे, वक्तृत्वात जिभेच्या पट्ट्याची सराईत फेक करणे, कला सादर करताना बालिश अभिनय करणे - एक ना दोन! लोकप्रियता संपादन करण्यासाठी किंवा मिळवलेली लोकप्रियता टिकवण्यासाठी हे कलावंत ज्या तऱ्हेने लोकानुनय आणि लोकरंजन करीत असतात, ते पाहिले, की मन विषण्ण होते. केशवसुतांनी 'प्रौढत्वी निज शैशवास जपणे' हा कवीचा, कलावंताचा बाणा असतो, असे म्हटले आहे. पण केशवसुतांना शैशव जपण्याचा हा अर्थ निश्चितच अभिप्रेत नसणार. हे असे कलावंत पाहिले, म्हणजे मनात येते, खरोखर हे कधी वाढलेच नाहीत का? आयुष्याने यांना काहीच शिकवले नाही? सुखदु:खांच्या लाटा यांच्या अंगावरून जाताना यांना कधी घडवत, मोडत गेल्याच नाहीत? कशासाठी ही सतत नाटके? कशासाठी हा अभिनय? कशासाठी हे इतके समाजाला प्रसन्न राखणे आणि खुश करणे? साध्या, सहज, निर्भर आणि प्रांजल वागण्याने आपले कलावंतपण लोकांना उमगणार नाही, अशी यांना भीती तर वाटत नसेल?

माणसांची वये अशी विशिष्ट वळवणार थबकतात. पण याहून एक विचित्र उदाहरण मी पाहिले आहे.

फार वर्षांपूर्वीची गोष्ट. मी एका गावी व्याख्यानाच्या निमित्ताने गेले होते. गावात एक फार नामवंत गृहस्थ राहात होते. नामांकित सामाजिक कार्यकर्ते, थोर देशभक्त, उत्कृष्ट कायदेपंडित अशा अनेक नात्यांनी त्यांनी प्रतिष्ठा मिळवली होती. घरात खानदानी आदब आणि पिढीजात श्रीमंती. अर्थात या घरी मला चहाचे आमंत्रण यावे, हा घराच्या रीतिरिवाजाचाच एक भाग होता. तसे आमंत्रण मला आले. मी त्या घरी गेले. घरात ते गृहस्थ, त्यांचे दोन चिरंजीव, लेकी, सुना असे मोठेच कुटुंब होते. चहाफराळ झाला. नंतर लेकीसुनांनी एकमेकींकडे साभिप्राय नजरेने पाहिले. एकजण हळूच म्हणाली,

'आईसाहेबांची खोली दाखवायची ना यांना?'

'दाखवायची तर!' दुसरी म्हणाली.

घराची मालकीण मला दिसली नव्हती. वाटले, बाई वार्धक्यामुळे किंवा आजारामुळे बाहेर माणसांत येत नसतील. त्यांची भेट मला घडवावी, म्हणून या लेकीसुना मला तिथे नेणार असतील.

मी तत्परतेने उठले. एक सुसज्ज शय्यागृहात मला नेण्यात आले. तिथे गेल्यावर मला कळले, की आईसाहेब एक वर्षापूर्वी जग सोडून गेल्या होत्या. पण घरातल्या सर्वांनी त्यांची खोली जशीच्या तशी ठेवली होती. वॉर्डरोबमधल्या साड्या तशाच, आईसाहेबांनी जाण्यापूर्वी अर्धवट वाचलेली पुस्तके तशीच. त्यांची कणेरी पेटी तशीच उघडी. कुंकवाचा करंडा तसाच. फार काय सांगावे, त्यांनी शेवटी केस विंचरले, तो गुंतवळ देखील कंगव्याला तसाच!

मी ते बघून शहारले. स्तंभित झाले. लेकी आणि सुना माझ्याकडे अभिमानाने बघत होत्या. त्यांतली एकजण म्हणाली,

'आईसाहेबांचा आम्हांला विसर पडणं शक्यच नाही. त्यांची एकूण एक आठवण आम्ही अशी जपली आहे!'

खरेच सांगते, मला त्या खोलीत गुदमरल्यासारखे झाले, एक मृत व्यक्ती साऱ्या जिवंत घरावर ताबा गाजवत होती. साऱ्या घराला तिने आपल्या स्मरणाच्या मिठीत घट्ट पकडून ठेवले होते. ते सबंध घरच मुळी एका विशिष्ट घटनेपाशी थबकले होते. तिथून पुढे रेसभरही सरकायला ते तयार नव्हते.

मला ते सारे विकृत वाटले. आवडत्या व्यक्तीची आठवण पार्थिव वस्तूंमध्ये गुंतवून ठेवण्याचा अट्टाहास केविलवाणा वाटला.

त्या खोलीतून बाहेर पडले, तेव्हा कुठे मी मोकळा श्वास घेतला!

अर्थात एक गोष्ट मान्य करायला हवी. कोवळ्या आणि संस्कारक्षम वयात काही घटना, प्रसंग, व्यक्ती, अनुभव आपल्याला अगदी झपाटून टाकतात. त्यांच्या

गोड आठवणी जन्मभर आपल्यापाशी राहातात; आणि पुढच्या प्रौढ वयातही त्या आठवणी मनात एक गोड, उदास हुरहूर जागी करतात. हा पूर्वस्मृतीचा नॉस्टाल्जिया आपणा सर्वांच्या मनांत असतो. तो सुंदरही असतो. फडके-खांडेकरांच्या, माडखोलकरांच्या कादंबऱ्यांनी, रविकिरण मंडळाच्या कवींच्या कवितांनी, तांब्यांच्या कवितांनी आणि तरुण वयातल्या अनुभवलेल्या इतरही अनेक गोष्टींनी मला अनुपमेय आनंद दिलेला आहे. त्या आनंदाशी आजही मी कृतज्ञ आहे. पण अशी कृतज्ञता बाळगणे वेगळे आणि मनाने तिथेच थांबून राहाणे वेगळे. पहिली गोष्ट निकोप, स्वाभाविक आहे, तर दुसरी रोगट, विकृत आहे. काळ झपाट्याने पुढे सरकत असतो: आणि तो आपल्यालाही स्वत:बरोबर पुढे ओढून नेत असतो. त्याच्याबरोबर आपण पुढे गेलो, म्हणजे जुन्या आठवणींशी, गोष्ट स्मृतींशी आपण बेइमान होतो, असे थोडेसे आहे? पण ज्यांची वये एका विशिष्ट अवस्थेनंतर पुढे सरकलीच नाहीत किंवा ज्यांनी ती सरकू दिली नाहीत, त्यांना हे कोण आणि कसे सांगणार?

◆◆◆

आतला माणूस

आपल्या ओळखीची, आसपासची माणसे आपल्याला कळतात, असे आपण धरून चालतो. सामान्यत: ते बरोबरही असते. माणूस कळणे म्हणजे काय? प्रत्येकाची कल्पना वेगळी असते; आणि त्या कल्पनेनुसार तो आपल्या सभोवती वावरणाऱ्या माणसांना ओळखतो किंवा ओळखत नाही. एखाद्याची नोकरी, मुलेबाळे, कुटुंबाचा एकूण तोंडावळा आणि समाजातले त्यांचे स्थान कळले, की तो माणूस आपल्याला 'कळला', अशी अनेकांची समजूत असते. इतरांची एवढी व्यावहारिक ओळख त्यांना पुरेशी असते. तर काही माणसांच्या बाबतीत इतरांच्या मनाचे पडदे अन् पडदे उकलूनही त्यांना त्यांची पुरेशी ओळख पटल्यासारखे वाटत नाही.

अगदी तात्त्विक पातळीवर विचार केला, तर हे 'ओळखणे' स्वत:पासून सुरू होत असते. आपल्याला आपली स्वत:ची ओळख तरी कुठे पुरेशी पटलेली असते? आत्मज्ञान हा अध्यात्मिक शब्द त्याच्या गहन अर्थाने समजून घेणे आपल्या आवाक्याबाहेरचे आहे. परंतु 'स्वत:ची स्वत:ला ओळख पटवून घेणे' एवढ्यापुरता त्याचा अर्थ आपल्याला समजतो. स्वत:ला स्वत:ची संगत, सहवास कधीच टाळता येत नाही. ही संगत, हा सहवास सुखावह व्हायला हवा असेल, तर स्वत:ला नीट ओळखणे फार आवश्यक आहे. Know thyself या इंग्रजी वचनातही हाच अर्थ अभिप्रेत असावा. पण आपण आपल्याला तरी पुरेसे ओळखतो का? ओळखत नाही. तुकारामांसारख्या महान संतालादेखील 'आपुलाचि वाद आपणासी' घालण्याची वेळ येते. ज्याला स्वत:ची ओळख पुरतेपणी पटली असेल, तो स्वत:शी वाद घालील कशाला? पण हे भांडण जिथे तुकारामांसारख्यांनादेखील चुकले नाही, तिथे आपल्यासारख्या सामान्य माणसांची काय कथा!

आपल्याला वाटत असते, की आपण स्वत:ला अगदी आतून बाहेरून ओळखतो. पण वस्तुस्थिती अशी असते, की आपल्यालाच स्वभावातले गहन कोनेकोपरे, धोक्याच्या अंधाऱ्या जागा, चित्रविचित्र वाटा आणि वळणे आपल्याला माहीत नसतात. एखादे वेळी आपण एखादी कृती करून जातो आणि मग आपणच का हे केले, असा प्रश्न स्वत:ला विचारत राहातो. कुणीतरी येऊन काहीतरी सांगते. कशात तरी गुंतवते. नको ती लचांडे आपल्या गळ्यात घालते आणि मग आपण या जाळ्यात अडकलो तरी कसे, असा स्वत:शीच पस्तावा करीत आपण चडफडत

राहातो, रोजच्या व्यवहारात देखील असे प्रसंग सतत घडत असतात आणि आपण फसत असतो. नको त्या वाटांनी जात असतो, 'मी हा गाढवपणा करायला नको होता! कसली मला भूल पडली, देव जाणे! माझी अक्कल त्या वेळी कुठे गेली होती, कुणास ठाऊक!' असे उद्गार कितीदा तरी आपण काढल्याचा माझाच नव्हे, तर प्रत्येकाचा अनुभव असेल याचाच अर्थ असा, की आपली आपल्याला ओळख पटलेली नसते. विशिष्ट वेळी आपण कसे वागू, एखाद्या घटनेसंबंधी आपली प्रतिक्रिया कोणती होईल, याचा आपला आपल्यालाच अंदाज नसतो.

ही जिथे स्वत:ची गोष्ट, तिथे आपल्या सभोवती वावरणाऱ्या लोकांची ओळख आपणाला पुरती पटू नये, यात खरोखर आश्चर्य वाटण्याजोगे काहीच नाही. ज्याला आपण गेली अनेक वर्षे खूप जवळून पाहिलेले असते, ज्याच्या जीवनातले अनेक बारीकसारीक तपशील आपल्याला ठाऊक असतात, आणि ज्याचा स्वभाव आपल्याला पुरतेपणी कळलेला आहे, अशी आपली खात्री असते, असा एखादा अगदी निकटवर्ती मित्र एकदम काहीतरी वेगळेच करतो. वेगळाच निर्णय घेतो. आणि आपण चकित होऊन म्हणतो, 'अरे, हा असा वागेल, असे स्वप्नात सुद्धा वाटले नव्हते.' किंवा 'या प्राण्यात एवढी ताकद असेल, (किंवा एवढा मूर्खपणा असेल) याचा आपल्याला नव्हता, बुवा, अंदाज आला!' सांगायचे कारण असे, की ओळखीच्या माणसांनाही आपण पुरेसे ओळखलेले नसते.

या सगळ्याचे कारण असे, की माणूस मुळातच फारसे तर्कशुद्ध वागवणारा प्राणी नाही. त्याच्या व्यक्तित्वात अनेक विसंगती असतात. Man is an irrational animal या विधानाचा अर्थ हाच आहे. अनेकदा माणूस तर्कविसंगत वागतो आणि मग त्या वागण्याचे समर्थन करण्यासाठी त्याला तर्कशुद्धतेची एक बैठक देतो. क्वचित त्या वर्तनाचे तत्त्वज्ञान देखील बनवतो. पण असते सारी तर्कशून्यताच. अनेकदा हे ज्याचे त्यालाही कळते. पण ऐनवेळी कुठल्या आंतरिक प्रेरणा फणा काढतात, कुठले जबरदस्त भोवरे माणसाचे पाय खेचून त्याला भलतीकडे वाहवत नेतात, कुठल्या प्रबल शक्ती त्याला भुरळ घालतात, हे त्याचे त्यालाही सांगता येत नाही. मग तो हताशपणे आपल्या वर्तनाची स्पष्टीकरणे देत बसतो आणि प्रामाणिक असेल, तर मात्र एवढेच म्हणतो, 'It just happened!'- 'झाले खरे, बुवा. असे असे होऊन गेले. का, ते मलाही कळत नाही. कळले नाही.'

हे सगळे लिहिण्याचे कारण, परवाच माझी एक विद्यार्थिनी मला भेटली. ती अनेक वर्षांपूर्वी आमच्या बी.ए. मराठीच्या स्पेशल वर्गात होती. कमालीची शांत, सोशीक, अबोल आणि नीट नाकासमोर बघून चालणारी अशी ती मुलगी. बुद्धीने सामान्य आणि रूपानेही काही खास अशी नव्हे. येणाऱ्या यौवनानेच तिच्या देहाला जे काही नटवले सजवले असेल, त्याव्यतिरिक्त नजर बांधून ठेवणारे, मन अस्वस्थ

करणारे तिच्या बांध्यात, रूपात काहीदेखील नव्हते. जगात बरीच माणसे चाकोरीतून जाणारे जिणे जगण्यासाठीच जन्माला आलेली असतात. त्यांतलीच ही मुलगी होती. मी कधी तिच्याकडे फारसे लक्ष दिले नव्हते. कुणीच तिच्याकडे फारसे लक्ष देत असेल, असे मला वाटले नव्हते.

अशी ही रूपहीन, व्यक्तित्वहीन मुलगी अनेक वर्षांनी परवा मला भेटली आणि तिला बघून मी चकित झाले. तिचे लग्न झालेले होते. तिला दोन मुले झाली होती. पण सर्वांत आश्चर्याची गोष्ट, म्हणजे या अबोल, लाजऱ्या, सामान्य मुलीने चक्क प्रेमविवाह केला होता. मला ती आपल्या विवाहाची गोष्ट सांगू लागली, तेव्हा मी आश्चर्याने थक्क होऊन गेले. नात्यातला एक श्रीमंत, देखणा, कर्तबगार, ज्याच्या पायांवर अक्षरशः शेकडो मुली लोटांगण घालत येतील, असा सुरेख मुलगा या मुलीने पटकावला होता.

हे कसे घडून आले, असा मी त्या मुलीला प्रश्न केला, तेव्हा ती म्हणाली,

'बाई, तुमचा विश्वास बसणार नाही. पण मी पहिल्यांदा यांना पाहिले आणि डोक्यात एकदम झणकन काहीतरी होऊन गेलं, बघा. त्या क्षणीच मी मनाशी निर्धार केला, की लग्न करीन, तर यांच्याशीच करीन. आता माझ्या बाजूला जमेचं काहीच नव्हतं. आणि मलाही त्याची पुरतेपणी जाणीव होती. माझ्यापाशी ना रूप, ना बुद्धी, ना अलीकडच्या मुलींना असतो, तो चलाखपणा. अहो, मुलखाची वेंधळी मी. कुणाकडे मान वर करून बघायचं म्हटलं, तर घाम फुटायचा मला. पण यांनी माझ्या मनाला भुरळच घातली. मी धिटाईनं त्यांना भेटत राहिले. त्यांच्याशी गप्पा मारत राहिले. त्यांच्या भोवती भोवती फिरत राहिले. अन् बाई, एक दिवशी मीच त्यांना लग्नाचं विचारलं! मला वाटतं, माझी ही धिटाई अन् मनात येईल ते बोलून दाखवण्याचा सरळपणाच त्यांना आवडला, बघा.

त्यांनी तत्क्षणी होकार दिला. अन् आज तुम्ही मला बघताच आहात. मी फार फार सुखात आहे. त्यांचा भारी जीव आहे माझ्यावर!'

अगदी नेमक्या, या नव्हे, पण अशाच काही शब्दांत त्या मुलीने मला आपली हकीकत सांगितली. आणि माझ्या मनात आले, आपली कल्पना होती, त्यापेक्षा ही मुलगी किती वेगळी वागली. हे धाष्ट्र्य तिच्यात कुठून आले? माणसांच्या आत पुन्हा वेगळीच माणसे दडलेली असतात का? असल्यास, ती कुठे असतात? आपल्याला त्यांचा मागमूस देखील कसा लागत नाही? मग अमक्या तमक्याला वा अमकी तमकीला आपण पूर्ण ओळखले आहे, ही आपली घमेंड खोटीच असते का?

असेच आणखी एक उदाहरण सांगण्याजोगे आहे. मी ज्याला अगदी लहानपणापासून पाहिलेले होते, असा आमच्या नात्यातला एक मुलगा. आई-वडिलांनी या मुलापुढे

हात टेकले होते. शिकण्याचा त्याला कंटाळा आला होता. स्वभावाने तो अतिशय तापट होता. तो किरकोळ चोऱ्या करत असे. शाळा बुडवत असे. आपल्यापेक्षा वयाने व ताकदीनेही मोठ्या असलेल्या मुलांशी भांडण उकरून काढणे, त्यांना चोप देणे हा त्याच्या हातचा मळ असे. आसपासच्या लोकांनीच नव्हे, तर खुद्द या मुलांच्या आई-वडिलांनी देखील त्याची आशा पार सोडून दिली होती.

मध्यंतरी माझा आणि या लोकांचा संपर्क पार तुटला होता. त्यामुळे पुढे त्याचे काय झाले, हे कळण्याला मला काही मार्गच राहिला नव्हता. आणि अगदी अलीकडे मला कळले, की लहानपणी वाया गेल्यात जमा असणारा हा मुलगा पुढे खूपच सुधारला होता. त्याच्या खोड्या, त्याचे दुर्गुण, त्याचा अवखळपणा सगळा नाहीसा झाला होता. शाळेत, पुढे कॉलेजात, त्याने स्वत:ची खूपच प्रगती करून घेतली होती. नंतरच्या काळात तर तो परदेशी जाऊन एंजीनिअरिंगची कुठलीशी एक फार मोठी पदवी मिळवून आला होता आणि आता एका मोठ्या कंपनीत जबाबदारीच्या हुद्द्यावर काम करत होता.

हे सगळे कानांवर पडले, तेव्हा क्षणभर मी स्तिमित होऊन गेले. माझ्या मनात आले, लहानपणाच्या त्या व्रात्य, उनाड, बेपर्वा, बऱ्यावाईटाची चाड न बाळगणाऱ्या मुलामध्ये हा बुद्धिमान, कर्तबगार, गुणी आणि महत्त्वकांक्षी मुलगा कुठे लपून बसला होता? आणि त्या वेळी त्याचा यत्किंचितही थांगपत्ता कुणालाच, कसा बरे लागला नाही?

जशी वाईटात चांगली माणसे दडलेली असतात, तशी चांगल्यामध्ये वाईट माणसेही लपून बसलेली असतात. वाईट म्हणण्यापेक्षा दुबळी, स्खलनशील. मी एम.ए. चा अभ्यास करत होते, तेव्हाची गोष्ट. आमचा पाच-सहा विद्यार्थीविद्यार्थिनींचा एक खास ग्रूप होता. मन लावून, जीव तोडून अभ्यास करावा, हे आम्हांला जोडणारे समान सूत्र होते. एकमेकांना पुस्तके देणे, टिपणे काढलेल्या वह्यांची देवाणघेवाण करणे, संस्कृतच्या पेपरला नेमलेली काव्ये आणि नाटके एकत्र बसून 'लावणे', वेगवेगळ्या विद्यापीठांच्या आमच्या विषयांच्या प्रश्नपत्रिका मिळवून त्या सोडवणे असे उद्योग आम्ही एकमेकांच्या मदतीने करत असू. बहुतेकांची वये बावीस-तेवीसच्या आसपास होती. आमच्यांतले एक जण मात्र चाळिशी उलटलेले वडीलधारे विद्यार्थी होते. आम्ही त्यांना 'सर' म्हणत असू. त्यांची वयाची वडीलकी हे तर त्या संबोधनाचे एक कारण होतेच. पण तसे ते सरही होते. कारण बी.ए. झाल्यावर मधली काही वर्षे त्यांनी एका शाळेत शिक्षकाची नोकरी केली होती, हेही त्यांना 'सर' म्हणण्यास एक योग्य कारण होते. आता बऱ्याच वर्षांनी ते एम.ए. ला बसत होते. सरांना आम्ही वडीलकीच्या मानाने वागवत होतो; आणि तेही आम्हांला त्याच

भावनेने सल्ला देत. मार्गदर्शन करत. आमच्यापैकी कुणाचे काही चुकले, तर क्वचित ते आम्हांला रागे सुद्धा भरत; आणि आम्हीही त्यांची सद्भावना ओळखून ते रागावणे आनंदाने चालवून घेत असू.

असा आम्ही सर्वांनी एकत्र अभ्यास केला आणि परीक्षा देण्यासाठी आम्ही मुंबईला गेलो. आमचे नंबर एल्फिन्स्टन कॉलेजमध्ये आले होते. सरांचा नंबरही तिथेच, पण एका वेगळ्या वर्गात होता. पेपर संपला रे, संपला, की आम्ही सरांकडे धाव घेत असू आणि कुणाला पेपर कसा गेला, याची चर्चा करत असू. परीक्षेचे पहिले दोन दिवस असे गेले आणि मग आला 'फायलॉलॉजी'चा - भाषाशास्त्राचा - पेपर. हा विषय माझा खास शत्रू होता. कडक आणि खुनशी. पेपरला बसताना मनातून मी फार घाबरले होते. पण एकूण पेपर माझ्या अपेक्षेपेक्षा पुष्कळच बरा गेला. पेपर लिहून संपताच आम्ही विलक्षण उत्सुकतेने सरांकडे धावलो. कारण त्या विषयात त्यांनी आम्हाला चांगलेच मार्गदर्शन केले होते. पण आम्ही सरांना शोधू लागतो, तर ते आम्हाला मिळालेच नाहीत. आणि मग आमच्या एका मित्राने भयंकरच बातमी आणली. सरांनी त्या पेपरात कॉपी केली होती आणि पर्यवेक्षकांनी त्यांना पकडले होते. अर्ध्या पेपरातून सरांना उठवण्यात आले होते आणि पुढेही तीन-चार वर्षे त्यांना परीक्षेत बसता येणार नव्हते. हे सारे कळले आणि आम्ही अक्षरश: हादरलो. आम्हां मुलींना तर रडूच कोसळले. कॉपी सरांनी केली होती; पण तो गुन्हा जणू आपणच केला असल्याप्रमाणे आम्ही सर्वजण शरमेने काळवंडून गेलो होतो! परीक्षेचा सारा आनंद नष्ट झाला होता. आम्हांला इतक्या प्रेमाने वागवणाऱ्या, मार्गदर्शन करणाऱ्या, चार चांगल्या गोष्टी शिकवणाऱ्या सरांनी हे असे करावे? हे झाले तरी कसे? काही केल्या त्या गूढाचा आम्हाला उलगडा होईना. आम्ही मुकाट झालो.

उरलेले पेपर आम्ही यथावकाश दिले. परीक्षा संपली. तिचा निकालही लागला. पण आमच्या तोंडात जी कडवट चव उतरली होती, ती नंतर कित्येक दिवस गेली नाही.

सरांच्या त्या विचित्र वागण्याचे मला बरीच वर्षे गूढ होते. त्यांचा मला राग कधीच आला नाही. पण वाईट मात्र अतिशय वाटले होते. आता वय वाढल्यानंतर मला सरांच्या वागण्याचा थोडा अर्थ कळल्यासारखा होत आहे. माणसाचे खरोखर काही सांगता येत नाही. तो असा का वागला आणि तसा का वागला नाही, याचे स्पष्टीकरण देता येत नाही. कारण तसे स्पष्टीकरण काही नसतेच. कुणाच्याही, कसल्याही वर्तनाला तर्काच्या कसोट्या लावू नयेत, एवढेच काय ते मनुष्यस्वभावाबद्दलचे अंतिम सत्य आहे. चांगली माणसे वाईट वागतात. निष्पाप सद्गुणी माणसे पाप

आचरतात. संयमशील विवेकी माणसे नको त्या मोहाला बळी पडतात. सत्यवचनी माणसे धादान्त खोटे बोलतात, तर अगदी दुबळी, भित्री माणसे कल्पनातीत शौर्य गाजवून इतरांना थक्क करून सोडतात. आपले सर्वांचे व्यक्तिमत्त्व वर वर बघता एकेरी, एकपदरी असते. पण या एकेरी माणसाच्या आत आणखी किती माणसे दडलेली असतील, कोण जाणे! यांतला कुठला माणूस अचानक प्रकट होईल, याचा काही नेम नसतो आणि याला अपवाद आपण स्वत: देखील नसतो. आपल्यातही असे अनेक आपण आत आत दडलेले असतोच. आपल्याला त्याचा पत्ता नसतो. पण कधीतरी आपला 'तो' प्रकट होतो आणि आपण स्तिमित होऊन जातो. भयभीतही होतो. अशी आपली आपल्यालाच जिथे ओळख पटलेली नसते, तिथे इतरांना आपण ओळखतो, असे कसे म्हणावे? कुणीच कुणाची ग्वाही देऊ नये हेच खरे; आणि तेच बरेही असते.

◆◆◆

सोबत हवी, सोबत!

हिंदी भाषेचे माझे ज्ञान नगण्य आहे; आणि उत्तम हिंदी साहित्याचे वाचन तर जवळजवळ नाहीच म्हटले, तरी चालेल. तरीही काही हिंदी लेख, कविता असे योगायोगाने समोर आले, तर मी वाचतेही. पण आवर्जून एखादा थोर हिंदी लेखक मी मिळवून वाचला आहे, एखाद्या नामवंत हिंदी कवीच्या काव्याचा जाणीवपूर्वक आस्वाद घेतला आहे, असे आठवत नाही. हिंदी जाणणारी स्नेहमंडळी आहेत. ती हिंदीमधले काही चांगले त्यांच्या वाचनात आले, तर मला मुद्दाम वाचायला देतात. निदान स्वत: मला ऐकवतात. अशाच आमच्या एका स्नेह्यांनी एक हिंदी कविता एकदा मला वाचून दाखवली होती. कविता अगदी छोटी, जेमतेम सात-आठ ओळींची होती. खरे तर, ती माझ्या ध्यानात राहायला हवी होती. पण राहिली नाही. कविता पाठ नसली, तरी तिचा आशय मात्र मला आठवतो. तो असा होता:

कवी एकदा रस्ताने चालला असताना वाटेत त्याला एक काटकी पडलेली दिसली. काटकी ओलांडून तो पुढे गेला. पण मग तेवढ्यात काय झाले, कुणास कळे. तो पुन्हा माघारी वळला. त्याने रस्त्यातील ती काटकी उचलून घेतली. तिचे दोन तुकडे केले. दोन्ही तुकडे रस्त्यावर एका शेजारी एक मांडले आणि मग त्या जोडीकडे समाधानाने बघत तो पुढे निघून गेला. रस्त्यावरच्या काटकीचे एकाकीपण त्याला सहन झाले नाही. म्हणून तिचेच दोन तुकडे करून त्याने ते एकाकीपण नाहीसे केले होते. आता एकमेकींच्या सहवासात दोन्ही काटक्या सुखावतील. त्यांना एकमेकींची सोबत मिळेल, ही कवीची भावना होती.

माझ्या मित्रांकडून कविता समजावून घेतली आणि अचानक एक फार जुनी आठवण माझ्या मनात जागी झाली. एका इंग्रजी मासिकातून वाचलेली खरीखुरी हकीकत होती ती.

एक स्त्री ऐन तारुण्यात विधवा झाली. आपल्या जिवाभावाच्या सहचाराला मुकली. ती एका लहानशा फ्लॅटमध्ये एकटीच राहात असे. एकदा तिची एक जवळची मैत्रीण तिच्या समाचाराला आली, तेव्हा एक विचित्र गोष्ट तिला मैत्रिणीच्या घरात आढळली. नुकतेच वैधव्य आलेल्या या तरुण स्त्रीने आपल्या निजण्याच्या खोलीत एक मोठे कपाट ठेवले होते. त्या कपाटाला पूर्ण उंचीचा आरसा लावलेला होता. ती नव्यानेच केलेली खरेदी दिसत होती. वैधव्य प्राप्त झाल्यानंतर मैत्रिणीने

पूर्णाकृती आरशाच्या कपाटाचा शौक करावा, हे त्या भेटायला आलेल्या स्त्रीला फार खटकले; आणि शेवटी न राहावून तिने मैत्रिणीला विचारले,

'अग, तू हे एवढं मोठं कपाट कशाला खरेदी केलंस? अन् तेही पुन्हा आरशाचं?'

बोलणाऱ्या मैत्रिणीच्या स्वरात राग होता. अधिक्षेपाची भावना होती. नवरा जग सोडून गेला, न गेला, तो आपल्या मैत्रिणीने आरशात आपले रूप न्याहाळत बसावे, हे तिला कसेसेच वाटत होते.

तिचा तो प्रश्न ऐकून विधवा मैत्रीण जरा वेळ स्तब्ध राहिली आणि मग विषण्णपणे हसून ती हलकेच म्हणाली,

'अग, आता या घरात मी पार एकटी झाले ना? ते एकटेपण मला अगदी खायला उठतं, बघ. म्हणून मी हे आरशाचं कपाट खरेदी केलं. त्यात माझं पूर्णाकृती प्रतिबिंब उमटतं. मी घरात वावरत असले, तर ते प्रतिबिंब मला सारखं दिसतं असतं. त्याची मला एक सोबत वाटते. घरामध्ये आपल्या बरोबरीनं कुणीतरी वावरतंय्, असा मला भास होतो. भासच खरा तो. पण त्यामुळं मला दिलासा मिळतो.'

त्या हिंदी कवीने निर्जीव काटकीला तिच्याच एक तुकड्याची सोबत मिळवून दिली. त्या विधवा स्त्रीने स्वत:च्या प्रतिबिंबात सोबत शोधली. सांगायचे कारण, प्रत्येकाला ही सोबतीची गरज असते. आपण या बाबतीतला आपला अनुभव स्वत:शीच पडताळून पाहावा, आयुष्यात माणसाला घरदार, बायकामुले, पैसा, सामाजिक प्रतिष्ठा या गोष्टी हव्या असतात. त्या आवश्यकही असतात. पण तितक्याच अनिवार्यपणे माणसाला मित्र, सोबती, सवंगडी हवे असतात. अगदी तुसड्या, एकान्तप्रिय अशा माणसाला सुद्धा एक-दोन तरी मित्र हवेतच, असे आढळून येते. ही मैत्री जितकी अकारण, नि:स्वार्थ, व्यावहारिक फायद्याच्या हेतूंनी न डागळलेली असेल, तितका तिचा आनंद जास्त मिळतो. काही दुर्दैवी जीवांना मात्र असे स्नेह जोडताच येत नाहीत.

माझ्या ओळखीचे एक गृहस्थ आहेत. ते एकदा बोलता बोलता मला म्हणाले,

'माझ्या बाबतीत केव्हा काय घडलंय्, कुणास ठाऊक. मला कुणाशीही निखळ प्रेमानं स्नेह जोडताच येत नाही. कुठलाही माणूस माझ्या सहवासात आला, की माझं मन लगेच टवकारून उठतं. अन् विचार करू लागतं, आपल्याला या माणसाकडून काय फायदा होण्यासारखा आहे बरं? कोणत्या दृष्टीनं हा आपल्या उपयोगी पडू शकेल? माझे हे हिशेब सुरू होतात अन् लगेच त्या दृष्टीनंच मी त्या त्या माणसाशी संबंध जोडायला सुरुवात करतो. त्यामुळं झालंय काय, मला निर्मळ अन् निर्हेतुक मैत्रीचा आनंद आयुष्यात कधी मिळालाच नाही!'

त्या गृहस्थाचे हे बोलणे ऐकले आणि मी चपापले खरे. त्यांचा माझा बऱ्यापैकी स्नेह होता. त्यांचा कष्टाळू स्वभाव, त्यांना असलेली वेगवेगळ्या कलांची आवड, त्यांचे चौफेर वाचन - कितीतरी गोष्टी मला आवडत असत. माझ्या बाजूने मला त्यांच्याविषयी आदर आणि आपुलकी होती. पण आपल्या स्वभावाचे त्यांनी विश्लेषण केले अन् तेव्हापासून त्यांच्याकडे बघण्याचा माझा दृष्टिकोनच मुळात पालटून गेला. आता जेव्हा जेव्हा ते माझ्याकडे येत, तेव्हा तेव्हा मी विचार करी,

'आपल्याकडून यांची काय बरे अपेक्षा असेल? कोणत्या व्यावहारिक फायद्यासाठी हे आपल्याकडे येत असतील? कुठल्या क्षेत्रात आपण यांच्या उपयोगी पडण्याजोग्या असू?'

- आणि एकदा हे विचार मनात सुरू झाले, की या गृहस्थांशी मला मोकळेपणाने गप्पाच मारता येत नसत. आतून मी सारखी सावध, धास्तावलेली राही. परिणामी आमचा स्नेह हळूहळू फिकट होत एके दिवशी त्यांचे रंग पार उडून गेले. एक चांगली मैत्री संपुष्टात आली.

पुढे अनेकदा मी विचार करत असे, या गृहस्थांचा स्वभाव जो काही असेल, तो असेल; पण त्यांनी ते सारे मला इतके स्पष्ट करून सांगण्याची काय गरज होती? नसते सांगितले, तर काय बिघडले असते? समजा, एखाद्या बाबतीत त्यांना माझ्याकडून काही काम साधून घ्यायचे असते, तर तेही त्यांनी करवून घ्यायचे. नाही तरी आपल्या मित्रमैत्रिणींवर असा आपला हक्कच असतोच ना? अन् तो केव्हा तरी आपण बजावतोच ना? छे! या गृहस्थांनी उगाच इतका स्पष्टवक्तेपणा दाखवला, त्यापेक्षा ते नेहमीसारखे त्यांच्या व्यवहारी भूमिकेवरून मैत्री करत राहिले असते, तरी बरे झाले असते. झाली असती माझी थोडी फसवणूक. तरी त्यामुळे माझे काही फार नुकसान झाले नसते. नाहीतरी व्यावहारिक दृष्ट्या त्यांना फार मोठा स्वार्थ साधून घेता यावा, इतके आपण बडे, महत्त्वाचे आहोत कुठे? पण त्या गृहस्थांनी आपली हिशेबी वृत्ती प्रकट केली अन् - अन् आपण मात्र एका चांगल्या मैत्रीला मुकलो!

त्या विचारांनी पुढे सुद्धा किती तरी दिवस माझा जीव हळहळत होता. बरे, एवढ्यानेच ते प्रकरण संपले, असे नाही. त्यांच्या त्या स्पष्टोक्तीचा माझ्याही मनावर एक विचित्र परिणाम झाला. माणूस आवडला, की त्याच्याशी निर्भर स्नेहभावाने वागायचे, हा माझा नेहमीचा स्वभाव. पण आता मी माणसांबद्दल साशंक बनले. एखादी नवी ओळख झाली, की मला लगेच वाटू लागे, या व्यक्तीची आपुलकी, स्नेहभाव खरा असेल ना? की काहीतरी व्यावहारिक हेतू मनात बाळगून ती मैत्रीचा देखावा करते आहे? माझा मोकळेपणा कमी झाला, मुक्त संभाषणाला पायबंद बसला. प्रत्येक वाक्य बोलण्याआधी मी सावधपणा बाळगू लागले.

हा काळ अर्थात फार टिकला नाही. मूळ स्वभाव कुठे बदलणार? काही दिवसांनी मी पुन्हा पहिल्यासारखीच विश्वासाने वागू लागले; पण त्या मधल्या

कालावधीत किती चांगल्या माणसांवर मी अन्याय केला असेल आणि किती संभाव्य स्नेहभाव देठांतच खुडून टाकले असतील, कुणास ठाऊक?

दरम्यान त्या हिशेबी आणि व्यवहारचतुर मित्राचे मात्र छान चालले होते. त्यांच्या भोवतीचा मित्रांचा, चाहत्यांचा घोळका वाढत होता आणि एकेकाचा पायरीसारखा उपयोग करीत ते यशाचा सोपान भरभरा चढून जात होते. कुणाला वाटेल, मी अतिशयोक्ती करीत आहे किंवा मनचेच काही रचून सांगत आहे. पण सांगते, हे अक्षरश: खरे आहे. आणि माझी खात्री आहे, की वाचकांनी आपल्याभोवती जरा बारकाईने निरखून पाहिले, तर अशा व्यक्ती त्यांना आपल्या परिचितांतही आढळून येतील.

अलीकडे बऱ्याच नव्या शब्दांची, संकल्पनांची माझ्या ज्ञानात भर पडत चालली आहे. मैत्री बिल्ड-अप करणे, डेव्हलप करणे असे वाक्यप्रचार भाषेत रूढ होत आहेत. काही माणसे व्यवहारात इतरांचा फायदा करून घेऊन आपापल्या क्षेत्रात वरचे स्थान पटकावत जातात. त्यांना सोशल क्लाइंबर्स असे म्हणण्याची प्रथा आहे. मैत्री जोपासणे, धूर्तपणे डावपेच टाकणे आणि मैत्रीतून आर्थिक, व्यावसायिक फायदे साधून घेणे ही आजच्या जगाची एक ठरीव रीत होऊन बसली आहे. यात काही चुकीचे किंवा आक्षेपार्ह आहे, असे कुणाला वाटत नाही. किंबहुना असे न वागेल, तो खुळा, अडाणी, व्यवहारशून्य मानला जातो. पैसा व प्रतिष्ठा या गोष्टींना जिथे सार्वभौम महत्त्व प्राप्त झाले आहे, तिथे हे असे चालावे, यात काही आश्चर्य नाही. तरीही अशा व्यावहारिक संबंधांना 'मैत्री' या सुंदर व निर्मळ शब्दाने संबोधले जावे, हे मनाला कसेसेच वाटते; आणि मग एकूण साऱ्याच नात्यांना अशी हिशेबी कळा येत चालली आहे, की काय, अशी शंकाही येते. अर्थात मला ज्या मैत्रीणींबद्दल म्हणायचे आहे, ती या व्यावहारिक व हिशेबी संबंधापेक्षा अगदी वेगळी आहे. माणसांमाणसांत जडणारे अहेतुक व सुंदर भावबंध मला 'मैत्री' शब्दामध्ये अभिप्रेत आहेत, आणि साऱ्या व्यवहारांपार असलेल्या या मैत्रीची भूक प्रत्येकाला असते. अशी मैत्री माणसांशी जडते, तशीच ती वस्तूंशी, निसर्गाशी, झाडापेडांशी जडते. प्राण्यांशी जडते आणि अमूर्त कल्पनांशीही जडते. स्टाइनबेक या कादंबरीकाराची 'ग्रेप्स ऑफ राथ' नावाची एक सुंदर कादंबरी आहे. अनेकांनी ती वाचली असेल. त्यामध्ये शेत नांगरणाऱ्या ट्रॅक्टरसारख्या यांत्रिक अवजाराचे आगमन झाल्यामुळे मालकीची शेते कसणाऱ्या कुळांची गरजच नाहीशी झाली व त्यांना शेते सोडून देशोधडी व्हावे लागले, असे कथानक आहे. शेताच्या कडेला बांधलेल्या घरात राहाणारे एक कुटुंब असे परागंदा होते. त्या वेळी घर सोडणारा शेतकरी म्हणतो,

'मी उद्या हे घर, शेत सोडून निघालो, तर रोज मला खिडकीतून समोर जे झाड दिसते, ते उद्यापासून दिसणार नाही.'

त्या जाणिवेने तो शेतकरी फार खिन्न होतो. त्याचा अनुभव आपणांपैकी

अनेकांना ओळखीचा वाटेल. आपण राहातो, त्या जागेशी, तिच्या भोवतालच्या परिसराशी, खिडकीवाटे दिसणाऱ्या आभाळाशी, खिडकीसमोर उभ्या असलेल्या झाडाशी आणि ऋतुपरत्वे त्यावर येऊन बसणाऱ्या पक्ष्यांशीही आपला अबोल स्नेह जडलेला असतो. या साऱ्यांनी आपले जग साकार झालेले असते. भावविश्व जिवंत झालेले असते. त्यातून आपल्याला स्थिर जीवनाचे आश्वासन मिळत असते. हे सगळे आपल्याला समजते, असे नाही; पण आपल्या अबोध मनात ते कुठेतरी झिरपत असते; आणि ती जागा अचानक सोडून जाण्याची वेळ आली, तर काळजाचा कंदच मुळापासून उन्मळून जावा, अशा वेदना होतात.

परिसर, निसर्ग यांप्रमाणे प्राण्यांशीही गाढ स्नेह जमू शकतो. कधी कधी माणसांच्या मैत्रीपेक्षा प्राण्यांची मैत्री अधिक उत्कट असते. धन्यासाठी जीव टाकणारे कुत्रे, घोडे यांची असंख्य उदाहरणे आढळून येतील. रोज घरात येणारे मांजर चार दिवस दिसले नाही, तर चुकल्यासारखे होऊन जाते. अंगणात नियमाने येणाऱ्या, दाणे टिपणाऱ्या चिमण्या नकळत आपल्याला लळा लावतात. चार दिवस गमतीने परगावी गेलो, तर घरातल्या टेबल-खुर्च्यांसारख्या आणि कपाट-कॅलेंडरासारख्या निर्जीव गोष्टींची देखील एकसारखी आठवण होत राहाते. पुस्तके सारखी टेबलावर पडून असतात. महिना महिना आपण त्यांना हात देखील लावत नाही; पण ती डोळ्यांसमोर हवी असतात. त्यांतले एखादे दिसेनासे झाले, तर आपण बेचैन होऊन जातो. या साऱ्या वेगवेगळ्या सोबतीच. त्यांचे महत्त्व तसे जाणवत नाही. त्यांची आवश्यकता मात्र फार मोठी असते.

चांगली मैत्री म्हणजे चांगली सोबत. चांगला सहवास. मानसिक आणि भावनिक संवाद साधण्याचे एक चांगले स्थळ. या सोबतीची आपल्याला एवढी ओढ का असावी? मला वाटते, चांगली सोबत हे आपल्या व्यक्तित्वाचेच एक 'हिंग्दह - एक वाढलेले रूप आहे. आपल्यामधल्या अनेक उणिवा तिथे परिपूर्ण झालेल्या असतात. आपली अपुरी राहिलेली स्वप्ने त्या ठिकाणी साकार झालेली दिसतात. अबोल माणसाला बडबड्या मित्र आवडतो. सामान्य कुवतीच्या माणसाला कर्तबगार स्नेह्याची ओढ वाटते. भित्र्या व्यक्तीचा दोस्त बहुधा निर्भय, बेदरकार असतो. पण हेही नेहमी खरे असेलच, असे मात्र नाही. समान व्यक्तित्वाची, समानशीलांची देखील संगत जमते. माणूस मूलतः एकाकी आहे. हे एकाकीपण जिथे संपेल, अशा सोबतीच्या शोधात तो असतो; आणि क्वचित अशी एखादी सोबत लाभते, की तिथे ते एकाकीपण संपतेही. स्त्रीपुरुषप्रीती हे अशा आदर्श सोबतीचे एक फार सुंदर स्वरूप आहे. बऱ्याच ठिकाणी पतिपत्नी वा प्रियकर-प्रेयसी परस्परांना पूरक असतात. प्रत्येकाचे अपुरेपण सवंगड्यामध्ये परिपूर्णतेला

गेलेले दिसते. पण या व्यतिरिक्तही सोबतीचे, सहवासाचे किती तरी प्रकार असतात अन् त्यांचे आविष्कारही किती भिन्न भिन्न प्रकारांनी होतात.

माझ्या नात्यातल्या दोन वृद्ध स्त्रिया आहेत. दोघी कुटुंबवत्सल. घरात लेक, सुना, नातवंडे असे सारे काही उदंड आहे. पण दोघींना आठवड्यातून एकदा तरी एकमेकींना भेटल्याशिवाय चैन पडत नाही. बरे, या भेटीत त्या खूप गप्पा मारतात, म्हणावे, तर तसेही नाही. एखादी वर्तमानपत्र हाती घेऊन बसते. दुसरी रेडिओवरची गाणी ऐकत राहाते. एखादी वाती वळते, तर दुसरी काही तरी देवाधर्माचे वाचत, नाहीतर जपाची माळ ओढत राहते. पण त्या नि:शब्द सहवासानेही दोघी अगदी संतुष्ट होतात. मोठ्या समाधानाने एकमेकींचा निरोप घेतात आणि पुन्हा आपापल्या घर-संसारात मिसळून जातात!

आपल्या दु:खावर, एकाकीपणावर मात करण्यासाठी माणसांनी शोधलेल्या सोबतीचे एक फार सुंदर स्वरूप मला आपल्याकडील संतांनी विठ्ठलाशी जोडलेल्या नात्यात दिसून येते. संतांच्या बाबतीत विठ्ठल हा नुसता देव नाही. तो जिवलग सखा आहे. जीवनातल्या प्रत्येक सुखदु:खात साथ देणारा सवंगडी आहे. या भंगुर, उदास, घातकी आणि अविश्वसनीय आयुष्यात सर्वार्थाने ज्याचा भरवसा बाळगावा, ज्यावर सारा भरिभार टाकून निश्चिंत व्हावे, असा तो शेवटचा एकमेव आधार आहे. कल्पनेच्या पातळीवर का होईना, विठ्ठल हा संतांना सतत सोबत करतो. संत त्याच्यावर प्रेम करतात. अधिकार गाजवतात. त्याच्याशी कडकडून भांडतात. तर कधी त्याला शिव्या देखील देतात. पण ही सारी सख्यभावनेचीच वेगवेगळी रूपे आहेत. हा विठ्ठल जनाबाईला दळू लागतो. कबिराचे शेले विणतो. सावता माळ्याचा मळा शिंपतो. छोट्या नामदेवाने वाहिलेली नैवेद्याची वाटी फस्त करतो आणि चोखामेळ्याचा घरचा दहीभात देखील आवडीने खातो. संतांना तर त्यांची संगत हवीच असते; पण त्याला देखील संतांवाचून चैन पडत नाही. भक्तावरील आपले प्रेम व्यक्त करताना 'ज्ञानेश्वरी'त देव म्हणतात, 'मला भक्त किती प्रिय आहे, म्हणून सांगू! मी विदेही. पण भक्ताला आलिंगन देण्याचे सौख्य मिळावे, म्हणून मी देह धारण करतो आणि दोनांवर दोन असे चार हात घेऊन येतो. त्याला बघण्याची आतुरता असते, म्हणून अचक्षु असलेल्या मला डोळे येतात. इतकेच नव्हे, तर हातांतले लीलाकमळ या भक्ताच्या पायांवर वाहून मी त्याला पुजतो सुद्धा!'

देवाचे आणि भक्ताचे हे लडिवाळ नाते म्हणजे सख्यभावनेचे अगदी अंतिम पातळीवरचे स्वरूप नाही काय?

◆◆◆

ययातीचा वारसा

बिली वाइल्डर या नामवंत दिग्दर्शकाने दिग्दर्शित केलेला 'फेडोरा' हा चित्रपट पुण्यात येऊन गेला, की नाही, मला माहीत नाही, आणि येऊन गेला असला, तरी तो कितीजणांनी आवर्जून पाहिला असेल, याचीही मला कल्पना नाही. मी मात्र हा चित्रपट दोनदा पाहिला. चित्रपट फ्लॅशबॅक पद्धतीने घेतलेला आहे. सर्व चित्रपटाचे कथानक मी इथे सांगत बसत नाही. कारण विस्तार पार होईल. त्याची मध्यवर्ती कल्पना मात्र सांगते.

हॉलिवूड गाजवलेली एके काळची एक नामांकित अभिनेत्री. तिचे नाव फेडोरा. अनेक वर्षे चित्रपटांतून कामे केल्यानंतर साहजिकच वाढत्या वयाच्या खुणा तिच्या मुद्रेवर, अंगोपांगांवर उमटू लागतात. फेडोरा उपजत शहाणपणाने चित्रपटसंन्यास घेते. पण त्याचबरोबर ती आपले झपाट्याने ओसरू लागलेले रूप व तारुण्य टिकवण्याचा अट्टाहासाने प्रयत्न करते. त्यासाठी चेहऱ्यावर नाना प्रकारचे लेप लावणे, मसाज करणे, इंजेक्शने घेणे असे प्रकार सुरू होतात. त्यातच कुठे तरी, काही तरी घोटाळा होतो आणि फेडोराचे उरलेसुरले रूप तर नष्ट होतेच; पण तिच्या चेहऱ्यावर असंख्य सुरकुत्या पडतात. तिला वार्धक्याची कळा येते. पूर्वीची देखणी, नामवंत, अभिनेत्री फेडोरा ती हीच, यावर आता कुणाचा विश्वास बसणे शक्य नसते.

या घटनेने हादरलेली, हताश व दु:खी झालेली फेडोरा ग्रीसजवळच्या क्रीट या बेटावर भलाथोरला, किल्लेवजा वाडा बांधून अज्ञातवास पत्करल्यासारखी तिथे राहू लागते. सोबतीला तिचा एक ड्यूक प्रियकर, त्याच्यापासून झालेली आणि आता तारुण्याच्या ऐन भरात आलेली स्वत:ची एकुलती एक मुलगी आणि अगदी विश्वासू नोकर इतकाच परिवार असतो. बाहेरच्या कुणालाही तिथे प्रवेश नसतो.

मधली काही वर्षे तशीच जातात आणि मग हॉलिवूड येथील दिग्दर्शक-तंत्रज्ञांची समिती अभिनयाचे एक सर्वश्रेष्ठ पारितोषिक या वर्षी फेडोराला देण्याचा निर्णय एकमताने घेते. जन्मभर ज्या गौरवाची आतुरतेने प्रतीक्षा केली, तो आता आपल्याला मिळणार, म्हणून फेडोरा आनंदाने बेहोश होते. पण त्याचबरोबर आपली कुरूपता आणि वार्धक्य हेही तिला तीव्रतेने जाणवते. दिग्दर्शक समितीने अध्यक्ष हेन्री फोंडा (हे काम चित्रपटात हेन्री फोंडाच करतात.) ते बहुमताने बहाल केलेले पारितोषिक आपल्या हाताने फेडोराला द्यावे, म्हणून तिचा शोध काढत क्रीट बेटावरील तिच्या निवासस्थानी येतात.

त्यांना आपले कुरूप तोंड कसे दाखवायचे, हा पेच फेडोराला पडतो. इतक्यात खाली बागेत हिंडत असलेली आपली तरुण, देखणी आणि एके काळच्या आपल्याच रूपाचे, चेहऱ्यामोहऱ्याचे प्रतिबिंब असलेली अशी लेक फेडोराला दिसते. ताबडतोब फेडोराच्या मनात एक विलक्षण कल्पना चमकून जाते. फेडोरा म्हणून आपल्या या कन्येलाच पारितोषिक घेण्यासाठी फोंडासमोर उभे केले, तर? घडीभर आपली भूमिका बजावण्याची ती मुलीला विनंती करते. आपल्या एवढ्या नाटकाने आईची जन्मभराची महत्त्वाकांक्षा पुरी होत असेल, तर काय बिघडले, अशा मातृभक्तीच्या उमाळ्याने ही मुलगी फेडोरा म्हणून फोंडांसमोर उभी राहाते. त्यांच्याशी बोलते. त्यांच्या हातून पारितोषिक घेते. बाजूच्या पडद्याआडून हे दृश्य बघणाऱ्या फेडोराला धन्य धन्य वाटते. आपले आनंदाश्रू तिला आवरत नाहीत.

इथपर्यंत सर्व ठीक होते. पण या घटनेतूनच पुढे एक मोठा पेचप्रसंग निर्माण होतो. साठीच्या घरातही फेडोराचे तारूण्य आणि सौंदर्य इतके टवटवीत राहिलेले बघून फोंडा आश्चर्यचकित होतात आणि त्याबरोबरच एक-दोन नव्या चित्रपटांतल्या भूमिका ते तिथल्या तिथे तिला देतात. खऱ्या फेडोराला आपली करिअर, नाव, प्रतिष्ठा पुढे चालत राहावी, असा मोह होतो आणि ती आपल्या मुलीला त्या भूमिका स्वीकारायला लावते. परिणामी फेडोराची मुलगी हीच आता आपल्या अभिनयसंपन्न आईचे जीवन स्वत: जगू लागते. तिच्या चेहऱ्यावर आईचा मुखवटा चढतो. तिला स्वत:चे असे आयुष्य राहातच नाही. तिची आई लेकीच्या द्वारा आपली 'करिअर' पुढे चालू करते; आणि ही भूमिका वठवताना लेकीची विलक्षण घुसमट होते. ती घुसमट आणि त्यातून झालेली फेडोराच्या लेकीची शोकांतिका हा या चित्रपटाचा गाभा आहे.

चित्रपटाचे कथानक असे चित्तवेधक आहे. त्यातल्या नटनट्यांचा अभिनय उत्तम आहे. फोटोग्राफी, वातावरणनिर्मिती ही इतर तांत्रिक अंगेही उत्कृष्ट आहेत. पण मला हा चित्रपट आवडला वेगळ्याच कारणासाठी. तो बघताना मला एकसारखी महाभारतातल्या ययातीच्या कथेची आठवण होत होती. ययातीची जीवनोपभोगाची तृष्णा शमली नाही, म्हणून त्याने आपल्या मुलाचे - पूरूचे - तारुण्य उसने घेतले व त्याच्या बदल्यात आपले वार्धक्य त्याला दिले. फेडोरानेही एका परीने तेच केले. आपल्या मुलीचे तारुण्य, तिचे स्वतंत्र व्यक्तित्व, आपल्या मनाप्रमाणे जगण्याचा, प्रेम करण्याचा तिचा हक्क सारे सारे तिने हिरावून घेतले आणि एक अभिनयसंपन्न गुणी नटी ही आपली प्रतिमा तिच्यावर लादली. ययातीला आपण केलेल्या या विनिमयाचा पुढे पश्चात्ताप झाला. माणसाची उपभोगाची लालसा, त्याच्या वासना कधीच शमत नाहीत. उलट, यज्ञीय अग्नीत हविर्भाग टाकल्यानंतर तो जसा अधिक भडकतो, तशाच त्या भडकून उठतात, हे त्याला अनुभवाने कळले आणि त्याने पूरूला त्याचे तारुण्य परत देऊन आपले वार्धक्य घेतले. फेडोराने तसे काही केले

नाही. मुलीवर आपले वार्धक्य लादून, तिला आपला मुखवटा चढवून ती पुन्हा प्रकाशाच्या झोतात आली. मुलगी मात्र स्वत:वर लादले गेलेले हे अवजड ओझे वाहता वाहता थकून गेली. ड्रग्जच्या अधीन झाली आणि प्रेमभंगाच्या यातना सहन न झाल्यामुळे आगगाडीसमोर स्वत:चा देह झोकून एक दिवस मरून गेली.

कुठे प्राचीन काळात द्रष्ट्या व्यासांनी लिहिलेले महाभारत आणि कुठे आधुनिक काळातला एक इंग्रजी चित्रपट! पण ययातीची कथा आणि फेडोराची कथा यांमधला भावनिक आकृतिबंध एकच. मला या गोष्टीचे नवल वाटले. पण नंतर मला जाणवले, की यात खरोखरी नवल वाटण्याजोगे काही नाही. 'व्यासोच्छिष्टं जगत्सर्वं' असे आपण म्हणतो, ते अनेक अर्थांनी खरे आहे. महाभारतामध्ये व्यासांनी भावनांचे असे अनेक आकार दाखवले आहेत, की जे सनातन आहेत. आपल्या संतानांच्या व्दारा आपले आयुष्य पुढे चालू ठेवणे, आपली स्वप्ने, आशा-आकांक्षा त्यांच्यावर लादणे हा असाच एक आकार.

जगात अनेक प्रकारचे संघर्ष आहेत. त्यांमध्ये माणसाची मर्त्यता आणि त्याच वेळी काळावर मात करून अमर होण्याची त्याची धडपड हा एक महत्वाचा संघर्ष आहे. आपल्याकडे अशी कल्पना आहे, की अपत्याच्या रूपाने पिताच पुन्हा जन्म घेतो. एक परीने हे खरेच आहे. वंशसातत्याची साखळी मुलांमुळेच चालू राहाते. म्हणून बरे-वाईट, सद्गुणी-दुर्गुणी कसे का होईना, पण आपल्याला मूल असावे, असे मनुष्यमात्राला वाटते. त्यातही मुलीपेक्षा मुलाचे महत्त्व जास्त. त्यामुळे आपल्याकडे निपुत्रिकाची अवहेलना केली जाते. लोक त्यांची कीव करतात. मुलगा पित्याला नरकापासून तारतो, अशीही आपल्याकडे समजूत आहे. 'पुंनरकात् त्रायते इति पुत्र:' -'पुं' नावाच्या नरकापासून पित्याला तारणारा, म्हणून तो पुत्र, अशी मुळी पुत्र शब्दाची व्याख्या आहे. पुत्राबद्दल किंवा एकूणच अपत्यांबद्दल जन्मदात्यांना इतकी असोशी का असते, हे यावरून कळून येते. पण मला वाटते, मरणावर मात करून अपत्यांच्या रूपाने पुन्हा जगत राहाण्याची माणसाची तीव्र इच्छा हेच मुलांबद्दलच्या त्याच्या ओढीचे प्रमुख कारण आहे. ज्यांना मुले नसतात, ती माणसे देखील या ना त्या रूपाने आपले नाव पुढे चालू राहावे, आपण 'चिरंजीव' व्हावे, असा अट्टाहास करतात. कुणी आपल्या नावाने एखादी सार्वजनिक इमारत बांधतात. कुणी शाळा-कॉलेजांना भरघोस देणग्या देऊन त्या त्या संस्थांवर आपली नावे लिहून ठेवतात. कुणी विश्वविद्यालयांतून आपल्या नावे पारितोषिके, शिष्यवृत्या देतात. कुणी सत्कार्याला आर्थिक साहाय्य करतात. एक ना दोन, अनेक प्रकारे माणसे मृत्यूनंतर मागे राहू इच्छितात. हे समजण्याजोगे आहे आणि कारूण्यपूर्णही आहे. सर्वभक्षी, सर्वविनाशक काळावर काही काळ का होईना, आपण विजय मिळवला, हे खरेखोटे समाधान प्राप्त करून घेण्यासाठी माणसाची धडपड चालू असते.

तथापि, मुलांच्या द्वारा आपले वंशसातत्य टिकवणे वेगळे आणि आपले संपूर्ण आयुष्य त्यांच्यावर लादणे वेगळे. माणसाची अपत्यलालसा कळू शकते. त्यातूनच वात्सल्यासारखी एक अत्यंत लोभस, सुंदर अनुभूती त्याला येते. आपले मूल हे माणसाच्या वत्सलतेचे, प्रेमाचे, अभिमानाचे अधिष्ठान असते आणि वार्धक्यात हेच मूल आपल्याला आधार देईल, अशी त्याला आशाही असते. म्हणून तर इतर कोणाच्याही कृतघ्नतेपेक्षा आपल्या अपत्यांची कृतघ्नता माणसाचे काळीज दुभंगून टाकते. 'किंग लियर' हे शेक्सपिअरचे विख्यात नाटक याच विषयावर आधारलेले आहे. अपत्यांनी आपल्या माता-पितरांशी कृतज्ञ असावे, हे रास्तच आहे. पण त्या मातापितरांनीही अपत्यांशी वागताना काही एक आचारसंहिता पाळली पाहिजे. अपत्यांकडून जन्मदात्यांनी किती आणि कोणत्या प्रकारच्या अपेक्षा ठेवाव्यात याला काही मर्यादा आहेत. ययाती काय किंवा फेडेरा काय; आपल्या मुलांकडून या उभयतांनीही नको तितकी मागणी केली. तारुण्याने रसरसलेला, जीवनाच्या उसळत्या प्रवाहात उभा असलेला, साऱ्या सुखोपभोगांची स्वाभाविक लालसा बाळगणारा उमदा, देखणा, सामर्थ्यशाली राजपुत्र पूरू आपण कल्पनेने डोळ्यांसमोर आणू शकतो. ययातीने त्याच्या पितृभक्तीची भलतीच कसोटी पाहिली. बापाने मुलाकडे कधी मागू नये, ते ययातीने पूरूजवळ मागितले आणि काही काळ का होईना, सुखाने जगण्याचा जो पूरूचा हक्क त्यालाच मुळी ययातीने पूरूला वंचित केले. तीच गोष्ट फेडोराची. तिची मुलगी तरुण होती. सुंदर होती. आपले आयुष्य मनाप्रमाणे जगण्याची स्वप्ने ती बघत होती. पण फेडोरानेही तिच्या मातृभक्तीची अशीच कसोटी पाहिली. आपला मुखवटा लेकीच्या चेहऱ्यावर चढवून त्याच्याआड तिने मुलीला गुदमरून टाकले. या चित्रपटातला सर्वांत हृदयद्रावक प्रसंग आहे, तो असा. फेडोराची मुलगी फेडोरा म्हणून एका इंग्लिश चित्रपटात काम करते, इंग्लंडमधला एक विख्यात तरुण अभिनेता नायक म्हणून तिच्यासमोर उभा राहातो. त्याला या तरुण, देखण्या, फेडोरा (!) बद्दल कमालीचे आकर्षण वाटते. तो तिच्या प्रेमातच पडतो. परंतु आपल्यासारख्या ऐन तिशीतल्या तरुणाने या साठी उलटून गेलेल्या जुन्यापुराण्या अभिनेत्रीवर आसक्त व्हावे, याची त्याला विलक्षण शरम वाटते. दरम्यान फेडोराची मुलगीही त्याच्या प्रेमात पडलेली असते. आपण फेडोरा नाही, आपण तिची मुलगी आहोत, हे आपल्या प्रियकराला सांगण्यासाठी स्वतःवरचे सगळे पहारे चुकवून ती गुपचूप लंडनला जाते. तथापि, आता ही आपले गुपित फोडणार, आपल्या करिअरला फुटलेली नवी पालवी खुडून टाकणार, हे पाहून फेडोरा कमालीची अस्वस्थ होते. मुलीला लगेच पकडून परत आणण्यासाठी ती आपल्या नर्सला तिच्या पाठोपाठ धाडते. प्लॅटफॉर्मवर फेडोराची मुलगी ज्या गाडीतून उतरते, तिच्याच दुसऱ्या एका डब्यातून ती नर्सही उतरते. नर्सला पाहून राग, द्वेष,

निराशा, असहायता अशा अनेक भावनांनी ही मुलगी देहभान विसरते आणि त्या भावनांच्या कल्लोळातच ही धावत्या गाडीखाली स्वत:ला बेदरकारपणे झोकून देते. एका म्हाताऱ्या, कुरूप, आत्मकेंद्रित आईसाठी एका देखण्या, निष्पाप, स्वप्नाळू लेकीचा निष्कारण बळी पडतो.

आई-वडिलांनी मुलांना देता येईल ते द्यावे, वाटल्यास देऊही नये; पण स्वतंत्रपणे, आपल्या मर्जीनुसार आपल्या जीवनाला बरावाईट आकार देण्याचा त्यांचा अधिकार मात्र त्यांनी कधीही हिरावून घेऊ नये. ही एक प्रकारची भावनीक पिळवणूकच आहे. हे आपल्या वात्सल्याचे मोल मागणे आहे! आजही आपण भोवती पाहू लागलो, तर अतिशय सूक्ष्मपणे, धूर्तपणे, वरकरणी प्रेमाचा आव आणून कित्येक आई-बाप आपली करिअर; आपली अपुरी राहिलेली स्वप्ने, आपल्या आशा, आकांक्षा मुलांवर लादताना दिसतात. बाप डॉक्टर म्हणून मुलाने डॉक्टर व्हायचे, आई गायिका होती, म्हणून मुलानेही गाणे शिकायचे, बाप नामवंत सामाजिक किंवा राजकीय कार्यकर्ता आहे, म्हणून मुलानेही तोच मार्ग चोखाळायचा, असा मातापित्यांचा आग्रह असतो. त्यांची तर गोष्ट सोडाच, पण समाजही या थोरामोठ्यांच्या मुलांबद्दल अशाच अपेक्षा बाळगतो.

'अरे, तुझ्या बापाने रंगभूमी काय गाजवली! अन् तू साधा मेकॅनिक बनलास?'

'अगं, आईचा गाण्याचा वारसा इतका कसा तुला मिळाला नाही? आईचं गाणं ऐकून आमचं देहभान हरपायचं... अन् तुला साधं 'आ' करता येत नाही?'

'बाळा, अरे, मी धंद्याचा हा एवढा व्याप वाढवलाय्, तो कुणासाठी? तुझ्यासाठीच ना? अन् हे आदिवासी लोकांत जाऊन त्यांची सेवा करायचं वेड तू कुठून डोक्यात भरवून घेतलंस?'

कधी समाज, कधी आई, कधी बाप सतत मुलांना हे ऐकवत राहातात. मुले ब्रेन वॉशिंगला बळी पडतात. नाही तर मग आपल्या जन्मदात्यांना साजेसे आपण नाही, याची ओशाळगत जन्मभर मनात बाळगून स्वत:ला कष्टी करून घेतात. मोठ्या झाडांच्या सावलीत लहान झुडूप खुरटून जाते, तसे या बिचाऱ्या मुलामुलींचे आयुष्य नासून, बेचव होऊन जाते.

ययाति काय, फेडोरा काय, ही अतिरेकी उदाहरणे झाली. पण सूक्ष्म प्रमाणात का होईना, आपल्यांत या उभयतांपैकी कुणी लपलेले नाही ना, याचा सर्व जन्मदात्यांनी विचार करायला पाहिजे. ययातीचा किंवा फेडोराचा वारसा आपण आपल्या वारसदारांवर लादत नाही ना, याची त्यांनी क्षणोक्षणी चिंता वाहिली पाहिजे.

◆◆◆

मॅडम

आपला देश जेव्हा पारतंत्र्यात होता, तेव्हा सर्वत्र दिसून येणारी स्थूल, वयस्कर, अघळपघळ झगा अंगभर घातलेली, पांढरे केस मानेपर्यंत कापलेली किंवा त्या केसांचा अंबाडा बांधलेली अशी जुन्या काळातली 'मॅडम' आजही अनेकांना आठवत असेल. तिचा 'मड्डम' असा खास मराठी अपभ्रंश खेड्यापाड्यांतले लोक कधी भीतीयुक्त आदराने, तर कधी निव्वळ कुचेष्टेने करीत, हेही पुष्कळ जणांच्या ध्यानात असेल. ही जुनीपुराणी मॅडम आजही पूर्ण अदृश्य झाली, असे नाही. अजूनसुद्धा ती कुठे कुठे क्वचित दिसते. पण आज तिची जागा या देशातल्याच इतर मॅडमनी घेतली आहे, म्हणून आज 'मॅडम' शब्द उच्चारला, की वेगवेगळ्या लोकांच्या डोळ्यांसमोर वेगवेगळी चित्र उभी राहातील. भारताच्या माजी पंतप्रधान इंदिरा गांधी यांना सर्रास मॅडम म्हणत असत, हे कुणाला आठवेल. कुणाला शाळा-कॉलेजांत गावगन्ना शिकवणाऱ्या प्राध्यापिका, शिक्षिका आठवतील. कुणाला व्यावसायिक क्षेत्रात महत्त्वाची पदे विभूषित करणाऱ्या, त्यासाठी सतत परदेशच्या वाऱ्या करणाऱ्या कर्तबगार स्त्रिया नजरेसमोर येताना दिसतील. कुणाला केवळ पतीच्या मोठेपणामुळेच जिला 'मॅडम' म्हणून संबोधले जाते, अशी हाय सोसायटीतली एखादी महिला आठवेल. कुणाला राजकारणाच्या क्षेत्रात वावरणाऱ्या स्त्रियांना इतर लोक हे कधी भाबड्या आदराने, तर कधी धूर्त मतलबीपणाने 'मॅडम' म्हणून त्यांच्याकडून आपली कामे कशी करून घेतात, याचे स्मरण होईल. 'मॅडम' कुठली का असेना, तिच्याभोवती अजून जुन्या सरंजामशाही वातावरणाचा गंध दरवळत आहे, या नुसत्या शब्दाला देखील एक परंपरेने चालत आलेली प्रतिष्ठा, मिजास आहे, यात शंका नाही. कुणाला या शब्दातली साहेबी शान आणि इंग्रजीची ऐट आवडते, तर कुणाला 'मॅडम' या इंग्रजी शब्दापेक्षा 'मादाम' हा मूळचा फ्रेंच शब्द वापरण्यात अधिक धन्यता वाटते, असेही दिसून येईल. काही श्रीमंत घरांतून तर खुद्द पतिराजच आपल्या पत्नीला 'मॅडम' म्हणून हाक मारतात, हे देखील मी पाहिले आहे.

पण आजच्या लेखात ज्या 'मॅडम'चा मला परिचय करून द्यायचा आहे, ती या वरच्या कुठल्याही मॅडमपैकी नाही. त्या साऱ्यांहून ती अगदी वेगळी आहे. ही मॅडम वीसएक वर्षांची, कॉलेजमध्ये बी.ए.च्या शेवटच्या वर्षांत शिकणारी, श्रीमंत आईबापांची लाडकी लेक आणि भोवतालच्या साऱ्या मित्रमंडळींची, आप्तनातलगांची, सगळ्या

ओळखीच्या लोकांची फार आवडती अशी एक उत्फुल्ल, गोड, प्रसन्न मुलगी आहे, ती ऐन मराठी कुटुंबातली असल्यामुळे तिचे नावही अगदी शुद्ध मराठी आहे. मग ती 'मॅडम' कशी? तर तिचे अलिप्त, रुबाबदार, स्वत्व जपणारे, फॅशनेबल; आणि कसे, ते नीट सांगता येणार नाही, पण घरातल्या इतर सगळ्या माणसांपेक्षा वेगळेच असे व्यक्तिमत्त्व बघून तिच्याच एका भावाने हे नाव - अर्थात चेष्टेने - तिला दिले आहे; आणि बहिणींची मस्करी करणे हा जगातल्या सर्व भावांचा जन्मसिद्ध हक्क असल्यामुळे तिचे इतर सख्खे-चुलत, सगळे भाऊ आता तिला 'मॅडम' खेरीज दुसऱ्या नावाने हाक मारायला तयारच नाहीत, गंमत अशी, की मुळात थट्टा करण्यासाठी वापरले जाणारे हे संबोधन तिला चक्क शोभून दिसते. 'मॅडम' शब्दातली सगळी ऐट, सगळा डौल आणि अर्थाच्या सगळ्या अनेकपदरी सूक्ष्म छटा 'मॅडम'च्या व्यक्तिमत्त्वात एकवटल्या आहेत.

मॅडमला मी प्रथम पाहिले, ते मद्रासला. ती माझ्या भावाची तिसऱ्या क्रमांकाची मुलगी. मॅडम त्या वेळी तीन-चार वर्षांची असेल. तिला बघता क्षणी माझ्या मनात प्रथम भरले, ते तिचे मोठे, गोल, जांभळासारखे टपोरे डोळे. ते सारखे चमचम करत होते. म्हणून मी तिचे नाव तेव्हा बॅटरी ठेवले होते. हे कुटुंब पुण्यात येण्यापूर्वी अनेक वर्षे मद्रासलाच व्यवसायाच्या निमित्ताने राहात होते. तिथे मराठी माध्यम नव्हते. म्हणून मॅडमचे, तिच्या दोघी थोरल्या बहिणींचे आणि धाकट्या भावाचे नाव इंग्रजी माध्यमाच्या शाळेत घालणे अपरिहार्य झाले. मुलांच्या शिक्षणाचा प्रारंभ असा इंग्रजी भाषेतून झाला. त्याच्या जोडीला शाळेतल्या मित्रमैत्रिणी आणि शेजारीपाजारी यांच्यामुळे तमीळ भाषाही त्यांना चांगली कळू लागली. त्या भाषेत संभाषण करण्याइतकी त्यांची गती होती. पण मग पुण्यातच राहायचे ठरले आणि हे सगळे कुटुंब पुण्याला आले. आता मराठी भाषा शिकणे आवश्यक झाले. शाळेतही सारखा मराठीशी संपर्क येऊ लागला. मॅडमच्या इतर भावंडांनी मराठी चटकन उचलली. मॅडमला मात्र मराठीशी जुळवून घ्यायला बराच काळ जावा लागला. आता ती मराठी चांगले बोलते, तरी तिच्या एकूण उच्चारांवर किंचित परकी झाक राहिली आहे. 'बहीण' शब्द ती 'भईन' म्हणते, इतरही काही शब्द तिच्या तोंडी जरा वेगळेच लागतात. पण उच्चाराचा थोडा घोटाळा असला, तरी मराठी भाषेची प्रकृती तिला चांगली कळलेली आहे आणि मराठीतले अनेक बारकावे तिने उत्तम रीतीने आत्मसात केले आहेत.

एकदा बोलता बोलता ती म्हणाली,

'आपल्या घरातले एकेकजण म्हणजे नुसते नग आहेत अगदी!'

तिचे हे वाक्य ऐकून मी चकित झाले. मॅडम कधी कधी मराठीतला असा वेचक आणि अर्थपूर्ण शब्द वापरते, की ऐकणारा थक्कच होतो.

मॅडमच्या स्वभावात अनेक परस्परविरोधी छटांचे मोठे हृद्य मिश्रण झाले आहे. तिचे परीक्षेसाठी घेतलेले विषय मानसशास्त्र आणि अर्थशास्त्र हे आहेत. गप्पा मारताना ती मानसशास्त्रातल्या अनेक गमती मला सांगते. मनाचा दुबळेपणा, गण्ड, विकृती यांतले बरेच काही तिला माहीत आहे. तो तिच्या अभ्यासाचाच भाग आहे. पण परीक्षा आली, की मॅडम स्वत:च हे सगळे विसरते. तशी ती अभ्यासात हुशार आहे, ही सगळीच भावंडे ऐंशी-नव्वद टक्क्यांच्या खाली कधी गुण मिळवत नाहीत. मॅडमलाही परीक्षेला भिण्याचे काही कारण नसते. पण परीक्षा आली, की ती इतकी घाबरून जाते, की काही विचारू नये. परीक्षेच्या आधी महिना महिना मॅडमचा अभ्यासाचा धोशा चालतो. तिची अभ्यासाची तऱ्हाही विलक्षण आहे. भोवती माणसांच्या गप्पा चालल्या आहेत, मुलांचा आरडाओरडा सुरू आहे, बाहेरच्या दालनात - किंवा अगदी समोरदेखील - टी.व्ही. नाना प्रकारच्या दृश्यांचा आणि आवाजांचा गोंधळ घालत आहे, त्यातच एखाद्या भावाने रेकॉर्डप्लेअरवर इंग्रजी गाण्यांच्या कॅसेट्स फुल स्पीडमध्ये लावल्या आहेत- या सर्व गदारोळात माणसाचे डोके फिरून जाईल. पण इतक्या गडबड-गोंधळात मॅडमचा अभ्यास शांतपणे चालू असतो. ती इतकी तन्मय, एकाग्र होते, की तिची जणू समाधीच लागते. मग तिला आवाजाचा त्रास होत नाही. ती समोर वह्या ठेवून भराभर काहीतरी सारखे लिहीत असते. इतके काय लिहिते, कोण जाणे. नाहीतर मग घरात फेऱ्या मारत सारखे वाचत असते. हे वाचन मनातल्या मनात न चालता मोठमोठ्याने चालते. मॅडम या खोलीतून त्या खोलीत, त्या खोलीतून या खोलीत सारखी फिरत आहे, जोराने वाचत आहे, काही तरी पाठ करत आहे, हे दृश्य घरात आता सगळ्यांच्या अंगवळणी पडले आहे. मोठ्याने वाचण्याच्या मॅडमच्या या सवयीमुळे माझा पुष्कळच फायदा होतो. अर्थशास्त्रातले मला काही कळत नाही. पण मॅडम मानसशास्त्राचा अभ्यास करू लागली, की फार गंमत वाटते. तिच्या वाचनातली मधली मधली वाक्ये कानांवर पडली, की ती माझे चित्त वेधून घेतात आणि स्वत: कसले श्रम न करताही मानसशास्त्रातले बरेच ज्ञान आपोआप माझ्या पदरात पडते.

जसजशी परीक्षा जवळ येऊ लागते, तसतसे मॅडमचे टेन्शन वाढत जाते. तिच्यासारख्या हुशार मुलीने परीक्षेची इतकी धास्ती का घ्यावी, हे देखील खरोखर एक मानसशास्त्रीय कोडेच आहे. कदाचित मॅडमच त्याचा उलगडा करू शकेल. पण काही असो. परीक्षेला ती फार भिते, एवढे मात्र खरे. पेपर जवळ आला, की दिवसाच नव्हे, तर रात्री देखील मॅडम आपली जेवणघरात दिवा लावून अभ्यास करत बसलेली. रात्री झोपेतून पाणी प्यायला उठले, तर स्वयंपाकघरात जाताना जेवणाच्या टेबलाशी समोर पुस्तक उघडून अभ्यास करणारी मॅडम मला दिसते

आणि माझे मन भरून येते.

घरात सारी माणसे गाढ झोपी गेलेली, सगळीकडे शांतता भरून राहिलेली; आणि 'या निशा सर्व भूतनाम्' च्या पद्धतीने मॅडम आपली अभ्यास करत बसलेली. हा ताण असह्य होतो, म्हणूनच की काय, मग ऐन परीक्षेच्या वेळी कधी मॅडम आजारी पडते. तिला ताप भरतो, उलट्या होतात. तिची अगदी दयनीय अवस्था होते. पण या साऱ्या आपत्तींसह मॅडम धैर्याने परीक्षेला बसते. पेपरांना सामोरी जाते आणि उत्कृष्ट गुण मिळवून परीक्षेत पास होते. तरी पुढची परीक्षा आली, की पुन्हा तेच टेन्शन, तोच अभ्यासाचा धूमधडाका, तेच घाबरणे आणि परीक्षेतून तेच अलगद सुटून जाणे, इतिहासाची अशी पुनरावृत्ती होत राहाते.

मॅडम तशी फार आत्मरत आहे. सदैव स्वत:त गढलेली. एकंदरीने बायकांना बोलायला आवडते. मॅडमच्या वयाच्या मुली तर खूपच बडबड्या असतात. पण मॅडम अबोल आहे. ती तासन् तास न बोलता राहू शकते. यात शिष्टपणा, गर्विष्ठपणा वगैरे काही नाही. मॅडमचा स्वभाव तसा आहे, हेच याचे कारण. ती अबोल आहे, तसे दुसरे तिचे एक वैशिष्ट्य मला फार जाणवते. तिला कुणाच्याही, कसल्याही भानगडीत रस नाही. इतरांबद्दल कसले विकृत कुतूहल नाही. तशी ती मनाने फार स्वच्छ, निर्मळ आणि निरागस आहे. तिचे बहुधा साऱ्यांशी जमते. जमत नाही, ते तिच्या भावांशी. ते तिची इतकी चेष्टा करतात, तिच्या इतके मागे लागतात, की मॅडम चिडते. हैराण होते. 'बघ, ग, काकी!' हा उद्‌गार दिवसांतून दहादा तरी तिच्या तोंडी येतो. काकी म्हणजे तिची आई. मॅडम फार आईवेडी आहे. तिथे ती मुलाहून मूल बनते, हट्ट करते. आपले बारीकसारीक कामही आईनेच केले पाहिजे, असा तिचा आग्रह असतो. आता सकाळची वेळ, म्हणजे तिच्या आईची भयंकर धांदलीची वेळ असते. कुणाला चहा, कुणाला कॉफी, कुणाचे औषध, त्यातच येणाऱ्या भाजीवाल्या, त्यातच येणारे फोन, इतर आलेगेले, स्वयंपाकाची गडबड असा चौफेर हल्ला चाललेला; आणि नेमकी याच वेळी मॅडम कॉलेजला निघालेली असते. तिच्या वह्या सापडत नाहीत. बॉलपेनमध्ये रिफील्स नसतात. सलवार असेल, तर कमीज बेपत्ता. कमीज सापडले, तर ओढणी हरवलेली, कंगवा कधीच जागेवर नसतो. कुंकवाची बाटली कुठे तरी दडून बसलेली असते. मग वस्तुगणिक मॅडमचे अधिकाधिक अस्वस्थ होणे, रागावणे, चिडणे आणि कॉलेजला उशीर होईल, म्हणून नव्हर्स होऊन जाणे.अशा वेळी मॅडम सारखी 'काकी,पेन', 'काकी, माझी बॅग', 'काकी, रूमाल', 'काकी, ओढणी' म्हणून आरडाओरडा करत राहाते. काकी शांतपणे साऱ्या वस्तू मॅडमला देते. मग थाटमाट करून मॅडम कॉलेजला जाते. तेव्हा ती किती छान दिसते! माणसांनी तुडुंब भरलेल्या घरातही मॅडम तशी

साऱ्यांहून निराळी आणि एकटीच असल्यासारखी वाटते. मी तर तिला lone wolf (एकटा लांडगा) असे म्हणते. पण मॅडम आतून खूप प्रेमळ आहे. संवेदनशील आहे. माणसांची तिला कदर आहे. उध्दटपणा, उर्मटपणा, अरबटचरबट बोलणे तिला अजिबात माहीत नाही. ती आपला आब राखते आणि इतरांचाही. पण साऱ्यांपासून अलिप्त असणाऱ्या मॅडमचा एक हळवेपणा आहे. तो म्हणजे लहान मुले. लहान मुलांचे तिला इतके वेड आहे, की काही विचारू नये. कसलेही रडके, हट्टी, मळकेसळके मूल असले, तरी मॅडमला ते आवडते. त्याचे ती लाड करते. त्याचे कपडे बदलते. आपल्या हाताने जेवू घालते. त्याच्यासाठी छान छान खाऊ, खेळणी, कपडे आणते. तिच्या मोठ्या बहिणीने आपली पाच-सहा महिन्यांची छोटी मुलगी महिनाभर माहेरी ठेवली होती. त्या वेळी मॅडम भलतीच कामांत गढलेली असे. या छोट्या मुलीचे धुणे-पुसणे, तिचे कपडे बदलणे, संध्याकाळी तिचे तोंड ओल्या फडक्याने पुसून तिला पावडर-तीट लावणे, कडेवर घेऊन तिला तास-तास हिंडवणे हे सगळे मॅडम अगदी हौसेने करी. तिला लहान मुलांची मने अचूक कळतात; आणि मुलेही जणू अंत:प्रेरणेने तिला ओळखतात. बहिणीची छोटी मुलगी मॅडम दिसली, रे, दिसली की हात पुढे करून ओरडत सुटायची. तिने आपल्याला घ्यावे, म्हणून गळा काढायची. मॅडममध्ये कायम एक 'आई' आहे. आणि ती सदैव कार्यरत असते.

मॅडमचे हे आईपण आणखी एका गोष्टीत जाणवते. ती तशी स्वयंपाकात रस घेत नाही. पण तऱ्हतऱ्हेचे पदार्थ बनवणे व ते इतरांना हौसेने खाऊ घालणे हा तिच्यामधल्या वात्सल्याचाच एक भाग आहे. कधी ती केक करून बघते. कधी नानकटाई बनवते. कधी कस्टर्ड करते, तर कधी आइसक्रीम करते. हे सारे ती स्वत:ला खायची आवड आहे, म्हणून करतेच; पण आपल्याबरोबर इतरांना खाऊ घालणे हा तिचा फार मोठा आनंद आहे. साधे चॉकोलेट तिच्यासाठी आणले, तरी ती एकटी कधी ते खाणार नाही. याला एक तुकडा दे, त्याला एक तुकडा दे, असे करत सगळे चॉकोलेट वाटून टाकील आणि मग उरलेला तुकडा स्वत: खाईल. रस्त्याने जाताना बरोबर वडीलधारे माणूस असेल, तर त्याचा हात धरून, त्याला नीट सांभाळून नेईल. त्याच्या हातातले सामान स्वत: घेईल. त्याला रिक्षात जपून चढवील-उतरवील आणि सर्वतोपरी त्याची काळजी घेईल.

मॅडमला क्रिकेटचे व इतर खेळांचे भलतेच वेड आहे. त्यासाठी तासन् तास ती टीव्हीसमोर बसेल. क्रिकेटइतकेच तिला वाचनाचे वेड आहे. मराठी वाचणे तिला जमत नाही. पण इंग्रजी पुस्तके ती खूप वाचते आणि चांगल्या जाणकारीने वाचते. तिचा आणखी एक दुर्मीळ गुण म्हणजे तिची विनोदबुद्धी. भावांबरोबर भांडण ऐन रंगात आले असताना देखील एखाद्या शब्दाने, एखाद्या विधानाने मॅडमला सगळ्या

भांडणाचा विसर पडतो. स्वत:च्या किंवा इतरांच्या वागण्यांतली विसंगती तिला एकदम जाणवते आणि भांडण विसरून ती कितीतरी वेळ हसत राहाते.

खाण्याच्या बाबतीत, कपड्यांच्या बाबतीत, किंबहुना सगळयाच आवडीनिवडींत मॅडमचे म्हणून एक खास वेगळेपण असते. तिचे कपडे तिला विशिष्ट प्रकारचे, विशिष्ट रंगाचे, पोताचे आणि शिवणीचेच हवेत. त्यात जरा काही चुकले वा बिघडले, तर मॅडमचा मूड जातो. खाण्याबाबत तसेच. मॅडमला सकाळी फार भूक लागलेली असते. ती स्वयंपाकघरात येऊन बसते आणि लहान मुलासारखी खायला हे दे, ते दे, असा हट्ट करत राहाते. जेवणातल्या बऱ्याच गोष्टी तिच्या पसंतीला उतरत नाहीत. एखादी भाजी, आमटी किंवा दुसरा एखादा पदार्थ आवडला नाही, तर मॅडम त्याला बोट लावणार नाही. ती तशी उपाशी राहील. मग तिची आई तिला वेगळे काहीतरी करून देते. मद्रासला बाळपण गेल्यामुळे की काय, दोसा, उत्ताप्पा अशा खाण्याची मॅडमला आवड आहे. कधी तिला भजी खावीशी वाटतात. पण तिला हवा तसा पातळ बटाटा वा कांदा कुणालाच चिरता येत नाही. म्हणून ती स्वत: चोखंदळपणे तयारी करते. भजी तळते आणि आपल्याबरोबर इतरांनाही उदारपणे खाऊ घालते.

मॅडमच्या स्वभावाचे असे अनेक गमतीदार, परस्परविरोधी पैलू आहेत. प्रत्येक गोष्टीकडे बघण्याचा तिचा स्वतंत्र दृष्टिकोन आहे. तिच्या बहिणी एमएससी झाल्या आहेत. पण बीएनंतर आपण पुढे मुळीच शिकणार नाही, असा मॅडमने आताच निर्णय घेऊन टाकला आहे. आपल्या आईबापांशी वागताना मॅडमचा सगळा बालिशपणा, लहरीपणा, हट्ट उचंबळून येतो. पण काही कारणाने आई-वडील एखादा दिवस घरी नसले, तर मॅडम वडीलकीच्या नात्याने घर सांभाळते. स्वयंपाकघरातली कामे भरभर उरकते. सगळ्यांना जेवू घालते आणि पेले, बश्या, ताटे, वाट्या स्वत: धुऊन टाकते. स्वत:च्या घरात खुप बालिश असलेली, मुलाहून मूल होणारी मॅडम, दुसऱ्याच्या घरी गेली, तर प्रौढपणाने, समंजस वृत्तीने वागते. मॅडमला माणसे आवडतात. तिला तिच्या मैत्रिणी आहेत. लहान मुले म्हणजे तर तिचे सर्वस्व आहे. पण या सगळ्यांत असूनही मॅडम कुठेच नाही, असे मला अनेकदा वाटते. भित्री तरी धीट, अबोल तरी बोलकी, प्रेमळ तरी अलिप्त, आत्मरत तरीही भोवतालच्यांची मनापासून जाण ठेवणारी अशी मॅडम मला नेहमी एखाद्या कोड्यासारखी वाटते. मन गुंतवून ठेवणारे, सतत प्रश्नचिन्हे समोर उभी करणारे, फार लोभसवाणे आणि तरीही गूढ असे हे कोडे आहे.

◆◆◆

संवाद

नेमके आठवत नाही, पण टेनेसी विल्यम्स किंवा आर्थर मिलर यांपैकी कोणत्या तरी एका नाटककाराने आपल्या एका नाटकाला प्रस्तावना लिहिली आहे. तिच्यामध्ये त्याने एका घटनेचा उल्लेख केला आहे. लेखक म्हणतो,

'घरच्या पुढल्या आवारात अनेक मुले जमून हसत होती. बडबडत होती. त्यांनी एकच गोंधळ मांडला होता. त्यांत एक रोड, अशक्त, व्यक्तित्वशून्य अशी लहान मुलगी बाजूला घराच्या पायरीवर बसली होती. तिलाही काही तरी बोलायचे होते. पण त्या सगळ्या खेळगड्यांत तिचा शब्दही कुणी ऐकून घ्यायला तयार नव्हते. शेवटी ती मुलगी चिडली. संतापली आणि अगदी टिपेचा आवाज लावून किंचाळली,

'ऐका, मलाही काही तरी बोलायचंय. काही तरी सांगायचंय. घेता, की नाही, माझं ऐकून?'

ही घटना सांगून पुढे लेखकाने म्हटले आहे, 'या गोष्टीला आता पुष्कळ वर्षे लोटून गेली आहेत. पण हात उंचावून तावातावाने ओरडणारी ती रोडकी पोर अजूनही डोळ्यांपुढून हलत नाही. आज कुठे बरे असेल ती? काय करत असेल? ती एखादी लेखिका तर झाली नसेल?'

तशीच जी.ए. कुलकर्णी यांची एक कथा आहे. खूप वर्षांपूर्वी त्यांनी लिहिलेली. त्या वेळी जी.ए. कथाकार म्हणून फारसे कुणाला परिचितही नव्हते. कथा अगदी लहानशी, मासिकाचे पान जेमतेम अर्धे भरेल, इतकी आहे. शहरात नोकरी करणारा एक तरूण असतो. तिथे तो अगदी एकलकोंडे आयुष्य घालवत असतो. त्याला कोणी स्नेही नसतात. एके दिवशी त्याला पाच रुपयांची बढती मिळते. त्याच्या जीवनातली ती महत्त्वाची, आनंदाची घटना असते. ही बातमी कुणाला तरी सांगावी, असे त्याला वाटते. पण सांगायची कुणाला? सुखदुःखाच्या गोष्टी ज्याच्यापाशी मन उगाळून बोलाव्यात, असे जवळचे त्याला कुणी नसतेच. आपल्या खोलीत तो एकटाच उदासवाणा बसून असतो. इतक्यात खोलीच्या उघड्या दारातून शेजारचे एक लहानसे मांजराचे पिल्लू आत येते. हा तरूण लगबगीने उठतो. त्या मांजराला उचलून छातीशी धरतो आणि त्याच्या कानात हळूच सांगतो,

'मन्या, कळलं का तुला? अरे, आपल्याला बढती मिळाली, बरं का! किती, ठाऊक आहे? पाच रुपये!'

अगदी लहान मूल असते. त्याला अद्याप बोलता देखील येत नसते. तरी ते रडून ओरडून इतरांचे लक्ष आपल्याकडे वेधू घेऊ बघते. ते रडणे खरोखर त्याचे बोलणेच असते. त्याहून थोडेसे मोठे मूल असते. ते आता चार-दोन शब्द बोलायला शिकलेले असते. कधी कधी घरात बाहेरची माणसे जमलेली असतात. सर्वांच्या गप्पा रंगात आलेल्या असतात. मुलाचे आई-वडिल त्या गप्पांमध्ये मन:पूर्वक सामील होतात. हे लहान मूल भिरीभिरी तिथे हिंडत असते. सर्वांच्या तोंडाकडे बघत असते. त्या उत्सवात आपणही भाग घ्यावा, असे त्याला वाटते. पण इतक्या लहान मुलाशी कोण बोलणार? तशी त्याची कुणी अगदीच दखल घेत नाही, असे नाही. कुणीतरी त्याच्या हातावर खाऊ ठेवते. कुणी त्याला कुरवाळते. थोपटते. कुणी मध्येच त्याला जवळ घेऊन त्याचा पापा घेते. पण हे सारे विमनस्कपणे चाललेले असते. खरे तर, त्या मुलात कुणालाच फारसा रस नसतो; आणि कुठल्या तरी अंत:प्रेरणेने त्या मुलालाही ते समजते. कुठल्याही ग्रूपमधून असे पध्दतशीरपणे बाहेर ढकलले जाणे कुणालाच आवडत नाही. इतरांचे राहो. पण आपली आई, आपले बाबासुध्दा शत्रुपक्षात शिरले आहेत, आपल्याशी ते बोलत नाहीत, आपली उपेक्षा करत आहेत, हे तर त्या मुलाच्या कोवळ्या मनाला फारच झोंबते. मग ते एकदम आईजवळ जाते. तिची हनुवटी धरून तिचे तोंड आपल्याकडे वळवते आणि तिला म्हणते,

'आई, माझ्याकडे बघ ना! माझ्याशी बोल ना!'

आईला हा अडथळा आवडत नाही.

'असं काय, रे, वेड्यासारखं करतोस? जरा बोलू दे ना मला यांच्याशी!' असे म्हणून ती त्याला दूर करते.

ते मूल अपमानित होते. मोठ्याने भोकाड पसरते. कारण एकदा रडण्याचे शस्त्र उपसले, की मग आईला आपल्याकडे लक्ष द्यावेच लागेल, हे अनुभवाने त्याला माहीत झालेले असते.

माणसाच्या मूलभूत गरजा काय, असे जेव्हा आपण म्हणतो, तेव्हा अन्न, वस्त्र, निवारा या गरजा आपल्याला चटकन आठवतात. पण तेवढीच, कदाचित त्याहीपेक्षा त्याची मोठी गरज असते बोलण्याची. इतरांशी संवाद साधण्याची. आपले दैनंदिन व्यवहार सुरळीत चालण्यासाठी आपण भाषेचा अवलंब करतो. इतरांशी बोलतो. पण मला अभिप्रेत आहे, ते हे बोलणे नव्हे. ही तर व्यवहाराची, सामाजिक संबंधांसाठी निर्माण केलेली आपली सोय आहे. या व्यतिरिक्त माणसाला इतरांशी संवाद साधावासा वाटतो. तो संवाद जितका नि:स्वार्थ, जितका निर्हेतुक असेल, तितकी त्याची आवश्यकता अधिक मोठी. ती माणसाची आत्मिक भूक आहे. ही भूक माणूस या ना त्या प्रकारे भागवतो. इतरांशी संवाद साधतो; आणि त्यातून

त्याला विलक्षण आनंद लाभतो. हा संवाद माणसांशीच नव्हे, तर प्राण्यांशी, निसर्गाशी, जड वस्तूंशी देखील साधता येतो.

रवींद्रनाथ टागोरांची एक लहानशी पण गोड कविता आहे. कविश्रेष्ठ आपल्या लेखनाच्या खोलीत टेबलाशी खुर्चीवर बसून काही काम करत होते. इतक्यात खिडकीवाटे बाहेरून काही शब्द त्यांच्या कानी पडले. कुणी तरी कुणाशी तरी अत्यंत प्रेमाने, लडिवाळपणे बोलत होते. कुणीतरी कुणाची तरी आर्जवाने समजावणी करत होते. ते शब्द असे होते,

'असा काय बरं हट्ट करावा, राणी? आपल्याला घरी नाही का जायचं? इथं उघड्यावर तू किती वेळ अशी बागडत राहाणार? चल बरं घरी, सोने. ऐकायचं नाही का माझं?'

ते आर्जवी बोलणे ऐकून टागोरांना वाटले, बहुतेक एखादा प्रेमळ बाप आपल्या लाडक्या लेकीला समजावत असेल, त्यांनी कुतूहलाने खिडकीबाहेर डोकावून पाहिले, तर त्यांना दिसले, की एक म्हातारा गुराखी आपल्या म्हशीशी बोलत होता. आणि म्हैस तर कोवळ्या उन्हात, हिरव्यागार कुरणावर चरण्यात अगदी रमून गेली होती. तिला मुळीच घरी जायचे नव्हते. ते दृश्य टागोरांनी पाहिले. त्यांना हसू आले. पण त्याबरोबरच एका अनिर्वचनीय आनंदाने त्यांचे हृदय उचंबळूनही आले. वृत्ती टवटवीत झाल्या आणि अधिकच उत्साहाने ते आपल्या कामात गढून गेले.

प्राण्यांशी माणसासारखा संवाद साधणारी आणखी एक व्यक्ती मी पाहिलेली आहे. संत साहित्याचे अभ्यासू संशोधक ज.रा. आजगावकर यांच्याकडे एकदा मी गेले होते. वामन पंडितांच्या एका उताऱ्यातल्या काही शंकांचे मला त्यांच्याकडून निरसन करून घ्यायचे होते. आजगावकर स्वभावाने तुटक, माणूसघाणे, काहीसे रागीटही आहेत, असा त्यांचा लौकिक मी ऐकला होता. त्यामुळे त्यांच्याकडे जायची मला भीतीच वाटत होती. पण त्यांच्या घरी मी गेले, तेव्हा जे दृश्य मी पाहिले, त्यामुळे कसा, कोण जाणे, त्यांच्याविषयीचा सगळा धाक माझ्या मनातून निघून गेला. आजगावकर यांना मांजरे फार आवडत. त्यांनी आपल्या घरी दहा-बारा तरी मांजरे पाळलेली असावीत. त्यांच्या घरी दुसरे कुणी मला दिसले नाही. आप्त - नातेवाईक कुणी नसावेतच. त्या घरातले रहिवासी होते फक्त आजगावकर अन् त्यांची मांजरे. मी पाहिलेले दृश्य मोठे गमतीदार होते. आजगावकर आपल्या मांजरांना जेवणासाठी बोलावत होते. वेगवेगळी नावे घेऊन त्यांना हाका मारत होते. खाली वेगवेगळ्या बश्यांतून मासळी ठेवलेली. दुसऱ्या बश्यांत दूध ओतलेले. आजगावकरांच्या हाकेपेक्षाही त्या मासळीच्या वासानेच मांजरे पटापट तिथे गोळा

झाली. एक पुस्तकाच्या कपाटावरून उडी मारून आले. एक शेल्फाच्या फळीवरून खाली उतरले. काही बाहेरून आत आली. अनेक रंगांची, अनेक आकारांची, वयांची, तोंडवळ्यांची आणि भिन्न भिन्न स्वभावांची मांजरे. कुणी उग्र रागीट, बसक्या आवाजाचे बोके. कुणी ऐसपैस अंगाच्या लेकुरवाळ्या मांजऱ्या. कुणी गोजिरवाणी पिल्ले. म्यांव म्यांवचा एकच कल्लोळ उसळला. मांजरे मासळीवर ताव मारत होती, दूध पीत होती; आणि आजगावकर प्रेमाने त्यांच्याकडे बघत होते. त्यांच्या कानांमागे खाजवत होते. त्यांना कुरवाळत होते. त्यांच्याशी चक्क बोलत होते.

मला ते सारे दृश्य फार विलोभनीय वाटले. खरे तर, मासळीच्या उग्र वासाने आणि मांजराच्याही विशिष्ट वासाने माझे डोके भणभणत होते. पण मला ते तितकेसे उपद्रवकारक वाटले नाही. मांजरे ही माझीही मोठ्या आवडीची गोष्ट आहे. मी चटकन म्हटले,

'मला मांजरे फार आवडतात.'

माझ्या त्या उद्‌गाराने आजगावकर अगदी संतुष्ट झाले. आपल्या साऱ्या मांजरपोळावरून साभिमान नजर फिरवत ते मला म्हणाले,

'अहो, माझी ही पोरंच म्हणायची की सगळी. मला त्यांचा फार मोठा विरंगुळा वाटतो!'

माणसांशी तुटक तुसडेपणाने वागणाऱ्या आजगावकरांनी मांजरांशी अशी दोस्ती केली होती. त्यांच्याशी संवाद साधला होता. केवळ माझ्या मार्जारप्रेमामुळे ते माझ्याशी आपुलकीने वागले. माझ्या शंकांचे तर त्यांनी निरसन केलेच. पण त्याशिवायही त्यांनी माझ्याशी किती वेळ मनमोकळेपणाने गप्पा मारल्या.

मांजरे, कुत्री, घोडे, हत्ती हे माणसांशी मैत्री करतात. माणसे त्यांच्याशी दोस्ती करतात. संवाद साधतात. शेतकरी आपल्या गाईबैलांशी बोलतात. कुटुंबातल्या माणसाइतके त्यांच्यावर प्रेम करतात. माणसे, प्राण्यांशीच नव्हे, तर निसर्गाशी, झाडापेडांशीदेखील स्नेहाचे नाते जोडतात. त्यांच्याशी बोलतात. जुन्या जमान्यातल्या प्रसिद्ध अभिनेत्री स्नेहप्रभा प्रधान या माझ्या चांगल्या ओळखीच्या होत्या. मुंबईला एकदा मी त्यांच्या घरी गेले होते. स्नेहप्रभाबाईंनी आपल्या जागेच्या लगतच्या गॅलरीत फुलझाडांच्या, शोभेच्या पानांच्या झाडांच्या काही कुंड्या ठेवलेल्या होत्या. मला त्यांनी आपली बाग दाखवली. त्या वेळी चिमुकल्या, चकचकीत, हिरव्यागार पानांच्या एका सुरेख छोट्याशा रोपट्याकडे बोट दाखवत त्या मला म्हणाल्या,

'भारी लबाड अन् हट्टी आहे हे रोपटं!'

'ते कसं काय?' मी काहीशा आश्चर्याने विचारले.

'अहो, त्याला मी रोज त्याच्याशी थोडा वेळ तरी उभं राहून त्याचं कौतुक

करायला, त्याच्याशी गप्पा मारायला हवं असतं. एखाद्या दिवशी कामाच्या गडबडीत ते राहून गेलं ना, तर रावसाहेब लगेच रुसून बसतात. दुसऱ्या दिवशी बघावं, तर पानं सुकलेली. डहाळ्या मलूल होऊन खाली झुकलेल्या. मग पुन्हा मी जेव्हा त्याला पाणी घालते, त्याच्या पानांना कुरवाळते, त्याच्याशी मायेनं बोलते, तेव्हा ते पुन्हा तरतरीत होतं. आहे ना गंमत?'

स्नेहप्रभाबाई बोलत होत्या आणि मी त्या रोपट्याकडे बघत होते. स्नेहप्रभाबाईंच्या बोलण्यात अतिशयोक्ती असेल का? प्रेमामुळे, कौतुकामुळे त्यांनी मानवी भावना त्या रोपट्याच्या ठायी संक्रमित केल्या असतील का? थोडेसे तसे असेलही. पण स्नेहप्रभाबाईंच्या उद्‌गारात काही तथ्यही असावे.

मला माझ्या एका मित्राची आठवण झाली.

तो नर्सरी चालवतो. एकदा त्याने मला सांगितले होते,

'गिऱ्हाईक जेव्हा एखादं शोभेचं, फुलझाडाचं रोप खरेदी करायला येतं ना, तेव्हा आम्ही त्याला एकाऐवजी दोन रोपं खरेदी करायचा आग्रह करतो.'

'एकाऐवजी दोन रोपं?' मी प्रश्न केला होता, 'धंदेवाईक दृष्टिकोन, म्हणून की काय?'

'छे, छे!' मित्र चटकन म्हणाला होता, 'अहो, यात धंद्याचा प्रश्न नाही. आम्ही गिऱ्हाइकाच्या फायद्यासाठीच त्याला हे सांगत असतो. असं बघा, इथं नर्सरीमध्ये त्या रोपाला इतर अनेक रोपट्यांची संगत असते. त्यांच्या सहवासात ते आनंदानं डुलत वाढत असतं. गिऱ्हाईक त्याला घरी घेऊन जातं, तेव्हा बहुतेक ठिकाणी ते बिचारं एकटंच पडतं. मग त्याला करमत नाही. ते मरगळतं. मलूल होतं. तीच जर दोन रोपं गिऱ्हाइकानं विकत घेतली, तर एकमेकांच्या संगतीत ती मजेत वाढतात. मग त्यांना एकटं एकटं वाटत नाही. अन् आणखी एक सांगतो, विश्वास ठेवा किंवा ठेवू नका. घरी वाढवलेल्या या रोपट्यांना नुसतं पाणी, ऊन, वारा पुरत नाही. त्यांच्यावर लहान मुलासारखं प्रेमही करावं लागतं. मधून मधून त्यांच्याशी बोलावंसुद्धा लागतं, तरच ती चांगला जीव धरतात.'

- आणि स्नेहप्रभाबाई तरी याहून वेगळे काय सांगत होत्या?

आपण सामान्य माणसे एकमेकांशी तर संवाद साधण्यासाठी उत्सुक असतोच, पण माणसांच्या या जगापलीकडे पशुपक्ष्यांचे, झाडावेलींचे, निसर्गाचे आणि त्याच्याही पलिकडच्या संपूर्ण अवकाशाचे एक विशाल विश्व आहे. त्यातल्या साऱ्यांनी परस्परांशी संवाद साधलेला असतो. शब्दाची देणगी माणसाला लाभलेली आहे. पण पशुपक्ष्यांचीही विशिष्ट भाषा असते. त्या भाषेत ती एकमेकांशी बोलत असतात. स्नेहाचे धागे जोडत असतात. आणि त्याच्याही पलीकडे निसर्गाची स्पर्शाची एक

सुंदर भाषा असते. बोरकरांच्या एका कवितेत पुढील ओळी आहेत :

मानेवरती मान टाकुनी शीतल शेजेवरती
अंगलगीच्या उबेत सारी कमळे पेंगत होती!

मानेवर मान टाकून परस्परांच्या अंगाची ऊब घेत पेंगणारी ही कमळे कशी स्पर्शातुर, जिवंत वाटतात. नव्हे, तशी ती असतातच.

असा निसर्गाशी संवाद साधणारा आपल्याकडचा सर्वश्रेष्ठ कलावंत म्हणजे ज्ञानेश्वर. वारकरी संप्रदायाने 'माऊली' म्हणून त्यांना आपल्या भावविश्वात जिव्हाळ्याचे स्थान दिले आहे. सिद्धपुरुष, योगी, संत, तत्त्वज्ञ अशा विविध नात्यांनी ज्ञानेश्वरांची थोरवी निर्विवाद आहे. पण मला त्यांचे मोठेपण जाणवते, ते त्यांनी साधलेल्या निसर्गसंवादात. चिद्विलासवादी ज्ञानेश्वरांना या सृष्टीत सर्वत्र चैतन्य भरलेले आढळते. त्या चैतन्याशी ते सहज समरस होतात आणि या चैतन्याची अनेक मनोज्ञ रूपे ते आपल्यासमोर साक्षात उभी करतात. त्यांच्या ठायी ज्ञानेश्वरांना दिसणाऱ्या भावभावनांचे आविष्कार बघून आपण स्तिमित होतो. आपले हृदय हेलावून जाते. ज्ञानेश्वरांची कुमुदिनी म्हणजे चंद्रविकासी कमळ आपली जागा न सोडता चंद्राला दुरून आलिंगन देण्याचे सौख्य अनुभवते. त्यांचे भ्रमर कमळाच्या पाकळ्यांवर अलगद पाय ठेवतात, आणि त्यांना न दुखवता त्यांचे पराग घेऊन जातात. त्यांच्या चकोरांची पिल्ले शारदीय पौर्णिमेच्या चांदण्याने कण हळुवारपणे वेचतात. त्यांचा आकाशाच्या पोटात शिरलेला पारवा जमिनीवर पारवीण बघताच प्रेमाने असा बेहोश होतो, की तो सगळे अंगच खाली लोटून तिच्याकडे झेप घेतो. त्यांचा सूर्य सगळीकडे शोभेची सौंदर्याची राऊळे उघडत जातो. साधे गवताचे पाते भूमीची मृदुता सांगत लवलवत राहते. पाणी, वाटेत येणारा प्रत्येक खाचखळगा भरत, साऱ्यांच्या उणिवा दूर करत पुढे वाहत जाते. अशी एक ना दोन, किती उदाहरणे सांगावीत? चराचर विश्वाशी असा संवाद साधणाऱ्या ज्ञानेश्वरांकडून आपल्याला कितीतरी शिकण्यासारखे आहे. ती दृष्टी आपल्याला लाभली, तर प्राणिमात्राशी आपला स्नेह जुळेल. आभाळातल्या ढगांवर उडत्या पाखरांनी लिहिलेली अगम्य चित्रलिपी आपल्याला वाचता येईल. साधे झाडाचे पान देखील आपल्याशी हितगूज करील आणि गवताचे पाते आपल्याकडे बघून ओळखीचे हसू हसेल.

इतका समग्र, संपूर्ण, विश्वात्मक संवाद जर आपल्याला साधला, तर आपले एकाकीपण कुठे शिल्लक राहील? तो संवाद साधायला मात्र हवा.

◆◆◆

खोटे कधी बोलू नये

एका इंग्रजी मासिकात मानसशास्त्रीय विषयावरचा एक लेख वाचत होते. लेखाचा विषय मोठा मजेदार होता. आपण खोटे का बोलतो, या प्रश्नाची त्यात मानसशास्त्रीय भूमिकेतून चिकित्सा केली होती. लेख वाचला आणि 'खोटे बोलणे' या गोष्टीकडे बघण्याचा माझा दृष्टिकोनच अजिबात बदलून गेला.

आपल्याकडे खोटे बोलणे हे अगदी पंच महापातकांपैकी नसले, तरी एक, किरकोळ का होईना, पापच मानले गेले आहे. खोटे बोलणे वाईट, हा संस्कार अगदी बालवयातच आपल्या मनावर ठसवला जातो. 'कार्ट्या, खोटं बोललास, तर याद राख, जिभेला चटका देईन, सांगून ठेवते.' अशी हिंस्र धमकी लहानपणी मातृदेवतेकडून एकदा तरी ऐकून घ्यावी लागली नाही, असा पुरुष सापडणे दुर्मीळ! अर्थात स्त्रियाही या नियमाला अपवाद नाहीतच. निदान आमच्या बालवयात तरी हे वाक्य सतत कानांवर पडत असे. हा झाला कौटुंबिक संस्कारांचा भाग.

शाळेमधून केले जाणारे संस्कार थोडे वेगळ्या पद्धतीचे; पण तितकेच ठाम व आग्रही असत. 'सत्य सदा बोलावे, सांगे गुरु आणि आपुला बाप। खोटे भाषण करणे सज्जन म्हणतात हे महत्पाप' ही आर्या माझी पिढी शाळकरी वयातच शिकली. त्याबरोबर 'खोटे कधी बोलू नये। चोरी कधी करू नये।... चित्ती धरी जो हे बोल। त्याचे कल्याण होईल' या मात्रेचा जरा कमी जालीम; पण तरी मनात भय उपजवणारा (आणि खोटे बोलणे, चोरी करणे अशी पापे न आचरल्यास कल्याण होईल, असे मधाचे बोट लावणारा) वळसाही त्याच काळात मिळाल्याचे आठवते. त्यामुळे खोटे बोलणे ही एकंदरीने काहीतरी फार वाईट गोष्ट आहे, ही भावना मनात पक्की बिंबलेली होती.

पुढे संस्कृत शिकू लागल्यावर तिथेही सत्याची महती परोपरीने सांगितलेली आढळून आली. 'सत्यं वद धर्मं चर। स्वाध्यायान्मा प्रमदः।' हे वचन वाचले. 'सत्यं ब्रूयात् प्रियं ब्रूयात् न ब्रूयात्सत्यमप्रियं। प्रियं च नानृतं ब्रूयात् एष धर्मः सनातनः' हा सुभाषितकाराने रचलेला श्लोकही वाचनात आला. सत्य बोलावे, प्रिय बोलावे, अप्रिय वाटेल, असे सत्य बोलू नये आणि प्रिय वाटेल, असे असत्यही बोलू नये, इत्यादी जरा व्यवहारज्ञानाची जोड दिलेले सत्य बोलण्याचे महत्त्व त्यातून आकलन झाले.

याचा एक परिणाम झाला. या ना त्या कारणाने अनेकदा खोटे बोलण्याचा प्रसंग येऊन सुद्धा फार मोठे किंवा निर्धास्त खोटे बोलण्याचा धीर निदान त्या वयात तरी सहसा कधी झाला नाही. त्यातून मध्यमवर्गीय भित्रेपणाचा वारसा जन्मजात लाभलेला होता व तो अंगी भिनलेला होता. त्यामुळे सत्याची बूज अनेकदा आपोआप राखली गेली आणि आजही खोटे बोलण्याचा सहसा धीर होत नाही. भलता निःस्पृहपणा दाखवून आणि ताडकन खरे बोलून दुसऱ्याचा रोष ओढवून घेण्यापेक्षा गप्प बसणे अधिक बरे, असे माझे पडखाऊ व कातडीबचाऊ धोरण आहे.

पण वरचा इंग्रजी मासिकातला तो लेख वाचला आणि खोटे बोलणे या प्रक्रियेचा खरा अर्थ उलगडला. सामान्यतः आपली अशी समजूत असते, की माणूस खोटे बोलतो, तो आत्मरक्षणासाठी किंवा काही व्यावहारिक फायदा साधण्यासाठी. पण खोटे बोलण्यामागे याहून किती तरी वेगवेगळे, गूढ आणि मानसशास्त्रीय दृष्ट्या गुंतागुंतीचे हेतू असतात. यांतला सर्वांत गमतीचा हेतू, म्हणजे केवळ खोटे बोलण्यासाठीच खोटे बोलणे. साहित्यात 'कलेसाठी कला' अशी एक विचारसरणी आहे ना? खोटे बोलण्यामागेही कधी कधी तशीच एक भूमिका असते. काही लोक शुद्ध कलात्मक आनंदासाठी खोटे बोलतात. त्यात त्यांचा काही खास स्वार्थ असतो, म्हणून नव्हे. एखादी घटना गुरुवारी घडली असेल, तर ते ती शुक्रवारी घडली, असे ठासून सांगतील. विशिष्ट जागा खरी कुठे आहे, ते न सांगता ती दुसरीकडेच कुठे तरी असल्याचे निक्षून बजावतील. कुठे गेले असले, तर भोजनातील पदार्थांच्या तपशिलात अनेक मनोरंजक बदल करतील. चार-दोन गोष्टी आपल्या कल्पनेनेच कमी वा जास्ती करून सांगतील. आपली वस्तू दुसऱ्याकडून आणलेली आहे, असे म्हणतील. तर दुसऱ्याची वस्तू खुशाल आपली असल्याचे तुम्हांला पटवून देतील. दुसऱ्या माणसाचा काही निरोप तुमच्यापर्यंत पोहोचवायचा असेल, तर पदरची किती तरी काल्पनिक भर त्याच्यामध्ये दडपतील. यातून त्यांना काही साधायचे असते, असे नव्हे. ती त्यांची काही अतर्क्य गरजच असते. सत्याचा एक कण त्यांना मिळाला, तर असत्याचा डोंगर ते त्यातून निर्माण करतील. अशी माणसे साक्षीदार म्हणून फार धोक्याची असतात. कारण त्यांच्या निवेदनात थोडे सत्य असते; पण त्याला असत्याच्या इतक्या आकर्षक आणि रंगीबेरंगी झालरी ते जोडतात, की मूळचे सत्य त्यांखाली झाकूनच जाते. या माणसांचे बोलणे इतरांना नेहमी गोंधळात टाकणारे असते. यांच्या गप्पा भलतीकडे आडरानातच आपल्याला नेऊन सोडतात.

खोटे बोलण्यामध्ये आणखीही काही हेतू असतात. सत्य हे अनेकदा फार एकपदरी, रुक्ष, कोरडे आणि नीरस असते. काही कलावंत आत्म्यांना ते रुचत नाही. मग असे रंगहीन सत्य सांगण्याऐवजी ही मंडळी ते सत्य अधिक रंजक, मन गुंगवून टाकणारे असे करतात; आणि ही कलाकुसर करता करता सत्याचे असत्यात कधी

रूपांतर होते, ते त्यांचे त्यांनाच उमगून येत नाही. मुलाचे कोडकौतुक करताना आया त्यांच्या चतुरालापात आपल्या कल्पनेने सारखी भर टाकत असतात. स्वत:च्या ऑपरेशनविषयी बोलताना काही माणसे दर खेपेला मूळ शस्त्रक्रियेचे गांभीर्यच नव्हे, तर डॉक्टरांनी घातलेल्या टाक्यांची संख्याही वाढवत नेतात. सात टाके पडले असतील, तर यांच्या निवेदनात साताचे सत्तावीस कधी होतात, त्यांचे त्यांनाही कळत नाही. यांनी ऐकलेले एखादे संभाषण यांच्या तोंडून पुन्हा ऐकणे भारीच चकरावून सोडणारे असते. कारण त्या संभाषणात मूळच्या माणसांचे बोलणे कोणते, आणि यांनी त्यात पदरचे घातलेले बोलणे कोणते, हे सांगणे महाकठीण असते. कुणाचे रूप, कुणाचे कर्तृत्व, कुणाजवळचा पैसा यांबद्दल बोलताना ही माणसे ते वास्तव प्रत्येक वेळी अधिक झगमगते, चित्तवेधक, देखणे करून सोडतात!

माझ्या ओळखीच्या एक वृद्ध बाई आहेत, त्यांनी एकदा - आपल्या स्वत:च्या नव्हे, दुसऱ्याच कुणाच्या तरी - सुनेचे वर्णन माझ्यापाशी केले. त्यांच्या मते ही मुलगी फार सुंदर होती. दर खेपेच्या वर्णनात त्या वर्णनात त्या सौंदर्यामध्ये भर पडत चालली. सुरुवातीच्या काळात या मुलीचे गोरेपण केवड्याच्या पातीसारखे पिवळे होते. नंतर त्यात गुलाबी कांतीची भर पडली. तिचे आधीचे तरतरीत नाक थेट कपाळातून निघालेले आणि धारदार बनले. डोळे, जे प्रथम 'चांगले' होते, ते आता लखलखीत पाणीदार झाले; आणि एकूण मुलगी जी मुळात फक्त स्मार्ट होती, ती आता अगदी हजारांत देखणी असल्याचे बाई मला ठासून सांगू लागल्या! अशी ही लावण्यवती बघण्याची अर्थातच मला उत्सुकता वाटत राहिली. शेवटी एकदा ते अहोभाग्य मला लाभले. बघते, तो काय? मुलगी चक्क दहाजणींसारखी होती. ती अव्यंग होती. उजळ होती आणि खरोखर मोहकसुद्धा होती. पण आमच्या ओळखीच्या बाईंनी सतत माझ्या मनावर ठसवलेले हजारांतले देखणेपण मात्र निश्चित नव्हते. विनाकारण गैरसमज पसरवणाऱ्या आणि त्या गोड मुलीवर अन्याय करणाऱ्या त्या बाईंचा मला फार राग आला. पण जरा वेळाने राग ओसरून मला हसू कोसळले. बाईंनी वर्णन केलेले सौंदर्य मुलीचे नव्हते. तो सगळा बाईंचा विशुद्ध आणि अनावर कल्पनाविलास होता!

कधी कधी खोटे बोलण्यामागे एकापेक्षा एक असे अधिक हेतू असतात. आणि ते विचित्र, अनाकलनीय रीतीने परस्परांत गुंतलेले असतात. आपले बोलणे अधिक रोचक करणे, ऐकणाराची मती गुंग करून सोडणे, आत्मप्रौढी दाखवणे असे कितीतरी हेतू एकवटतात आणि त्यातून आकर्षक पण भ्रामक असत्य निर्माण होत जाते. अगदी प्राचीन काळी, माणूस जेव्हा गुहेत राहात असे आणि वन्य प्राण्यांची शिकार करून त्यांचे कच्चे मांस शेकोटीवर भाजून खात असे, त्या वेळी खोटे

बोलण्यास प्रथम सुरुवात झाली असावी. अशी कल्पना करा, की एका गुहामानवाला हरिणाची शिकार अगदी सहज, विनासायास मिळाली. त्यासाठी त्याला फारसे कष्ट करावे लागले नाहीत, की मोठासा धोकाही पत्करावा लागला नाही. बिचारे हरीण झाडाच्या सावलीत निवांत झोपले असेल. गुहामानवाने तीरकमठा सरसावून एक बाण सोडताक्षणी ते जागच्या जागी तात्काळ प्राणांस मुकले असेल. आणि मग ते मृत हरीण पाठीवर टाकून गुहामानवाने ते आपल्या मानवी मादीच्या पुढ्यात दाणकन आणून आदळले असेल. आता या वस्तुस्थितीत विशेष सांगण्याजोगे काय आहे? हा तर साऱ्याच गुहामानवांचा नित्याचा परिपाठ असणार. बहुतेक वास्तव घटना असतात, तशीच ही एक रुक्ष, नीरस, नाट्यशून्य घटना आहे. गुहामानवालाही मनातून हे उमगलेच असणार. म्हणून संध्याकाळच्या वेळी शेकोटीजवळ जमल्यानंतर हरिणाची शिकार आपण कशी केली, हे आपल्या दोस्तांना सांगताना साहजिकच गुहामानवाने त्याला - हरिणाला नव्हे - तर आपल्या निवेदनाला भरपूर तिखटमीठ लावले असेल आणि निवेदन चांगले चमचमीत, रुचकर, खमंग केले असेल! माझी तर अशी समजूत आहे, की खाद्यपदार्थांत तिखटामिठाचा वापर करण्याच्या फार आधी माणसांनी बोलण्यात तिखटमीठ भरपूर घालायला प्रारंभ केला असणार. मग गुहामानवाच्या शिकारीचा वृत्तांत साधारणत: या स्वरूपाचा झाला असेल. मुळातल्या लहानशा किरकोळ हरिणशावकाचा भला थोरला, ऐन उमेदीत आलेला देखणा काळवीट बनला असणार. गुहामानवाने त्याच्यावर बाण रोखताच नेमकी त्या क्षणी जवळच्या पानजाळीमधून एखाद्या धिप्पाड वाघाने किंवा चित्त्याने त्या मानवावर झडप घातली असणार, आणि मग एकीकडे वाघाशी किंवा चित्त्याशी जबरदस्त सामना देत दुसरीकडे याने आपले लक्ष्यही अचूक टिपले असणार! हकीकत सांगता सांगता तो गुहामानव इतका रंगात आला असेल, की त्याला वाघाची वा चित्त्याची डरकाळी, त्याचे धगधगत्या निखाऱ्यांसारखे डोळे, आपल्या अगदी जवळ आल्यामुळे अंगाला जाणवणारा त्या हिंस्र श्वापदाचा गरम श्वास आणि त्याचा उग्र वास हे अगदी खरे वाटले असेल. खुद्द निवेदकालाच जर एखादी गोष्ट खरेपणाने जाणवली, तर श्रोत्यांना तरी ती खोटी काय म्हणून वाटावी? अशा वेळी महत्त्व निवेदनालाच असते. मुळात काय घडले आणि काय नाही, याचा विचार कोण करते? आणि प्रत्यक्षातल्या वास्तवाचा मागोवा तरी कोण घेत बसते? अशा रीतीने एक रोमांचकारक शिकारकथा जन्माला आली असेल आणि इतर दोस्तांनी जेव्हा ती आपल्या आणखी इतर दोस्तांना सांगितली असेल, तेव्हा पुन्हा प्रत्येकाने आपल्या कल्पनाशक्त्यनुसार तिच्यात थोडी थोडी भर घातली असेल, ती वेगळीच. असे म्हणतात, की 'कथा' या वाङ्मयप्रकाराचा जन्म अशा गप्पांमधूनच झाला. ते खरेही असावे. कारण वास्तवाच्या चिमुकल्या तिळावर कल्पनेच्या साखरेचा पाक चढवतच लेखक

आपले साहित्य निर्माण करतात ना? मग साध्या माणसाला खोटारडा म्हणायचे आणि लेखकाला मात्र दिव्य प्रतिभाशाली कलाकार म्हणायचे, असा पक्षपात का म्हणून? आपण केलेली हरिणाची साधी शिकार जरा फुलवून गुहामानवाने नकळत एका उत्तम कलाकृतीला जन्म दिला आहे. क्रौंच मिथुनातल्या एकाचा वध पाहिल्यानंतर महर्षी वाल्मीकींना 'मा निषाद' हा श्लोक सुचला आणि आदिकवींच्या शोकाने प्रतिभासंपन्न श्लोकरूप धारण केले तिथेही असाच काही प्रकार घडला नसेल ना? 'युद्धस्य कथा: रम्या:' असे म्हणतात. त्या वचनाचाही असाच अर्थ असेलसे मला वाटते. युद्धात जे काही घडले असेल, त्यातून जगून वाचून परत आलेच, तर शिपाई असेच अनुभवलेले वास्तव अधिक रोमांचकारक, रंजक करत असतील आणि युद्धकथा रम्य होत असतील!

खोटे बोलण्याचा आणखीही एक प्रकार आहे. हे खोटे बोलणाराच्या दृष्टीने मुळी खोटे नसतेच. ते अगदी शंभर टक्के खरे असते. घर बांधताना, लग्न करताना झालेल्या खर्चाचा आकडा एखाद्याला इतका मोठा वाटतो, की त्याच्या मनात तो सारखा वाढत फुगतच जातो. प्रतिष्ठेसाठीही माणसे खर्चाचे आकडे वाढवून सांगतात. ते नेहमीच खरे असते, असे नाही. कधी कधी तो भारच असह्य झालेला असतो.

कित्येकांना इतका न्यूनगंड असतो, की आपल्या थोरवीच्या सत्य गोष्टी सांगतानाही हे लोक त्या अगदी लहान, क्षुद्र, क्षुल्लक करून सांगतात. खोटे बोलण्याचा हा आणखी एक वेगळा प्रकार.

काही गुण आपल्या अंगी मुळातच नाहीत, हे अनेकांना पक्के ठाऊक असते. परिणामी तो गुण ते मोठा करून, फुगवून सांगतात. शेक्सपिअरच्या 'हॅम्लेट' नाटकात हॅम्लेटची आई जेव्हा आपल्या पतिनिष्ठेबद्दल आग्रहपूर्वक बोलू लागते, तेव्हा हॅम्लेट म्हणतो,

'मला वाटते, बाईसाहेब पातिव्रत्याचा जरा जादाच देखावा करत आहेत!'

तोच हा प्रकार म्हणायचा.

मग वागण्यात कंजूष असलेला माणूस आपल्या औदार्याच्या खोट्या कथा रंगवून सांगतो. कचेरीत साहेबापुढे 'ब्र' काढण्याची ताकद नसलेला दुबळा कारकून घरी आल्यावर साहेबाला आपण कसे यथास्थित झापले, याच्या सुरस आणि चमत्कारिक कथा पत्नीपुढे मोठ्या आढ्यतेने सांगतो. तर भित्रा माणूस आपण कधीच न गाजवलेले शौर्य सजवून इतरांपुढे मांडतो. लहान मुलांची गोष्ट तर याहूनही वेगळी असते. त्यांचे खोटे बोलणे हा त्यांच्या बालसुलभ कल्पकतेचा रम्य आणि हृद्य विलास असतो.

'आई, परवा ना आपला मोत्या कुत्रा मला गोष्ट सांगत होता.'

'टारझन आणि मी दोघे मिळून झाडावर बसलो होतो.'

'चांदोबाने माझ्या ताटलीतून चक्क दूधभात खाल्ला.'

असे जेव्हा लहान मुले आईला सांगतात, तेव्हा त्यांच्या दृष्टीने ते सारे खरोखर घडलेले असतेच. अशा वेळी मातृदेवतेने 'मार, मेल्या, हव्या तशा थापा' असे म्हणून त्यांच्या पाठीत रपाटा न देता त्यांना जवळ ओढून घेऊन त्यांचा पापा घ्यायचा असतो आणि त्यांच्या बालसहज कल्पनीयात आपण सामील व्हायचे असते!

हा लेख वाचला, तेव्हापासून 'खोटे बोलणे' याविषयीचे माझे मत पार पालटून गेले आहे. खरे बोलण्यापेक्षा खोटे बोलणे जास्त अवघड आहे. खरे बोलणे म्हणजे काय? घडले, तसे सांगायचे. पण खोटे बोलण्यात साहसी वृत्ती, बेदरकारपणा, सर्जनशील प्रतिभा अशा अनेक शक्ती कसाला लागतात. खोटे बोलणे-विशेषत: ज्यात काही व्यक्तिगत लाभाची अपेक्षा नाही, असे खोटे बोलणे, हे भित्रेपणाचे नव्हे, तर शौर्याचे लक्षण आहे.

असत्य हे देखील एका वेगळ्या पातळीवर फार उत्कटपणे सत्यच असते. इतिहास वाचताना या गोष्टीचे प्रत्यंतर येते. पानिपतच्या पराभवाची अनेकांनी अनेक परींनी मीमांसा केली आहे. त्या सगळ्या मीमांसा आपापल्या भूमिकांतून सत्यच आहेत. मग त्यांतली कोणती खरी मानायची आणि कोणती खोटी मानायची? काही ऐतिहासिक घटना आपण 'सत्य' म्हणून स्वीकारतो. असे म्हणतात, की मुळात त्या घडलेल्याच नाहीत. नसतील. पण म्हणून काय झाले? वास्तव अर्थाने नसल्या, तरी प्रतीकात्मक अर्थाने त्या सत्याहून सत्य असतात. शिवाजी महाराजांनी कल्याणच्या सुभेदाराच्या सुनेला चोळीबांगडी देऊन तिची सन्मानपूर्वक पाठवणी केली, या घटनेला वास्तवाचा मुळीच आधार नाही, असे इतिहास छातीठोकपणे सांगतो. नसेल; पण मला ही घटना एका वेगळ्या अर्थाने सत्य वाटते. कारण ती शिवाजी महाराजांच्या संदर्भातच निर्माण होऊ शकते; आणि तिला शोभेल, असे महाराजांचे चारित्र्य होते, म्हणूनच आपण सत्य घटना म्हणून ती नि:शंक स्वीकारतो. दुसऱ्या चारित्र्यहीन माणसाच्या संदर्भात अशी खरी घटना देखील खरी मानण्यास आपण कचरलो असतो. याचाच अर्थ असा, की जगात खोटे म्हणून जे काही मानले जाते, त्या सत्याच्याच सावल्या असतात. एकाचे असत्य हे दुसऱ्याचे निर्भेळ सत्य असू शकते.

◆◆◆

मोनालिसा : न भेटलेली, भेटलेली

काल संध्याकाळी आम्ही पॅरिसला आलो. एका आडबाजूच्या पण अतिशय सुरेख, सुसज्ज अशा 'हॉटेल यूनिक'मध्ये रात्र काढल्यानंतर सकाळी उठून कॉफी, पडवळासारखे लांब लांब भाजके पाव, लोणी आणि मार्मलेड यांची रुक्ष, बेचव न्याहारी आटोपून आम्ही आता पॅरिस 'पाहण्या'चा 'प्रोग्रॅम' करण्यासाठी बाहेर पडलो आहोत.

पॅरिसमध्ये काल दुपारी पाऊल टाकले, तेव्हापासून पॅरिस, फ्रान्स, फ्रेंच राज्यक्रांती, फ्रेंच साहित्यिक, फ्रेंच चित्रकार यांच्यासंबंधी जे जे काही आतापर्यंत मी वाचले आहे, त्यातले अनेक तपशील वादळात भिरभिरणाऱ्या पाचोळ्यासारखे माझ्या डोक्यात भिरभिरत आहेत. तसे मला फार काही माहीत आहे, अशातला भाग नाही. फ्रेंच शिकण्याचा अनेक वेळा निश्चय करूनही चार मामुली शब्द शिकण्यापलीकडे मला ते कधी जमले नाही. पॅरिसचा उच्चार फ्रेंच भाषेत 'पारी' असा केला जातो आणि 'मेर्सी' म्हणजे 'थँक यू' एवढ्यात माझे फ्रेंच भाषेचे ज्ञान संपुष्टात येते. त्या मानाने फ्रेंच साहित्यासंबंधी साहजिकच मला थोडी अधिक माहिती आहे. रूसो, व्होलतेर, आलेक्सांद्र द्यूमा, व्हिक्तोर ह्यूगो, बालझॅक यांच्यापासून तो आजच्या आन्द्रे जीद, काम्यू, सार्त्र यांच्यापर्यंत अनेक फ्रेंच लेखकांची नावे निदान कानांवरून गेली आहेत. काहींचे काही लेखनही - अर्थात इंग्रजी-मराठी अनुवादातून वाचले आहे. शाळकरी वयात वाचलेली आलेक्सांद्र द्यूमाच्या 'थ्री मस्केटिअर्स', 'द क्वीन्स जेस्टर', 'द क्वीन्स नेकलेस' या कादंबऱ्यांची 'सुरस ग्रंथमाले'तून प्रसिद्ध झालेली 'तीन शिलेदार', 'राणीचा खुषमस्कऱ्या', 'राणीचा रत्नहार' ही भाषांतरे अगदी गचाळ होती. पण त्या गुंतागुंतीच्या कथानकांनी, राजकीय कारस्थानांनी आणि विलक्षण व्यक्तिचित्रांनी मला खिळवून ठेवले होते. अॅथॉ, पॉर्थॉ, अरामी हे तीन शिलेदार, राणीचा खुशमस्कऱ्या हे खूप आवडले होते. व्हिक्तोर ह्यूगोची 'हंच - बॅक ऑफ नोत्रदाम' ही कादंबरी त्या मानाने जरा उशिरा वाचनात आली. नोत्रदाम चर्चमधल्या अजस्त्र घंटा वाजवणारा, एजमिराल्डा या जिप्सी तरुणीवर अबोल प्रेम करणारा कुबडा क्वासिमोदो आपल्या करुण कहाणीमुळे ध्यानात राहून गेला. तसाच 'मूलाँ रूज' कादंबरीत ज्याचे जीवन रंगवलेले आहे, तो आखूड पायांचा, कुरूप, दुर्दैवी पण प्रतिभाशाली चित्रकार तुलूज लोत्रेकही मनात कायमचा ठसला. पॅरिसमध्ये

आल्यानंतर या साऱ्यांच्या आठवणी उचंबळून आल्यास त्यात नवल नव्हते. त्याबरोबर आठवू लागली पॅरिसमधली प्रेक्षणीय स्थळे. त्यांच्याबद्दलही खूप काहीसे वाचले होते. जिथे देशोदेशींचे चित्रकार, कवी, लेखक, कलंदर कलावंत फिरत असतात, तो 'शान्जेलीजे' मार्ग, तो 'प्लेस द ला कॉन्कॉर्द' चौक, ती जगप्रसिद्ध विजयकमान, तो एफेल टॉवर, ते लूव्हर म्यूझियम, एक ना दोन, किती ठिकाणे - त्यांना बिलगलेले किती संदर्भ, इतिहासातले किती देदीप्यमान अवशेष?

- हे सारे आम्हांला बघायचे आहे; पण त्यासाठी अवधी मात्र फार थोडा आहे. जेमतेम दोन दिवस पॅरिसमध्ये आमचा मुक्काम. त्यात जमेल, तेवढे पाहायचे. समजून घेता येईल, तेवढे समजून घ्यायचे. मिळतील, तेवढे तपशील अधाश्यासारखे गोळा करायचे. या जाणिवेने मन उदास झाले आहे. तरीही सगळा उत्साह एकवटून भटकता येईल, तेवढे भटकायचे, असे ठरवून अधीर मनाने आम्ही आमच्या हॉटेलबाहेर पडलो आहोत. 'हॉटेल यूनिक' ज्या आडव्या बाजूच्या, कमी वर्दळीच्या रस्त्यावर आहे, त्याच्या मागल्या बाजूने मोठा रस्ता जातो. कोपऱ्यावर वळून आम्ही या रस्त्यावर येऊन उभे राहातो. हा रस्ता फार मोठा अन् सारखा वाहता आहे. हातांत बॅगा घेऊन नोकरदार माणसे जात-येत आहेत, दुतर्फा उंच इमारती आहेत. त्यांच्यालगत विस्तीर्ण फूटपाथ आहेत. फळांची, वृत्तपत्र-मासिकांची, फुलांची, खाद्यपदार्थांची दुकाने, हॉटेले, काफे उघडली आहेत. वर्दळ सुरू झाली आहे. पॅरिसच्या सुप्रसिद्ध स्त्रियादेखील रेखीव केशभूषा-वेशभूषा करून चटचट पावले टाकीत शेजारून जातात. फ्रेंच पर्फ्यूमचे सुवासिक झोत त्यांच्या अंगावरून हवेत दरवळतात. मन धुंद होते. मी स्वत:ला सांगते, हेच ते पॅरिस बरे! इथे सारेच कसे सुंदर, आकर्षक, चित्रवेधक, डोळ्यांना सुखावणारे आणि जिवाला भुरळ पाडणारे आहे. पण तरी त्याला प्रत्यक्ष भिडता येत नाही. कारण आम्हां तिघांपैकी कुणालाच फ्रेंच भाषेचे ज्ञान नाही आणि इंग्रजी जाणणारा फ्रेंच माणूस अजून तरी आम्हांला भेटलेला नाही. त्यामुळे पावलोपावली अडखळल्यासारखे होते आहे. कुणाला काही विचारायची भीती वाटते आहे आणि तरीही आम्हांला जी प्रेक्षणीय स्थळे बघायची आहेत, तिकडे कसे जावे, हे जाणून घेण्यासाठी कुणाशी तरी बोलणे भाग आहे.

जिवाचा धडा करून आम्ही रस्ता ओलांडतो. त्या कडेला एक छोटेसे दुकान आहे. बहुधा स्टेशनरी सामानाचे असावे. सकाळची नऊची वेळ. दुकानातला तरुण पोरगा दुकानाच्या काचा साबणाच्या पाण्यात बुडवलेल्या मोठ्या थोरल्या ब्रशाने साफ करत आहे. तीन पायऱ्यांची अरुंद शिडी खांबाला टेकवून तो वर चढतो आणि तालात खिडक्यांच्या काचा पुसतो. त्याच्या ब्रश फिरवण्याला एक ठरीव वर्तुळाकार गती आहे. जणू मनातल्या एखाद्या गाण्याला तो त्या गतीबरोबर ताल धरीत आहे. तो पोरगा गोरापान, गुबगुबीत, गोल चेहऱ्याचा, चमकदार निळ्या डोळ्यांचा आहे.

कुरळे केस कपाळावर अस्ताव्यस्त पसरलेले. आम्ही दुकानाशी थांबतो आणि एफेल टॉवरकडे इथून कसे जाता येईल, हे त्याला विचारतो. अर्थात इंग्रजीतून आम्ही प्रश्न विचारल्याबरोबर खूप हातवारे करून तो फ्रेंचमध्ये काही तरी सांगू लागतो. बोलताना त्याचे गुब्रे गाल हलतात आणि निळे डोळे बारीक होऊन हसतात. प्रत्येक वाक्य संपवताना तो डोळे मिचकावून शीळ घालतो. जणू सगळ्याचीच त्याला गंमत वाटते आहे. आम्हाला भेटलेला हा पहिला अस्सल फ्रेंच माणूस. खूप बडबडणे आणि बोलताना खूप हातवारे करणे या दोन्ही फ्रेंच स्वभावविशेषांचा त्याच्यामध्ये पुरेपूर आढळ होतो. पण त्याच्या इतक्या बडबडीतून आम्हांला काही अर्थबोध होत नाही. जेमतेम इतके कळते, की जवळ एक 'मेट्रो'चे म्हणजे जमिनीतून जाणाऱ्या रेल्वेचे स्टेशन आहे. तिथून रेल्वेने जायचे. पहिल्या स्टेशनवर उतरायचे अन् उजव्या हाताला सरळ चालू लागायचे, की एफेल टॉवर समोर दिसलाच, म्हणून समजावे.

त्याने दिलेली माहिती नीट ध्यानात ठेवून त्याला 'मेर्सी... मेर्सी' करून आम्ही पुढे चालू लागतो. एफेल टॉवरच्या उल्लेखाबरोबर कुणी तरी सांगितलेला एक विनोद मला आठवतो.

एक फ्रेंच माणूस, म्हणे, एकदा एफेल टॉवरवर चढून बसला. तो काही केल्या उतरेना. लोकांनी त्याची आर्जवे केली, विनवण्या केल्या, पण व्यर्थ. शेवटी पोलिस आले. त्यांनी त्याला विचारले,

'का, रे बाबा, आत्महत्या करायची आहे का तुला?'

'छे छे! मुळीच नाही.' टॉवरवर चढून बसलेल्या माणसाने उत्तर दिले.

पोलिस चकित होऊन म्हणाले,

'मग तू खाली का उतरत नाहीस?'

त्यावर तो माणूस हसून म्हणाला,

'पॅरिसमध्ये ही एकच जागा अशी आहे, की जिथून एफेल टॉवर दिसत नाही. बाकी गावात जिथे जाल, तिथून तो आपला नजरेत भरतोच आहे. म्हणून मी इथं मुक्काम ठोकून बसलो आहे!'

तो विनोद आठवून मला हसू येते. एफेल टॉवर समोर आभाळात डोके उंचावून उभा असलेला दिसतो आहे खरा, तरी तसा तो इथून लांब आहे. आता आम्ही 'मेट्रो'चे स्टेशन शोधत निघतो. मोठ्या रुंद रस्त्याला विभागणाऱ्या मधल्या प्रशस्त फूटपाथवरून आम्ही चालत आहोत. त्याच रस्त्याने जरा अंतरावरून एक म्हातारा चालला आहे. त्याच्या मागोमाग गळ्यात साखळी अडकवलेले एक कुत्रे अगदी म्हातारे, कुरूप, मरतुकडे आहे. त्याला बघून मी काही तरी तुच्छतेचे उद्गार काढते. मग माझे बोलणे म्हाताऱ्याच्या कानांवर जाते. त्याला माझे मराठी कळत नाही. पण माझ्या शब्दांतला तिटकारा, किळस त्याला जाणवते. तो आमच्यापाशी येतो.

आमच्या पोशाखावरून आम्ही टूरिस्ट आहोत, हे त्याला कळते. तो जवळ येऊन 'गुड मॉर्निंग!' करतो. फ्रेंच माणूस असूनही त्याला इंग्रजी येते आहे आणि तो इंग्रजीत आमच्याशी बोलू लागला आहे, हे बघून आम्हाला बरे वाटते. तो मला म्हणतो,

'माझं कुत्रं तुम्हांला आवडलेलं दिसत नाही. पण म्हातारपणातला हा माझा एकमेव सोबती आहे. एके काळी माझा हा दोस्त किती धिप्पाड, तरुण, देखणा होता, म्हणून सांगू? पण आता तो म्हातारा झालाय. माझ्यासारखाच. मलाही जगात दुसरं कुणी नाही. आता आम्हीच एकमेकांचे आप्त, नातेवाईक, मित्र सारं काही. दोघेही म्हातारे झालो आहोत. आधी कोण जातंय ते बघायचं. पण इच्छा मात्र अशी आहे, की यानं माझ्या आधी जावं. मी एकटेपण सोशीन, पण मी आधी गेलो, तर याचं बिचाऱ्याचं कसं निभेल?'

म्हाताऱ्याचे बोलणे ऐकून मला फार वाईट वाटते. मी त्याची क्षमा मागते. त्याचे कुत्रे स्थितप्रज्ञ नजरेने माझ्याकडे बघते आहे. त्याच्या डोळ्यांत अगम्य भाव दिसतात. म्हातारा आम्हांला 'मेट्रो' स्टेशनचा रस्ता बिनचूक सांगतो. आम्ही त्या स्टेशनात येतो. बघतो, तर तिकिटाच्या खिडक्या बंद आणि तरी लोक जिना उतरून खाली रेल्वेकडे जात आहेत. आतून बाहेर येत आहेत. तिकिटे तपासायलासुद्धा कुणी नाही. आम्ही बुचकळ्यात पडतो. पुन्हा इंग्रजीतून चौकशी आणि फ्रेंच उत्तरांचा अर्थ लावण्याची धडपड. शेवटी कळते, ते असे, की 'मेट्रो'च्या सर्व कामगारांनी आज संप केला आहे. त्याचा फायदा घेऊन तिकिट न काढता लोक फुकट प्रवास करत आहेत. आमच्याबरोबरचा मित्र उत्साहाने म्हणतो,

'वा! छानच झालं. आज फुकटात 'मेट्रो'नं सारं पॅरिस फिरू.'

पण मला तेवढा धीर होत नाही. तिकीट न घेता आपण गाडीत बसलो आणि नेमके एखाद्या अधिकाऱ्याने अडवले, तर? दुसऱ्यांच्या देशात येऊन त्यांचा कायदा मोडणे बरे नाही.

एव्हाना मला भूक लागलेली असते. आता एफेल टॉवर उद्या पाहू. तूर्त एखाद्या हॉटेलात, नाही तर काफेत जाऊन काही तरी खाऊ या आणि मग लूव्हर म्यूझियम बघू या, असा प्रस्ताव मी मांडते. तो सर्वसंमत होतो आणि आम्ही आणखी थोडे पुढे जाऊन, एका हॉटेलापाशी येऊन पोहोचतो. हॉटेल माणसांनी भरून गेले आहे. काचपात्रांची किणकिण, काटेचमच्यांचा चमचमाट आणि माणसांचे - विशेषत: स्त्रियांचे हसणे-खिदळणे यांमुळे वातावरण उत्फुल्ल झाले आहे. हॉटेलबाहेरच्या पदपथांवरही खुर्च्या-टेबले मांडली आहेत. तिथले एक टेबल आम्ही धरतो. इथे बसल्या बसल्या डोळ्यांना पॅरिसची रहदारी दिसते आहे. चित्रविचित्र माणसे नजरेत भरत आहोत.

आम्ही टेबलापाशी बसल्यावर जरा वेळाने लाल काळा युनिफॉर्म चढवलेला,

अक्कडबाज मिशांचा आणि कुतूहलपूर्ण डोळ्यांचा वेटर मेन्यूकार्ड घेऊन हजर होतो. मी कार्डवरून नजर फिरवते. हरे राम! त्या फ्रेंच खाद्यपदार्थांतले एकही नाव माझ्या परिचयाचे नाही. काय मागवले, तर काय पुढ्यात येईल, याचा अंदाज लागत नाही. शेवटी त्यांतला एक शब्द 'आम्लेट'सारखा वाटतो. तेव्हा त्या पदार्थाची आम्ही ऑर्डर देतो आणि आश्चर्य म्हणजे, खरोखर आम्लेट पुढ्यात येते. ब्रेड, लोणी, आम्लेट हे काही तसे अलौकिक खाद्य नाही. पण परक्या देशात अनोळखी भाषेची तटबंदी ओलांडून इतपत बरे खायला मिळाले, याचाच आम्हाला आनंद होतो.

खाऊन झाल्यावर बिल देताना रुपये- पौंड-फ्रँक यांच्या परस्परांशी असलेल्या प्रमाणाचा आणि एकूण अगम्य असलेल्या हिशेबाचा पुन्हा डोक्यात जबरदस्त घोटाळा उडतो.

आता आम्ही बसमध्ये बसलो आहोत आणि लूव्हर म्यूझियमकडे चाललो आहोत. बसमध्ये माझ्यासमोर दोन तरुण फ्रेंच स्त्रिया बसल्या आहेत. नुकत्याच इंग्लंडमधल्या मुली, बायका मी पाहिल्या होत्या. त्यांच्या तुलनेने इथल्या स्त्रिया किती तरी अधिक नखरेल वाटत आहेत. या दोघींनी केस आकर्षक रीतीने वळवले आहेत. ओठ लालभडक रंगवले आहेत. एकीच्या कानात लांबलचक झुलती कर्णभूषणे आहेत, तर दुसरीच्या गळ्यात टपोऱ्या लालबुंद मण्यांची माळ आहे. दोघींच्या मांड्यांवर भारी पर्सेस् आहेत. बोटांत चमचमत्या अंगठ्या आहेत. मनगटांवर नाजूक देखणी घड्याळे आहेत. दोघींच्या गप्पा अगदी रंगात आल्या आहेत. फ्रेंच भाषेतील त्यांचे बोलणे अर्थातच मला कळत नाही. पण त्या गप्पा खूप मजेशीर असाव्यात. कारण त्या दोघी जणी बोलताना दर दोन मिनिटांनी त्या खळखळून हसतात. उगीचच भुवया उंचावून आश्चर्य दाखवतात. ओठांचा चंबू करून 'ओऽ' असा काही अस्फुट उद्‌गार काढतात आणि चमकदार लालबुंद नखे असलेल्या निमुळत्या बोटांनी केसांची झुलपे वारंवार चाचपतात. त्यांची प्रत्येक हालचाल, विभ्रम, कटाक्ष चित्तवेधक आहे. दोघी जणी तशा मोठ्या देखण्या आहेत, असे नाही. एकीचा सावळासा वर्ण आणि चेहऱ्याची ठेवण तर थेट आपल्याकडल्यासारखी आहे. पण तरी दोघी अतिशय नीटनेटक्या, टापटिपीच्या आहेत. मुख्य म्हणजे, जीवनात त्या खूप रमलेल्या आहेत. त्या उत्साहामुळेच त्या सुंदर वाटतात. मनात येते, पॅरिसच्या स्त्रियांसारख्या स्त्रिया जगात दुसरीकडे कुठेच पाहायला मिळत नाहीत, असे जे आपण वाचले आहे, ते खरेच म्हणायचे एकूण.

जसजशी बस पुढे जाते, तसतसे माझे लक्ष त्या स्त्रियांवरून उडून लूव्हर म्यूझियमवर केंद्रित होते. कित्येक वर्षे ज्याचे नुसते नावच आपण ऐकत आलो आहोत, ते म्युझियम आता आपण प्रत्यक्ष बघणार, हे मला क्षणभर खरेच वाटत नाही. जगातले सर्वोत्कृष्ट चित्र म्हणून ज्याची ख्याती आहे, ती लिओनार्दो द

व्हिंचीची 'मोनालिसा' या म्यूझियममध्ये आहे. केवळ तिच्या दर्शनासाठी जगाच्या सर्व भागांतून रसिक प्रेक्षक, कवी, चित्रकार लूव्हर म्यूझियम बघायला येतात. या 'मोनालिसा'च्या मुखावर, डोळ्यांमध्ये अगम्य भाव आहेत. तिच्या ओठांवरील अस्फुट गूढ स्मिताचा अर्थ लावण्यात शेकडो वर्षे अनेक रसिकांनी आपली मती शिणवली आहे आणि लेखणी झिजवली आहे. तशी 'मोनालिसा'ची कित्येक छापील चित्रे मी पाहिली आहेत. पण अशा निर्जीव प्रतिकृती बघणे निराळे आणि चित्रकाराच्या कुंचल्यातून फलकावर साकार झालेली मूळ अस्सल कलाकृती बघणे निराळे. 'मोनालिसा' बद्दल मी आतापर्यंत किती वाचले आहे, ऐकले आहे. 'हॅम्लेट'सारख्या अनेकार्थ संपन्न आणि आपल्या कुतूहलाला सदैव आव्हान देणाऱ्या श्रेष्ठ नाट्यकृतीला 'मोनालिसा'ची उपमा दिल्याचे कानांवरून गेले आहे. ही 'मोनालिसा' आता आपण जवळून बघणार, या जाणिवेने मन उचंबळून येते. अंगावर रोमांच उभे राहातात. 'मोनालिसा' प्रमाणे आणखीही विख्यात कलाकृती 'लूव्हर' मध्ये बघायला मिळणार आहेत. 'द विंगेड व्हिक्टरी', 'व्हीनस डी मिलो' यांचे दर्शन मला घडणार आहे. रेन्वॉ, मोने, डेगा, पिझारो, सेलानी - अनेक नामवंत चित्रकारांची चित्रे 'लूव्हर'मध्ये मी साक्षात बघणार आहे. माझे कुतूहल आणि उत्सुकता मनात मावेनाशी झाली आहे.

आम्ही 'लूव्हर' म्यूझियमच्या प्रचंड आवारात येऊन पोहोचतो आणि आमच्या साऱ्या स्वप्नांचा चक्काचूर होतो. 'लूव्हर' म्यूझियम बंद आहे. तेथे काम करणाऱ्या अधिकाऱ्यांचा, सेवकांचा, कामगारांचा संप चालू आहे.

मी खट्टू होते आणि एका निरर्थक चिडीने, संतापाने मन भरून जाते. 'मेट्रो'चा संप. 'लूव्हर'मध्ये संप. पॅरिसमधल्या कर्मचाऱ्यांमध्ये ही संपाची सार्वत्रिक लागण कुठून झाली? आणि नेमकी आम्ही येण्याच्या वेळीच त्यांना ही अवदसा का आठवली?

पण आमच्या प्रश्नांना काही उत्तर नसते आणि आणि चिडण्यालाही काही अर्थ नसतो, म्युझियमचा अंतर्भाग नाही, तर नाही, निदान बाहेरचा परिसर तरी बघू या, असे म्हणून खंतावलेल्या व हिरमुसलेल्या मनाने आम्ही त्या प्रचंड इमारतीपुढच्या विस्तीर्ण आवारात इकडे तिकडे फिरू लागतो. जिथे जे दिसेल ते पाहू लागतो.

इथे प्रवाशांचे घोळके सर्वत्र हिंडत आहेत. आणि ते बघणेही खूप मनोरंजक, कुतूहलजनक आहे. एखादी हौशी म्हातारी एखाद्या धंदेवाईक चित्रकाराकडून हौसेने आपले रेखाचित्र काढून घेत आहे. काही तरुण मुलांची टोळकी चित्रकारांच्या पुढ्यातली चित्रे बघत त्यांतली काही खरेदी करत आहेत. एखादा होतकरू चित्रकलेचा विद्यार्थी एकटाच बसून एखादे स्केच करण्यात गढून गेला आहे. एखादा नीग्रो विक्रेता त्या ठिकाणी जमलेल्या प्रवासी मंडळींना हस्तिदन्ती माळा, बांगड्या, मूर्ती

आणि इतर अनेक चित्रविचित्र कलावस्तू दाखवत आहे.

मी बराच वेळ निरुद्देशपणे इकडे तिकडे हिंडत राहाते आणि मग दमल्यामुळे, पाय दुखू लागल्यामुळे म्यूझियमलगतच्या प्रशस्त दगडी ओट्यांवर येऊन बसते. क्षणभर आपण इथे का, कशासाठी आलो, याचेही माझे भान हरपते.

जरा वेळाने माझ्याशेजारी एक तरुण जोडपे येऊन बसते. तिशीच्या आतबाहेर असलेला उंच धिप्पाड पुरुष, त्याच्याबरोबर त्याची उंच, सडसडीत, लांब केसांची पत्नी आणि बरोबर दोन मुली. एक पाच वर्षांची असेल. दुसरी वर्षाच्या आतबाहेरची. ही मंडळी आमच्यासारखी प्रवासी आहेत. नवरा अमेरिकन. बायको जर्मन. औपचारिक ओळख, मामुली विचारपूस होते. मग ती तरुण स्त्री दुधाची बाटली काढून धाकटीला दूध पाजू लागते. तिचा नवरा बियरचा डबा फोडून बियर पिऊ लागतो आणि थोरली पोरगी उगाचच इकडे तिकडे बघत राहाते.

मला विलक्षण कंटाळा आला आहे. मन रमवण्यासाठी मी माझ्याजवळची वही काढते आणि तिच्यामध्ये काहीबाही रेखाटू लागते. जरा वेळाने कागदावर सावली पडल्यामुळे मी वर बघते, तो ती शेजारची छोटी माझ्याजवळ उभी आहे. तिची माझी दृष्टादृष्ट होताच ती एक कोरा कागद माझ्या हातात देते व डोळ्यांनीच सुचवते,

'मला चित्र काढून दे!'

'क्रिशा, डोन्ट डिस्टर्ब दॅट लेडी!' तिचा बाप तिला सौम्यपणे दटावतो.

अच्छा! हिचे नाव क्रिशा आहे काय? पण क्रिशा म्हणजे काय? क्रिस्टीना?

बापाने दटावले, तरी क्रिशा मागे हटत नाही. ती रोखून माझ्याकडे बघते. डोळ्यांनी आग्रहाचा इशारा करते,

'काढ ना चित्र!'

मला हसू येते. मी तिच्या कागदावर बालबोध चित्रे रेखाटू लागते. कमळ, बदक, मासा, कासव, फूलपाखरू, मांजर, पक्षी. माझ्या चित्रकलेची धाव इतकीच असते. पण ती चित्रे बघताना क्रिशा फुलते. तिचे डोळे हसू लागतात. चित्र काढताना मी थबकले, की ती कोऱ्या जागेवर बोट ठेवते. डोळ्यांचा आग्रह सुरूच -

'चित्र काढ, आणखी चित्रं काढ ना!'

आईवडील कौतुकाने लेकीकडे बघत राहातात. मधूनच माझ्याकडे दिलगिरीची नजर टाकतात.

मी त्यांच्याकडे बघून हसते. मला काही त्रास होत नाही, असे सुचवते आणि पेन पुन्हा कागदावर फिरवत राहाते.

क्रिशा आता माझ्याजवळ उभी आहे. तिचे डोके माझ्या डोक्याशी जवळजवळ भिडले आहे. तिचे पिंगट मऊ केस माझ्या गालावर हुळहुळतात. तिच्या अंगाच्या पावडरचा मधुर वास माझ्याभोवती दरवळतो. माझे हृदय अननुभूत भावनांनी

उचंबळून येते. मी पुन्हा चित्र काढू लागते. आता मी एक लहान मुलगी काढते. गोल तोंड, गोल डोळे, कापलेले कुरळे केस आणि अंगात ठिपक्या-ठिपक्यांचा फ्रॉक. क्रिशा आपल्या अंगाकडे बघते. तिच्या अंगावर तसलाच फ्रॉक आहे. तिला आपली ओळख पटते आणि खुदकन हसू येते. मग एकदम तिला काय वाटते, कुणाला ठाऊक, ती माझ्या कपाळावरच्या कुंकवाकडे बोट करते. तेच बोट चित्रातल्या मुलीच्या कपाळावर टेकवते. मला सुचवते,

'तुझ्यासारखं क्रिशाच्या कपाळावर पण हे काढ ना!'

मग मी एक झकास ठिपका 'क्रिशा'च्या कपाळावर टेकवते. क्रिशा आनंदाने खिदळते. बोलत मात्र काहीच नाही.

तिची आई तिला म्हणते,

'क्रिशा, से थँक्स टु द लेडी!'

पण क्रिशा बोलत नाही. ती डोळ्यांनीच खुशी दर्शवते, आभार मानते.

मला एकदम त्या गोड मुलीचा मुका घ्यावासा वाटतो. पण तिच्या आईवडिलांना कदाचित ते आवडले नसते, म्हणून मी नुसता क्रिशचा गाल कुरवाळते आणि चित्रांचा कागद तिच्या हातात ठेवते.

दुपार उलटून गेली आहे. 'लूव्हर' मधून आम्ही बाहेर पडलो आहोत. जवळच्या एका दुकानातून 'मोनालिसा'चे एक सुंदर प्रिंट मी खरेदी केले आहे आणि एका हॉटेलमध्ये आम्ही कॉफी पीत बसलो आहोत. थकवा आणि निराशा यांचे विचित्र मिश्रण माझ्या मनात तयार झाले आहे. अखेर 'मोनालिसा' आपण पाहिली नाहीच. याची रुखरूख मला वाटत आहे. पण पुन्हा माझ्या मनात विचार येतो, 'मोनालिसा' खरेच आपल्याला भेटली नाही का? तो दुकानच्या काचा पुसणारा फ्रेंच मुलगा, तो फ्रेंच म्हातारा अन् त्याचा कुत्रा, बसमध्ये समोर बसलेल्या त्या दोन फ्रेंच स्त्रिया - साऱ्यांच्या डोळ्यांतून 'मोनालिसा' डोकावत होती. अनोळखी भाषा बोलणारी, गूढ, रहस्यमय संकेत करणारी, कुतूहल चाळवणारी 'मोनालिसा' अन् आता भेटलेली ही क्रिशा. 'मोनालिसा'चे आणखी एक रूप. स्त्रीत्वाचा तोच सनातन आविष्कार. तोच अबोल आग्रह. तेच जीवघेणे हसू, तीच हट्टी जिवणी. ही एक 'मोनालिसा' आणि भाषेच्या अपरिचयामुळे सतत अगम्य राहिलेले, आपल्याशी संवाद न करता नुसतेच सुखवणारे - दुखवणारे, अनोळखी लिपीत लिहिलेल्या सुंदर चित्रांच्या पुस्तकासारखे हे पॅरिस शहर, 'गे पारी' हीही एक 'मोनालिसा'च की!

◆◆◆

पुन्हा पुन्हा ज्यून इलाइझ

आज सकाळी उठल्या उठल्या 'ज्यून इलाइझ' हे नाव आठवले. अगदी ठळक स्पष्टपणाने आठवले. त्या नावाला आकृती नव्हती. चेहरा नव्हता. वय, रंगरूप, स्त्रीत्वाचे लक्षणीय तपशील, काहीच नव्हते. होते नुसतेच नाव. पण ते मात्र सारखे आठवत होते. हट्टाने स्मरणात घोळत राहिले होते. जणू माझ्या मनाचा चेहरा आपल्या दोन्ही हातांत धरून तो स्वत:कडे वळवत होते आणि मजेदार मिस्किलपणाने मला विचारत होते,

'काय? आठवते का मी? बघ ना जरा प्रयत्न करून?'

मी अगदी बेचैन होऊन गेले. म्हटले, कोण कुठली ही ज्यून इलाइझ? कुठे भेटली होती ती आपल्याला? शाळेत? कॉलेजात? इतकी वर्षे आपण अध्यापनाचे काम करीत आलो त्या वर्गातल्या मुलींत? कुठे परगावी? की चार-पाच वर्षांपूर्वी आपल्याला अल्पकाळ परदेशात जाण्याची संधी मिळाली होती, तिकडे? ज्यून इलाइझ हे नाव तर परक्या संस्कृतीचे निदर्शक वाटत होते. पण तशा आपल्या शाळेतही कितीतरी बेनेइस्रायल मुली होत्या. त्यातली तर कुणी नव्हे ही? मुळात इलाइझ आडनाव तरी कुणांमध्ये असते? ख्रिश्चन लोकांत? की ज्यूंमध्ये? कोण जाणे. माझा काही धर्माचा व संस्कृतीचा इतका अभ्यास नाही. मात्र इलाइझ माझ्या स्मृतीला अखंड छेडीत राहिली. एकीकडे आपली दैनंदिन कामे उरकता दुसरीकडे मी सारखी तिला आठवण्याचा प्रयत्न करू लागले. मी कसून तिला आठवीत होते आणि दुसरीकडे तिच्यावर चिडलेही होते. कोण अशी लागून गेली आहे ही ज्यून इलाइझ? आणि माझी शांत, निर्वेध सकाळ अशा रीतीने विचलित करून टाकण्याचा काय अधिकार आहे तिला?

असा काही वेळ गेला आणि मग कागदावरच्या गुप्त लिपीतली अक्षरे हळूहळू प्रकट व्हावीत, तशी ज्यून इलाइझ माझ्या जाणिवेत अलगद उमटत गेली.

खूप खूप वर्षांपूर्वीची गोष्ट. मी तेव्हा नुकतीच एम.ए. झाले होते आणि कोणत्या तरी कामासाठी पुण्याहून मुंबईला जात होते. प्रवासात मी एकटीच होते. बायकांच्या डब्यात बसले होते आणि तिथे डब्यात ही ज्यून इलाइझ मला भेटली होती. कोण होती, कुणास ठाऊक. पण माझ्याच वयाची होती. बोलकी होती. खूप हसरी होती. स्कर्ट, ब्लाऊझ, कापलेले पिंगट केस, काहीसे उथळ पण नाचरे व

प्रसन्न डोळे असे एकूण तिचे व्यक्तिमत्त्व होते. ती सुंदर वगैरे नव्हती. पण तिचे तरुण वय, उल्हसित वृत्ती, बोलकेपणा आणि प्रत्येक गोष्टीकडे उत्सुक कुतूहलाने बघण्याची हौस यांमुळे ती मला फार आवडली होती. आम्ही अनेक विषयांवर गप्पा मारल्या. तिचे लख्ख इंग्रजी, तर माझे गबाळे पुस्तकी. पण भाषेचा किंवा दुसराही कसलाच अडथळा आमच्या संवादात आला नव्हता. आम्ही कशावर इतक्या बोललो असू, कुणास कळे! पण प्रवासाचा वेळ मजेत गेला होता, एवढे मात्र खरे. त्या वयामध्ये फडके-खांडेकर-माडखोलकर ही साहित्यसृष्टीतली माझी दैवते होती. फडक्यांच्या आणि क्वचित माडखोलकरांच्याही कादंबऱ्यांतून अशा पाश्चात्त्य परक्या तरुण मुली मधून मधून नायिकेला किंवा नायकाला - विशेषत: नायकाला - भेटायच्या. मग त्यांचे रेशमी झगे, कापलेले पिंगट केस, रंगवलेले ओठ आणि पोवळ्यांसारखी चमचमणारी नखे, त्यांचे सफाईदार इंग्रजी बोलणे आणि बोलताना ओठ जुळवून केलेले लाडीक उच्चार यांची वेधक वर्णने यायची. वाचताना बरे वाटे. पण मनात असाही विचार डोकावून जाई, कुठे बर असतील अशा मुली? आपल्याला का नाही त्या कधी भेटत? आणि मग पाठोपाठ हा विचार येई, छे! अशा मुली कादंबऱ्यांतच असतात आणि नायक-नायिकांनाच त्या भेटतात. आपले कुठले एवढे भाग्य?

पण त्या दिवशी प्रवासात अशी मुलगी मला प्रत्यक्षात भेटली होती आणि माझ्याशी स्वत: ओळख करून घेऊन ती मनमोकळेपणाने कितीतरी बोललीही होती. तिने ओठ रंगवले नव्हते. नखे रंगवली नव्हती. तिच्या गळ्यात इंडोनेशियन पोवळ्यांची तर सोडाच, साध्या काचेच्या मण्यांचीही माळ नव्हती. तिने एकूणच कसले प्रसाधन केले नव्हते. पण तिचा रंगतदार स्वभाव हेच तिचे मोठे आकर्षण होते. मुख्य म्हणजे, तिच्यात कसलीच आढ्यता वा दिमाख नव्हता. मुंबईत कुठल्याशा फर्ममध्ये टायपिस्ट-कम-क्लार्क अशी काहीतरी होती. तो बाकीचा तपशील आज मला काही आठवत नाही. ज्यून इलाइझ मात्र आठवते. आम्ही त्या तीन, साडेतीन तासांत खूप जवळ आलो होतो. गप्पा मारल्या होत्या. एकमेकींचे पत्ते लिहून घेतले होते आणि पत्रव्यवहाराने पुढे संबंध ठेवण्याची आश्वासनेही एकमेकींना दिली होती. पण अशी आश्वासने सहसा पाळली जात नाहीत. आमच्याकडूनही ती पाळली गेली नाहीतच. ज्यून मला आयुष्यात पुन्हा कधीच भेटली नाही. पण तिने मला फार प्रभावित केले होते. त्या वेळी मी नुकतीच लिहू लागले होते. लिहिण्यातली गंमत जाणवण्याचा तो प्रारंभकाल होता. मला लिहायला खूप आवडे आणि मन, डोळे लेखनविषयाच्या शोधातच असत. शिवाय कशानेही अन् कुणानेही भारावून जाण्याची विलक्षण उत्कट पण तितकीच भाबडी वृत्तीही माझ्या ठायी तेव्हा होती. मग ज्यून इलाइझसारखा विषय मी थोडीच सोडणार? मला आठवते, ज्यून

इलाइझचे व्यक्तिचित्र मी रेखाटले होते. आणि तेव्हाच्या साप्ताहिक 'धनुर्धारी'मध्ये ते छापूनही आले होते. आज माझ्याकडे त्या लेखाचे कात्रणदेखील नाही. पण 'धनुर्धारी'च्या जुन्या फाइली चाळल्या, तर ज्यून इलाइझ त्यात नक्की सापडेल.

- आणि त्या ज्यून इलाइझची आज मला अचानक आठवण झाली होती. माणसाच्या अबोध मनात काय काय दडलेले असते आणि किती अवचित ते वर उसळून येते. मला गंमत वाटली. थोडी हुरहूरही वाटली. आणि मग मनात आले. ज्यून इलाइझ हे जणू एक प्रतीक आहे. घडीभरासाठी भेटणाऱ्या पण त्या अल्प काळातही खूप आनंद देऊन जाणाऱ्या निर्मळ आणि निरपेक्ष स्नेहभावनेचे. प्रत्यक्षातली ज्यून इलाइझ मला पुन्हा कधी भेटली नाही, हे खरे. पण नंतरच्या आयुष्यात तशी ती अनेकदा, अनेक ठिकाणी अनेक रूपांत सारखी भेटत राहिलीच आहे, कधी ती एखादी गृहिणी असते. कधी शाळा-कॉलेजातला विद्यार्थी किंवा विद्यार्थिनी असते. कधी एखादा पोक्त कुटुंबप्रमुख असते. तर कधी आडबाजूच्या गावातला एखादा होतकरू धडपड्या लेखक किंवा कवी असते. कधी एखादे लहान मूल. कधी एखादी अल्लड किशोरी. कधी आयुष्याच्या पैलतीराकडे नजर लागलेली हताश वृद्धा, तर कधी असाध्य रोगाने बिछान्याला खिळून पडलेला एखादा रोगी देखील. अशा विविध रूपांतील ज्यून इलाइझ मला अनेकदा भेटलेली आहे. कधी बाजारपेठेत. कधी हॉटेलात. कधी आगगाडीत. क्वचित विमानात. कधी व्याख्यानाच्या निमित्ताने परगावी गेले असता ज्याच्याकडे माझी उतरण्याची सोय केली होती, अशा घरात, देशात-परदेशांत. अल्पकालीन सहवास हा या प्रत्येक भेटीचा एक प्रमुख घटक. आणि फार थोड्या वेळात निर्माण झालेला नि:संकोच जिव्हाळा ही त्या भेटीची फलश्रुती. ही माणसे पुन्हा कधीच भेटत नाहीत. त्यांचे आपले मार्ग कधीही पुन्हा एकमेकांना ओलांडून जात नाहीत. पण या सगळ्यांनी आपल्याला केवढा तरी आनंद दिलेला असतो. त्या त्या वेळेपुरते उभयतांमध्ये केवढे ममत्व निर्माण झालेले असते. आणि या झरेपाझरांनी आपल्या आयुष्याला केवढी प्रसन्न हिरवळीची ताजी टवटवीत किनार जोडलेली असते.

- आणि हा काही माझा एकटीचा अनुभव नाही. प्रत्येकाने आपापले गतायुष्य एकदा नजरेखालून घालावे आणि असे अल्पकालीन पण सुंदर स्नेह जीवनात कितीदा येऊन गेले, यांची मोजदाद करावी. मग या गाठीभेटींनी आपल्याला किती ऐश्वर्य दिलेले आहे, याची त्याला कल्पना येईल. मला तर या क्षणी अशा किती तरी माणसे आठवत आहेत.

बऱ्याच वर्षांपूर्वी काही कारणाने मी बडोद्याला गेले होते. एका प्रेमळ, आतिथ्यशील, सुसंस्कृत कुटुंबात आमची उतरण्याची व्यवस्था केली होती. घरची सगळी माणसे

चांगली होती. पण कुटुंबातला थोरला मुलगा जरा वेगळा होता. वेगळा म्हणजे काय, तर त्याला नाटक-सिनेमाचे, अभिनयकलेचे जबरदस्त आकर्षण होते. त्या क्षेत्रात आपण नाव मिळवावे, अशी त्याला महत्त्वाकांक्षा होती. आणि घरात कुणाला त्याचे वेड कळत नव्हते. म्हणून हा मुलगा भरल्या कुटुंबातही एकाकी पडल्यासारखा होता. माझी त्याची ओळख झाली. सूर जमले. आणि एके दिवशी भडाभडा हा मुलगा मला आपली मनोव्यथा सांगू लागला. घरी आपल्याला कुणी समजूनच घेत नाही, ही त्याची खंत होती.

मला त्याचे दुःख कळले. माझ्या लहानपणची मला आठवण झाली. तेव्हा आमच्या घरातही मी अशीच जरा बाजूला पडले होते. रात्रंदिवस नाकाशी पुस्तक धरून बसायचे, कवितांची पारायणे करायची, लिहून चिताडून कागद फाडून टाकायचे, आवडत्या ओळी गुणगुणत राहायचे. हा माझा नादिष्टपणा घरी कुणालाच रुचत नसे. 'भिकार लक्षणे, नापास व्हायची चिन्हे' अशा शब्दांत माझ्या साहित्यप्रेमाची हेटाळणी केली जाई. त्यामुळे या नाटकवेड्या मुलाशी मी चटकन समरस झाले. दोन दिवसांचा आमचा त्या घरातला मुक्काम. पण तेवढ्यात तो वाढाळू वयाचा, संवेदनशील, स्वप्नाळू आणि भाबडा मुलगा माझ्या कितीतरी जवळ आला होता. गडकऱ्यांची अवघड भाषणे त्याने मला पाठ म्हणून दाखवली होती. जिवापाड जपलेले आपले स्वप्न त्याने मला विश्वासात घेऊन सांगितले होते.

पुढे त्याची आणि माझी पुन्हा कधीही गाठ पडली नाही. त्यांचे ते स्वप्नही बहुधा प्रत्यक्षात उतरले नसावे. कारण नाट्य किंवा चित्रपट - कुठल्याच क्षेत्रात त्याचे नाव मी कधी ऐकल्याचे आठवत नाही. तो मात्र अजूनही ध्यानात राहिला आहे.

अशीच एकदा मध्यम वस्तीच्या आडगावी कोणत्या तरी कार्यक्रमाच्या निमित्ताने गेले होते. तिथले आमचे मुक्कामाचे घर जुन्या बाह्मणी कर्मठ वळणाचे होते. घरची सर्वच माणसे छान होती. पण कुटुंबातले आजोबा थेट संस्कृतवेडेच निघाले. भास, कालिदास, बाण, भवभूति सारे त्यांची जिव्हाग्री नाचत होते. आणि त्या खेडेवजा गावात संस्कृतवर कुणाशीच बोलायला मिळत नाही हे त्यांचे दुःख होते. माझे संस्कृतचे ज्ञान त्यांच्या तुलनेने खूपच मर्यादित होते. पण मला संस्कृत आवडत होते, व पाठांतरही बऱ्यापैकी. त्या आजोबांना तेवढे पुरले. मग त्यांच्याकडल्या मुक्कामात नुसता आनंदसोहळा साजरा झाला. अनेक संस्कृत श्लोकांची उजळणी, सुंदर कल्पनांचे मार्मिक विवरण, एखाद्या निसर्गवर्णनावर चटकदार भाष्य, एखाद्या चिंतनपर श्लोकांचे रहस्य उलगडून दाखवणे... दोन दिवस सारखे हेच चालले होते, आजींनाही आजोबांचे कौतुक होते. त्या मला म्हणाल्या,

'अहो, किती दिवसांनी हे इतकं बोलताहेत. इतक्या आनंदात आहेत, इथं ना

संस्कृतावर कुणी बोलायलाच मिळत नाही त्यांना. तुम्ही आमच्याकडे उतरलात, किती छान झालं!'

मला देखील, मी त्या आजोबांना थोडे फार समाधान देऊ शकले, यामुळे तृप्त झाल्यासारखे वाटत होते.

अशी कितीतरी माणसे, घडीभराच्या भेटी, अल्पकाळचे मन:संवाद आणि त्यांतून लाभलेला निखळ आनंद. आपले दीर्घकालीन स्नेहसंबंध वेगळे. ते मित्र, त्या मैत्रिणी आपल्या आयुष्याचाच भाग बनतात. देहातून वाहणाऱ्या रक्ताइतके ते आपल्याजवळचे, अगदी आपले असतात. त्यांची आपल्याला गरजही फार असते. पण जीवनाच्या अनेक वळणांवर अनपेक्षितपणे भेटणारे अगदी अल्पावधीत उमलून मिटणारे पण तेवढ्या वेळातही फुलून दरवळणारे हे छोटे छोटे स्नेह तेही किती आवश्यक असतात. त्यांनीही कळत नकळत आपल्याला किती समृद्ध केलेले असते.

एका कॉलेजच्या कार्यक्रमात भेटलेली बंगाली प्राध्यापिका, तिने तेवढ्यात शरदबाबूच्या साहित्यावर भरभरून चर्चा केली होती. शाळेत शिकत असताना एका वर्गमैत्रिणीची मावशी तिच्याकडे पाहुणी म्हणून आली होती. ती एका भेटीत किती लळा लावून गेली होती. मुंबईला फोर्ट विभागात भटकत असता, एका पुस्तकाच्या दुकानात एका अगदी अनोळखी पारशी तरुणाने शेल्फवरचे एक पुस्तक चटकन उचलून त्यातून एक इंग्रजी कविता मला वाचून दाखवली होती. बेकारीच्या काळात मुंबईला खाजगी क्लासांतून मी शिकवण्या करत असे. तिथल्या एका मुलीने मला घरी नेऊन मालवणी पद्धतीचे जेवण दिले होते. एका वृद्ध ब्राह्मण आजीबाईंनी मला जुनी गाणी, ओव्या ऐकवल्या होत्या. लंडनमधल्या सुप्रसिद्ध म्यूझिअमच्या पायरीवर एका इंग्लिश म्हाताऱ्याने माझ्याशी चक्क गप्पा मारल्या होत्या आणि इंग्रजी सभ्यतेचा व सुसंस्कृततेचा अनपेक्षित पण सुखद प्रत्यय दिला होता. एम्.ए.ला मी शिकवीत असता एका अबोल विद्यार्थ्याने मला हवे असलेले 'नवनीता'चे पुस्तक अचानक माझ्या हाती ठेवले होते.

माणसाच्या अल्पकालीन सहवासाला आणि नंतरच्या अटळ वियोगाला कारुण्याची एक किनार असते. या चिरंतन सत्याचा प्रत्यय देण्यासाठी दोन ओंडक्यांच्या सागरातल्या क्षणिक भेटीची प्रतिमा आपल्याकडे वापरलेली आहे. पण मला वाटते, क्षणिक भेट आणि चिरंतन दुरावा यांत नेहमी कारुण्यच का शोधायचे? त्यातला आनंद का जाणून घ्यायचा नाही? तसे तर इथे सारेच भंगुर आहे. 'सर्व क्षणिक'; पण आपण क्षणालाही युगाचे परिमाण देऊ शकत नाही का? सारे क्षणिक असेल, तर त्यातला रस अधिक उत्कटतेने, अधिक अपूर्वाईने घेतला पाहिजे आणि

त्याबद्दल स्वत:ला कृतार्थ समजले पाहिजे.

हे असले तात्कालिक स्नेह गवतावर उमलणाऱ्या नखाएवढ्या फुलांसारखे असतात. त्या फुलांचा आकार इवलासा, रंग चित्रविचित्र असले - तरी त्यात भपका किंवा डील नाही. ती केसांत माळता येत नाहीत. त्यांचे गजरे - गुच्छ करता येत नाहीत. ती कोटावर ऐटीने लावता येत नाहीत. त्यांना देठही नसतात. त्यामुळे घरी आणून पुष्पपात्रात त्याची मोहक रचना करता येत नाही. सुवास नसल्यामुळे त्या दृष्टीनेही त्यांना तसे महत्त्व नसते. मग त्या फुलांचा उपयोग काय? पण उपयोग कसला बघायचा ज्या त्या गोष्टीत? त्या फुलांचे नुसते असणे हाच त्यांचा उपयोग. तेच त्यांचे जीवनसार्थक. आपण त्यांच्याकडे बघतो. ती दृष्टीला सुखावतात. आपण त्यांना हळूच कुरवाळतो. ती स्पर्शसुख देतात. आपण त्यांची इवलीशी कलाकुसर बघतो. ती आपल्याला स्वत:च्या सौंदर्याने मुग्ध करतात. गवतात फुलणारी साधी, निर्व्याज, सुकुमार फुले. आजचे फूल उद्याला नाही. पण उद्याही वेगळी फुले फुलतातच. आजचे फूल उद्याला नसले, तरी फुलांची परंपरा चालूच राहाते. ज्यून इलाइझा पुन्हा भेटली नाही, तरी इतर अनेकाच्या बोलण्यांतून, संगतींतून, संवादांतून, सौजन्यांतून ती पुन्हा पुन्हा भेटतच राहाते. मला सुखवीतच राहाते.

◆◆◆

मांजरे आणि मी

मांजरांचा आणि माझा ऋणानुबंध फार जुना, म्हणजे वयाच्या तिसऱ्या वर्षापासूनचा (अर्थात माझ्या वयाच्या, मांजरांच्या नव्हे!) आहे. आई म्हणते, की मी अडीच-तीन वर्षांची होते. तेव्हापासून मांजरांचे मला विलक्षण आकर्षण वाटे. आईच्या कडेवर बसलेली मी, एखादे मांजर आसपास कुठे दिसले, की अतोनात आनंदाने खिदळू लागे. दोन्ही हात पसरून त्याच्याकडे झेप घेऊ पाही. इतक्या लहानपणचे मला अर्थातच काही आठवत नाही; पण वयाच्या सहाव्या-सातव्या वर्षापासूनच्या माझ्या मांजरांच्या आठवणी मात्र मनात अगदी स्पष्ट रेखलेल्या आहेत.

आम्ही तेव्हा नाशिक जिल्ह्यात नांदगाव इथे राहात होतो. माझे वडील रेंज फॉरेस्ट ऑफिसर होते. त्यामुळे आम्हाला राहायला बंगला मिळत असे. नांदगावचा आमचा बंगला लहानसा पण सुबक, टुमदार होता. आईने बंगल्याभोवती सुंदर बाग केली होती. या बागेभोवती काटेरी तारांचे कुंपण होते. या वेळी माझे वय असेल पाच-सहा वर्षांचे. माझी एका मांजराशी दोस्ती जमली होती. तो एक काळ्याकबऱ्या रंगाचा गबदुल बोका होता. त्याचे नाव मी तान्या असे ठेवले होते. तान्या मला उचलत नसे, तरी कशीबशी त्याला पोटाशी कवटाळून मी इकडून तिकडे हिंडायची. त्याचे खूप लाड करायची. त्याला दूधपोळी, दूधभात खाऊ घालायची. त्याच्या भातावर सायीचे लपके टाकायची.

एकदा बागेत अशीच तान्याला जवळ घेऊन मी त्याचे कौतुक करत होते. तान्याही आपले हिरवे चमकदार डोळे माझ्यावर रोखून माझ्याकडे बघत होता. लाडात येऊन घुरघुर करत होता. त्याच्या गुबगुबीत मखमली गळ्याशी खाजवताना एकदम माझ्या मनात आले, आपल्या गळ्यातली सोन्याची साखळी तान्याला किती शोभून दिसेल! कल्पना मनात येण्याचा अवकाश, मी माझी साखळी तान्याच्या गळ्यात घातली. त्याच्या गळ्याच्या काळ्याभोर मखमलीवर सोन्याची झगझगीत साखळी इतकी खुलून दिसत होती! मी तान्याला गोंजारू लागले, इतक्यात एकदम काय झाले, कुणास ठाऊक! तान्या जो ताडकन मांडीवरून उडाला, तो उड्या मारत बागेतून थेट कुंपणाकडे गेला आणि कुंपणातून सुळकन् अंग काढून पसार झाला.

क्षणभर काय झाले, तेच मला समजले नाही. तान्या गेला, त्या दिशेकडे मी

नुसतीच डोळे विस्फारित करून बघत राहिले आणि मग एकदम माझ्या ध्यानात आले, तान्या गेला आणि त्याच्या गळ्यात आपली सोन्याची साखळीही गेली. त्या जाणिवेने माझ्या छातीत धस्स झाले. मला रडू कोसळले. साखळी गेल्याचे आईला सांगावे लागणार, मग ती बोलणार, मारणार. सारे चित्र डोळ्यांसमोर लख्ख उभे राहिले. बराच वेळ मी स्तब्ध उभी होते. मग मला आशा वाटली, तान्या परत येईल. त्याच्या गळ्यात आपली साखळी असेल, आपण त्याला कुरवाळू आणि हलकेच त्याच्या गळ्यातून साखळी काढून घेऊ. मी तान्याला हाका मारायचा सपाटा लावला. त्याची सगळी लाडकी नावे घेऊन इसपिस करून त्याला बोलावत राहिले; पण तान्या काही आला नाही अन् तान्या नाही, म्हणजे साखळी पण नाही.

शेवटी जड पावलांनी मी स्वयंपाकघरात गेले. आई कामांत होती. मला चोरट्यासारखी जवळ उभी राहिलेली बघून आई म्हणाली,

'का, ग, काय झालं? तोंड का रडकं?'

आईचे बोलणे ऐकून इतका वेळ कशाबशा थोपवलेल्या डोळ्यांतल्या गंगा-यमुना मुक्त वाहू लागल्या. रडत रडत झालेली सगळी हकीगत मी आईला सांगितली.

'मांजराच्या गळ्यात सोन्याची साखळी घातलीस?' आई थक्क होऊन म्हणाली, 'अन् ते पळून गेलं? किती वेळ झाला मांजर पळून गेल्याला?'

'बराच !' मी हुंदक्यातूनच म्हणाले.

'कर्म!' आई म्हणाली, 'मांजर पळालं, तेव्हाच येऊन नाही सांगायचं? आता त्या मांजरड्याला कुठं शोधायचं? अन् इतक्या वेळानंतर साखळी सापडणार आहे? ती कधीच कुणी काढून घेतली असणार! नाही ते उपद्व्याप करते कार्टी! मांजराच्या गळ्यात कुणी सोन्याची साखळी घातली होती?'

मला ओढत आईने बाहेर आणले. कुठल्या बाजूच्या कुंपणातून तान्या पळाला, ते तिने मला विचारले.

मी समोरची बाजू दाखवली.

आमच्या बंगल्याभोवती मोकळे माळरान होते. पलीकडे शेती होती. डाव्या हाताला वाहता रस्ता होता. आता तान्या कुठे गेला असेल, कुणास ठाऊक. तरीही आईने दोन गड्यांना आजूबाजूला मांजराचा शोध करायला पिटाळले आणि ती हताश होऊन, कपाळाला हात देऊन बंगल्याच्या पायऱ्यांवर बसून राहिली.

मी वेड्यासारखी समोरच्या कुंपणाकडे टक लावून बघत होते. तान्या या क्षणी कुठे असेल, याचा विचार करत होते.

इतक्यात उन्हाच्या तिरीपेत कुंपणात काही तरी लखखकन् चमकलेले मला दिसले. मी धावत तिकडे गेले. बघते, तो काय? माझी साखळी. तान्या कुंपणातून

उडी मारून पलीकडे गेला, त्या वेळी, कशी, कोण जाणे, ती नेमकी कुंपणाच्या तारांत अडकून राहिली होती; आणि आता उन्हात चमकत होती.

साखळी बघून मला जो आनंद झाला, तो वर्णून सांगणे अशक्य आहे. मी हर्षभराने ओरडले,

'आई, माझी साखळी सापडली!'

आणि साखळी सोडवून घेऊन मी ती आईजवळ आणून दिली.

'नशीब, म्हणून साखळी मिळाली!' आई म्हणाली आणि मग माझ्या पाठीत दोन धबके घालून तिने पुढे म्हटले, 'आता तान्याच्या तर काय, पण तुझ्याही गळ्यात साखळी ठेवत नाही बघ मी! अवलक्षणी पोर कुठची. आज मांजराच्या गळ्यात साखळी घातलीस. उद्या कुत्र्याला सोन्याचं बाशिंग बांधायला जाशील तू!'

खरोखरच त्या दिवसापासून आईने मला साखळी घालायला दिली नाही. पण मला त्याचे काहीच वाटले नाही. दागिन्यांची हौस मला नव्हतीच. पण साखळी हरवली असती, तर आईने तान्याला घरात पुन्हा पाय टाकू दिला नसता. ती भीती आता राहिली नव्हती आणि त्याचेच मला समाधान वाटत होते.

दिवसभर बाहेर भटकून साळसुदासारखा तान्या संध्याकाळी घरी आला. आईने त्यालाही दोन धपाटे घातले. पण मग बशीभर दूध तिने त्याच्या बशीत ओतले. तान्याला आपल्या अपराधाची जाणीव असावी. त्याने आईच्या पायांना अंग घासून मार्जारभाषेत तिची क्षमा मागितली आणि लपलप करून दूध चाटून पुसून टाकले.

शरदबाबूंच्या 'श्रीकांत' कादंबरीतल्या राजलक्ष्मीने छोट्या श्रीकांतच्या गळ्यात कच्च्या करवंदांची माळ घालून बालपणीच त्याला मनाने वरले होते. मी तर तान्याच्या गळ्यात चक्क सोन्याची साखळी घातली होती.

पण आम्ही नांदगाव सोडले आणि तान्याचे नि माझे ऋणानुबंध तिथेच संपुष्टात आले. मात्र मांजरांशी जडलेले माझे नाते मात्र संपले नाही. पुढे वाढत्या वयातही शक्य होईल, तेव्हा, तिथे आणि तशी, मी मांजरे पाळतच राहिले.

मुंबईत गेल्यावर आम्ही बरीच वर्षे दादरला एक लहानशा खोलीत राहात होतो. चाळीची वस्ती. त्यामुळे या ठिकाणी मांजरे पाळण्याची हौस मी मनसोक्त भागवून घेतली. चाळीमध्ये त्यांना भरपूर स्वातंत्र्य मिळे. मनात येईल, तेव्हा घरात यावे. मनात येईल, तेव्हा बाहेर जावे. दार सतत उघडेच असायचे. इथल्या काही मांजरांच्या फार छान आठवणी माझ्या मनात आहेत.

एकदा गडकरी पुण्यतिथी होती. आमचे एक डॉक्टर मित्र आपली गाडी घेऊन मला कार्यक्रमाला न्यायला आले. रात्री नऊच्या सुमाराला त्यांनी मला घरी आणून

पोहोचवले. गाडी थांबली, तेव्हा खालून कुठून तरी 'म्यांव म्यांव' असा क्षीण दुबळा आवाज येत होता. डॉक्टरांनी गाडीभोवती फिरून पाहिले, तर गाडीच्या खालच्या पाट्यावर एक अगदी लहान, किरकोळ, अशक्त असे मांजराचे पिल्लू थरथर कापत बसले होते. बाहेर बारीक पाऊस पडत होता. त्यामुळे निवाऱ्यासाठी ते तिथे येऊन बसले असावे. डॉक्टरांनी त्याला हलकेच बाहेर काढले. पिल्लू अतोनात मळले होते. इतके, की त्याचा मूळचा रंग देखील कळत नव्हता. ते भिजलेले होते आणि त्याच्या गळ्यात, कुणी, कुणास ठाऊक, एक मळकट चिंधी बांधलेली होती. मला त्या पिल्लाची फार दया आली. डॉक्टरांच्या हातांतून पिल्लू घेऊन मी ते घरात आणले. ओल्या फडक्याने त्याला नीट पुसून स्वच्छ केले, तेव्हा तांबूस पिवळा रंग चमकू लागला. पिल्लू देखणे होते. त्याला केसाळ झांबरी लव होती आणि त्याचे गोल डोळे केरवा मण्यासारखे पिवळे तपकिरी होते. मला पिल्लू फार आवडले. घरात होते नव्हते तेवढे दूध तापवून मी ते बशीत ओतले आणि बशी पिल्लापुढे ठेवली. पिल्लाने प्रथम एक पंजा हळूच दुधात बुडवून त्याच्या उष्ण तापमानाचा अंदाज घेतला आणि मग आपल्या लालचुटूक जिभेने हळूहळू सर्व दूध पिऊन टाकले. पोट भरल्यानंतर ते खुशीत आले. घुर्र घुर्र आवाज करत माझ्या मांडीवर येऊन बसले. रात्री ते माझ्या पायांशीच अंथरुणात झोपले.

पिल्लाचा रंग लालसर होता, म्हणून मी रशियन पद्धतीचे 'डेरेन्की' हे नाव त्याला दिले. डेरेन्की बघता बघता वाढला. लवकरच त्याचा छान बांधेसूद देखणा बोका बनला. आपल्या घराशेजारी भंडाऱ्याचे मटणमाशांचे दुकान होते. तिथून मी डेरेन्कीसाठी रोज एक तळलेला माशाचा तुकडा आणत असे. चाळीच्या दारापासूनच त्याला माशाचा वास यायचा. माशासाठी तो माझ्या गळ्यापर्यंत उंच उड्या मारत असे. मासा हातात जितका उंच धरावा, तिथपर्यंत डेरेन्कीची उडी जाई. मासा मटकावताना तो विलक्षण आनंदात असे. त्याला माझा फार लळा होता. डेरेन्की दिवसभर आसपास भटकत राही. पण दुधाच्या, चहाच्या वेळी तो नेमका हजर व्हायचा. रात्री झोपायलाही तो माझ्या बिछान्याच्या पायथ्याशी अंगाचे मुटकुळे करून पसरलेला असे.

डेरेन्की तेरा वर्षे आमच्याकडे होता. आमच्याकडे येणारे सारे त्याची प्रेमाने विचारपूस करत. असा हा सालस, गुणी बोका एके दिवशी घरातून गेला, तो गेलाच. तो पुन्हा कधी परत आला नाही. कुणीतरी मला सांगितले, की त्याला आपले मरण कळले असावे आणि म्हणून तो घर सोडून गेला असावा. जिथे आपले आयुष्य गेले, त्या घरात मांजरे कधी मरणासाठी थांबत नाहीत. ती दूर कुठे तरी, अज्ञात ठिकाणी जाऊन देह ठेवतात, म्हणे! खरे खोटे, कुणास ठाऊक.

डेरेन्की होता, तेव्हाही इतर मांजरे घरात घरात जाऊन येऊन असत; पण

डेरेन्कीला घरात विशिष्ट स्थान होते. तो घरचाच होता. तो गेल्यावर मला चैन पडेना. सारखी त्याची आठवण येऊ लागली. पाळायला कुठे मांजर मिळेल का, याचा मी शोध घेत होते. तेवढ्यात आमच्या एका प्राध्यापक मित्राने माझ्यासाठी एक मांजर आणून दिले. मांजर बंद करंडीतून आणलेले होते. करंडीचे झाकण उघडताच आतून एक छोटे पिल्लू टुणकन उडी मारून बाहेर आले. आपल्या चमकदार डोळ्यांनी कुतूहलाने इकडे तिकडे पाहू लागले आणि मग फार दिवसांची ओळख असावी, तसे ते थेट माझ्या मांडीवरच येऊन बसले. त्याच्या त्या लाघवीपणाने मला भुरळ घातली. पिल्लाचा रंग पांढरा होता. पाठीवर, पोटावर पिवळे डाग होते. मध्येच कुठे एखादा काळा ठिपका. पिल्लू फार देखणे होते. गंमत म्हणजे, त्याचे शेपूट खूपच लांब होते. लांब वेणीवाल्या मुलीचे जसे कौतुक वाटते, तसे त्या पिल्लाच्या लांब शेपटीचे सर्वांना कौतुक वाटायचे. मी पिल्लाचे नाव 'सोनल' ठेवले; कारण त्याची पांढरीपिवळी लव उन्हात सोन्यासारखी चमकत असे.

सोनल आमच्या घरी चांगला रुळला. तो खेळकर, नाजूक, लडिवाळ होता. त्याच्या चेहऱ्यावर देखणे कोवळेपण होते. हालचालींत लहान मुलासारखे काही तरी वाटायचे. तो मोठा झाला. हातभर लांब, मागे तशीच लांबलचक शेपूट. उंच ताठ कान. सरळ नाक आणि लालचुटुक जिवणी. सोनल मोठा झाला, तरी त्याचे देखणेपण, कोवळेपण कायम राहिले. एरव्ही बोके मोठे झाले, की त्यांची लव राठ होते. आवाज फुटतो. भांडाभांडी करून ते अंगावर ओरखडे घेऊन येतात. दिसायलाही ते कसे तरीच दिसू लागतात. सोनलमध्ये मात्र असे काही फरक पडले नाहीत. तो अगदी स्वच्छ, नितळ आणि इतर बोक्यांपेक्षा वेगळा वाटायचा. सोनलचे रूप साऱ्यांना आवडे. माझ्या एका मैत्रिणीने तर एकदा माझ्या घरी कॅमेरा आणून सोनलचे कितीतरी फोटो काढले. नुसत्या सोनलचे. फक्त एका फोटोत त्याच्याबरोबर माझी वर्णी लागली.

असा आमचा गोजिरवाणा सोनल. त्याला एके दिवशी एक विचित्र दुखापत झाली. त्याच्या शेपटीवर कुणी काठीचा तडाखा दिला, की दाराच्या फटीत सापडून त्याची शेपटी चिमटली, काय झाले, कुणास ठाऊक! शेपटीचे वीतभर टोक चांगलेच दुखावले गेले. रक्ताळलेली शेपटी बघून मी जुजबी औषधोपचार केले. शेपटीची जखम बरी झाली; पण तिचे टोक मात्र तेव्हापासून अधूच झाले. तो वीतभर भाग बारीक, रोड झाला. त्याच्यावरची लव झडली. आतले मणके कातडीतून दिसू लागले. सगळा सोनल वेगळा दिसे आणि ती वीतभर शेपटी अगदी वेगळी, बाकीच्या सोनलला न शोभेशी, कुरूप, घाणेरडी दिसे. कालांतराने ती शेपटी पार निर्जीव झाली. जाडसर दोरखंडासारखी दिसू लागली अन् मग एके दिवशी सोनलने एक विचित्रच केले. त्याने ती निर्जीव झालेली शेपटी चक्क आपल्या दातांनी तोडून

टाकली! सोनलचे ते 'ऑपरेशन' बघून मी थक्क झाले. त्याची शेपटी हे त्याचे वैभव होते. ती अर्धी तुटल्यावर सोनल भुंडा, कुरूप दिसू लागला. इतकेच नाही, तर बघता बघता त्याचे बाकीचे शरीरही पालटत चालले. त्याचे डोके मोठे दिसू लागले. अंगावरची लव राठ झाली. नितळ, तुकतुकीत अंगकान्ती मळकट, कळाहीन दिसू लागली. सोनल चिडचिडा झाला. त्याचा खेळकर लडिवाळपणा कुठे नाहीसाच होऊन गेला. मला सोनलचे वाईट वाटे. मी त्याला खूप दूध प्यायला देई. त्याचे लाड करी. मासे आणून ते खाऊ घाली; पण सोनलने पुन्हा कधी अंग धरलेच नाही. तो क्षीण झाला अन् मग एक दिवस तो जो घर सोडून गेला, तो पुन्हा परत आलाच नाही.

सोनलच्या शोकांतिकेनंतर मांजरे पाळायचा मला धीरच झाला नाही.

काही दिवसांनी माझ्या एका मैत्रिणीने मांजराची दोन अगदी लहान पिल्ले आमच्या घरी आणून सोडली. त्यांची आई अपघातात मेली होती. इतकी लहान पिल्ले, खरे तर, पाळू नयेत; पण घरी आलेल्या पिल्लांना टाकून तरी कसे देणार? मी ती पाळली. पिल्ले रडत, ओरडत, घरात घाण करत. ते सगळे सोसून पिल्लांना छान वाढवायचे, असे मी ठरवले. तशी पिल्ले गुटगुटीत गोंडस होती. एका पिल्लाच्या अंगावर काळेपांढरे नक्षीदार पट्टे होते, म्हणून त्याचे नाव मी 'नक्षल' ठेवले अन् दुसऱ्याचे 'चंचल'. पण ही पिल्ले आम्हांला फार दिवस लाभली नाहीत. ती अतिशय आजारी झाली. मी त्यांना परळच्या जनावरांच्या दवाखान्यात नेऊन टाकले, पिल्ले बरी झाली. मग आम्ही त्यांना टॅक्सीतून घरी आणले. पण त्यानंतर पिल्ले आठ दिवस देखील जगली नाहीत. दोन-तीन दिवसांतच त्यांनी खाणे-पिणे सोडले आणि एके दिवशी मानेवर मान टाकून बिचारी मरून गेली!

काही वर्षांपूर्वी मला परदेशप्रवासाची संधी मिळाली. परदेशातील माणसे बघण्याइतकेच तिकडची मांजरे बघण्याचेही मला कुतूहल होते. लंडनला आम्ही जिथे उतरलो होतो, तिथे आसपास खूप नाट्यगृहे होती. एका रविवारी सकाळी आम्ही हिंडायला बाहेर पडलो. रविवार असल्यामुळे रस्त्यावर अगदी सामसूम होती. अशा त्या सुरेख, शांत, निर्मनुष्य वेळी एका नाट्यगृहापाशी एक काळेभोर लठ्ठ मांजर अचानक दिसले. त्याला पाहून मला फार आनंद झाला. मी त्याला जवळ घेतले, तर ते खुशीने माझ्यापाशी आले. बरोबरचा मित्र म्हणाला,

'तुम्ही त्याच्या पाठीवर हात फिरवा. मी तुमचा दोघांचा फोटो काढतो.'

मांजराने समजूतदारपणे फोटो काढून दिला आणि मग ते आपल्या वाटेने निघून गेले. इंग्रज माणसाची सभ्यता आणि शिष्टाचार त्याच्या मांजरातही असावी, याचे मला कौतुक वाटले.

लंडनला पाहिलेले ते एकमेव मांजर!

अमेरिकेत फिलाडेल्फियाला आम्ही ज्यांच्याकडे उतरलो होतो, त्यांना माझे मांजराचे वेड कळले. तेव्हा घरचे यजमान म्हणाले,

'आमच्या अमेरिकन शेजारणीकडे दोन झकास मांजरे आहेत. मी त्यांना सांगून ठेवतो. तुम्ही दुपारी त्यांच्या घरी जाऊन मांजरे बघा.'

ठरल्याप्रमाणे मी दुपारी शेजारच्या घरी गेले. शेजारणीकडची मांजरे बघून मी थक्क झाले. इतकी गुटगुटीत, देखणी, केसाळ मांजरे होती ती. त्यांतल्या बोक्याचे नाव होते 'स्नोबॉल' आणि भाटीचे नाव होते 'सॅब्रीना'. ती मांजरे भलतीच लाडावलेली होती. त्यांना त्यांचे स्पेशल 'कॅटफूड' होते. झोपायला छान गाद्या होत्या. त्यांना व्हिटॅमिनच्या गोळ्या दिल्या जायच्या आणि अन्य तऱ्हेनेही त्यांची कौतुके केली जायची. दुधाकडे ती मांजरे ढुंकून सुद्धा बघत नसत. अमेरिकेत मांजराच्या खाद्याचे, म्हणे, तीनशे-साडेतीनशे प्रकार आहेत. एक प्रकार खाऊन मांजरे कंटाळली, की मालक त्यांच्यासाठी दुसरा खाद्यपदार्थ बाजारातून आणतात. इतकी चैन असल्यावर मांजरे दुधाकडे कशाला बघतील? अमेरिकन शेजारणीकडची मांजरे देखणी, आकर्षक होती. पण महाशिष्ट. त्यांतला त्यात सॅब्रीनाने मला निदान पाठीवरून हात तरी फिरवू दिला. स्नोबॉल मात्र तुसड्यासारखा तटकन उठला आणि दूर सोफ्यावर आरामात जाऊन बसला. अमेरिकन माणसे खूप अनौपचारिक, मनमोकळी, बोलकी असतात. मग या अमेरिकन मांजरांचा स्वभाव का इतका तुटक, अलिप्त होता, कोण जाणे!

माझी मुंबई सुटली आणि मांजरांची दोस्तीही संपुष्टात आली. इथे पुण्यात, एवढ्या मोठ्या कुटुंबवत्सल घरात माझा मांजरांचा शौक पुरा करणे अवघडच आहे. तरीही अधूनमधून मी इथे देखील त्यांच्याशी मैत्री करतच असते. एक माणसे सोडली, तर त्यांच्या खालोखाल मांजरांवरच मी आयुष्यात प्रेम केले; आणि कधी कधी तर माणसांपेक्षा देखील मांजरांनी मला अधिक लळा लावला. आता हा छंद कधी सुटेलसे वाटत नाही.

◆◆◆

होईल का असे जग ?

आंतरराष्ट्रीय बालक वर्ष एकोणीसशे ऐंशी साली साजरे झाले. बालकांकडे प्रौढांचे लक्ष अधिक वेधून घेणे, बालकांच्या मनोविश्वाचा बारकाईने विचार करणे, विविध देशांतल्या बालकसेवी संस्थांमध्ये वैचारिक दळणवळण आणि सहकारी सामंजस्य निर्माण करणे, असे अनेक हेतू हे बालकवर्ष साजरे करण्यामध्ये होते; या निमित्ताने जसा भरपूर विचारविनिमय झाला, तसे अनेक लेख लिहिले गेले. अनेक पुस्तके प्रकाशित झाली. बालकांबद्दलच्या आपल्या जाणिवा अधिक संवेदनशील आणि सजग व्हाव्यात, या हेतूनेच प्रामुख्याने हे लेखन झाले. याच वेळी ऑस्ट्रेलियामध्ये एक मोठे गमतीदार पुस्तक प्रकाशित झाले होते. अगदी अलीकडे पुन्हा एकवार ते पुस्तक मी पाहिले, वाचले आणि पुन्हा त्याने माझे मन पूर्वीइतकेच उत्कटतेने वेधून घेतले. या पुस्तकाचे नाव आहे, 'डिअर वर्ल्ड'. रिचर्ड एक्सले आणि हेलन एक्सले या पतिपत्नींनी मिळून ते तयार केलेले आहे. 'मेश्युअन' या ऑस्ट्रेलियातील प्रकाशन-संस्थेने ते त्या वेळी प्रकाशित केले होते. प्रकाशाचे वर्ष अर्थातच एकोणीसशे एकोणऐंशी होते; पण बालकवर्षाचे तात्कालिक निमित्त सोडले, तरी आजही हे पुस्तक काळाशी, समकालीन समस्यांशी संवाद साधते आणि बालकांच्या उत्कट, कुतूहलजनक भावविश्वात ते आपल्याला विनासायास प्रवेश मिळवून देते, असे दिसू येईल. त्या दृष्टीने आजदेखील हे पुस्तक ताजे, टवटवीत, सुंदर वाटते, असा निदान मला तरी अनुभव आला.

आंतरराष्ट्रीय बालकवर्षाच्या निमित्ताने एक्सले पतिपत्नींना मुलांच्या मनाचा वेध घ्यावासा वाटला. मुले म्हणजे परिणत होणारी उद्याची पिढी, भावी जगाचे नागरिक. या मुलांना वेगवेगळ्या विषयांसंबंधी नेमके काय वाटते? जगाबद्दलच्या त्यांच्या कल्पना काय आहेत? जगाचे भवितव्य जर मुलांच्या हाती सोपवले, तर जगाची सध्याची परिस्थिती बदलून टाकण्यासाठी मुले स्वत: काय करतील? त्यांच्यापाशी यासंबंधी काही योजना असतील काय? एक्सले पतिपत्नींनी हे सारे शोधून काढायचे ठरवले. त्यासाठी त्यांनी एक अभिनव योजना आखली. वेगवेगळ्या देशांतले शिक्षक, शिक्षण-क्षेत्रातले जाणकार आणि शिक्षणसंस्थांमधून काम करणारे जबाबदार अधिकारी यांचे सहकार्य त्यांनी मिळवले. त्या मंडळींकडे एक काम एक्सले

पतिपत्नींनी सोपवले. त्यांनी वेगवेगळे प्रश्न मुलांना विचारायचे आणि त्या प्रश्नांची उत्तरे त्यांच्याकडून मिळवायची. मुलांकडून आलेली उत्तरे 'डिअर वर्ल्ड' या पुस्तकात समाविष्ट केलेली आहेत. या उत्तरांमधून मुलांच्या मनोविश्वाचे अद्‌भुत आणि विस्मयकारक दर्शन आपल्याला घडते. पाळीव कुत्र्यामांजरांपासून तो एकूण जागतिक परिस्थितीबद्दल आणि संपूर्ण जगाच्या भवितव्यापासून तो आपल्या व्यक्तिगत आवडीनिवडींबद्दल, मुलांनी आपल्या उत्तरांमधून जे भिन्नभिन्न विचार प्रकट केले आहेत, त्यांतून मुलांच्या उत्कट संवेदनशीलतेचे, विक्षिप्त कल्पकतेचे आणि मुख्य म्हणजे, त्यांच्या सरळ, निर्व्याज आणि निष्कपट वृत्तीचे अतिशय हृद्य, सुंदर असे प्रतिबिंब पडले आहे, हे ध्यानात येते.

ही उत्तरे खरोखरच कमालीची मनोरंजक आहेत. काही पत्रांतून उत्कट आशावाद आढळतो, तर काही पत्रांमधून जगाबद्दलची निराशा व घृणाही दिसून येते. कुत्री, मांजरे, भावंडे, मित्रमैत्रिणी, शाळेतला अभ्यास, शिक्षण, आईवडील, आप्त-नातेवाईक अशा जवळच्या गोष्टींपासून ते प्रदूषण, हिंसा, काळ्या-गोऱ्यांमधील मानवी भेद, जागतिक राजकारण, युद्धे, अशा व्यापक, दूरस्थ आणि सामान्यत: मुलांच्या आकलनापलीकडच्या घटनांपर्यंत अनेक विषयांवर मुलांनी आपली मते या पत्रांतून नोंदवली आहेत. त्यांमध्ये अर्थातच परस्परभिन्नता आहे; पण प्रांजलपणा व मुग्धपणा या बालसहज गुणांचा मात्र सर्वच पत्रांतून आविष्कार झालेला दिसतो.

ऑस्ट्रेलियामधला बिल सेय नावाचा अकरा वर्षांचा मुलगा म्हणतो -

'या जगात काळ्या-गोऱ्या सर्व लोकांना इतमामाने राहाता आले पाहिजे, त्यांना समान हक्क मिळाले पाहिजेत. कुणाच्याही मनात कुणाविषयी द्वेष, कपट किंवा मत्सर असू नये. कुणी कुणाला कमी लेखू नये, की कुणी कुणाचा तिरस्कार करू नये. चोरांची भीती पूर्णपणे नाहीशी व्हावी. दारांना कड्याकुलपे लावण्याची कुणाला गरजच पडू नये. खरेच, अशी जागा कुठे असेल का? असली, तरी मी तिथे जाऊन राहायला अगदी ताबडतोब एका पायावर तयार आहे!'

मुलांना विचारलेला एक प्रश्न असा होता :

'तुमच्या हातांत हे जग चालवायचा अधिकार दिला, तर तुम्ही त्यात काय काय सुधारणा घडवून आणाल?'

या प्रश्नाला फिलिया ऑक्सफर्ड या नऊ वर्षांच्या इंग्लिश मुलीने दिलेले उत्तर असे आहे :

'मी एक चॉकलेटचा कारखाना काढीन. तिथल्या बागेत चॉकलेटची पान, फुले, फळे, असतील. तिथे मुले हवी तेवढी चॉकलेटे खुडून घेतील, खातील अन् नुसती धमाल उडवून देतील!'

इंग्लंडमधला सात वर्षांचा जेम्स मात्र जास्त गंभीरपणाने या प्रश्नाचे उत्तर देतो. आपल्या पत्रात तो म्हणतो :

'जगातल्या सर्व देशांमधल्या शासनसंस्थांना मी पत्रे लिहीन आणि त्यांना सांगेन, कुणी कुणाला मारायचे नाही, कुणी कुणाचे काही चोरायचे नाही; जाळपोळ, मोडतोड, विद्ध्वंस, नुकसान एकदम बंद झाले पाहिजे; मुख्य म्हणजे, मी साऱ्या ज्वालामुखी पर्वतांची तोंडे लिंपून टाकीन; म्हणजे आग, धूर, निखारे, लाव्हाचे प्रवाह, सर्व बंद होऊन जाईल!'

इस्रायलमधील आनात ब्लूम ही दहा-अकरा वर्षांची मुलगी म्हणते :

'या जगात अनेक देश आहेत. प्रत्येक देशाची भाषा वेगळी, रीतभात वेगळी, परंपरा वेगळी; पण सर्व देशांत एक गोष्ट तुम्हांला अगदी समान दिसेल आणि ती म्हणजे त्या देशातली मुले! मुले बघा ना, सगळीकडे सारखीच असतात. ती काळी असोत, गोरी असोत, गरीब असोत, श्रीमंत असोत, पौर्वात्य असोत, की पाश्चिमात्य असोत; ती बिचारी सर्वच कशी साधी, सरळ असतात; त्यांना जात, देश, धर्म, वंश यांतले भेद मुळीच ठाऊक नसतात. सारीच मुले एकमेकांशी दोस्ती करतात. ती गोट्या खेळतात, फूटबॉल खेळतात, पतंग उडवतात; या मुलांनाच जगाचे शासन करायला सांगितले, तर आज आपल्याला ज्या वेगवेगळ्या प्रश्नांना तोंड द्यावे लागत आहे, ते प्रश्नच मुळी नाहीसे होऊन जातील!'

इंग्लंडमधल्या डॉना बानयार्ड या तेरा वर्षांच्या मुलीने दिलेले उत्तर मोठे मजेदार आहे. ती लिहिते,

'मला तुम्ही जागतिक परिस्थितीबद्दल प्रश्न विचारला आहे खरा. तुम्हांला वाटत असेल, ही एवढीशी बावळट, अडाणी पोर. हिला काय कळणार राजकारण आणि वंशवाद? आणि जागतिक परिस्थिती? पण मला सगळे सगळे समजते. मी सगळे ऐकते, वाचते आणि पाहते. मला जे दिसते, कळते, ते फार घाणेरडे अन् ओंगळ आहे. तेव्हा हे सगळे आणि पार बदलून टाका. अगदी आत्ताच्या आत्ता या बदलाचा विचार करायला लागा. नाही तर पुढे परिस्थिती फार बिकट होणार आहे! ध्यानात ठेवा!'

युद्ध आणि शांतता यांबद्दल मुलांनी व्यक्त केलेली मतेही अशीच सूचक आणि उद्बोधक आहेत. ऑस्ट्रेलियामधला अकरा वर्षांचा ॲगस बाथगेट हा मुलगा लिहितो,

'माझा युद्धावर विश्वास नाही, शांततापूर्ण सहजीवनावर माझी श्रद्धा आहे. जगातल्या गुन्हेगारी आणि हिंस्र प्रवृत्ती नाहीशया झाल्या, तर हे जग किती सुंदर, निर्मळ, आल्हाददायक होईल. व्यसनांचा तर मला भयंकर तिटकारा वाटतो. ही सगळी ड्रग्ज, तंबाखू, सिगरेट, दारू - सारे एकदम बंद व्हायला हवे. स्पर्धा,

शर्यती, चढाओढी या देखील निखळ आनंदासाठी व्हाव्यात. पैशांसाठी होऊ नयेत किंवा त्यात आकस, खुनशीपणा असू नये. सगळ्यांत महत्त्वाची गोष्ट, म्हणजे वेगवेगळ्या देशांतल्या लोकांनी अधूनमधून लहान मुलांनाच पंतप्रधान करावे. त्यांनाच सारी राजकीय धोरणे ठरवू द्यावीत!'

तुर्कस्तानमधल्या डायलेक तासान या आठ वर्षांच्या छोट्या मुलाने तर प्रत्यक्ष 'युद्धा'लाच उद्देशून पत्र लिहिले आहे. तो म्हणतो :

'श्रीयुत युद्धमहाराज,

आपण किती मूर्ख आणि बुद्दू आहोत, ते अजून सुद्धा तुमच्या ध्यानात नाही का आले? माणसांना आता विध्वंस, हत्या, रक्तपात या गोष्टींचा अगदी वीट आला आहे. त्यांना रडायला नको आहे. हसायला हवे आहे. आम्हां मुलांना तर तुमचे नावदेखील नकोसे झाले आहे! या जगात आम्हाला सर्वत्र सुख, शांतता, आनंद नांदायला हवा आहे. मुख्य म्हणजे, आम्हाला वाटते, की आमच्यापेक्षाही आमच्या मुलाबाळांना जास्त सुखात राहाता आले पाहिजे. म्हणून म्हणतो, इथून एकदम चालते व्हा, पाहू! नाही तर बघा मग पुढला विचार! हे धमकीचे पत्र आहे. याद राखा, बच्चमजी!'

काही पत्रांची उत्तरे तशी छोटी आहेत. पण त्यांतल्या छोट्या छोट्या वाक्यांना कवितेची लय आहे. त्या पत्रांत कधी काव्यात्मता आहे, तर कधी विनोदसुद्धा आढळतो. सायप्रसमधील सतरा वर्षांची सिल्व्हेक्ट्रा हिने आपल्या पत्रात लिहिले आहे:

'आम्ही तरुण मंडळी आहोत.
जगातल्या सर्व देशांमधून आम्ही आलो आहोत.
आमचे देव वेगळे आहेत. धर्म वेगळे आहेत.
पण आम्ही हातांत हात गुंफून एकत्र येऊ.
आणि नवे, सुंदर, शांतिपूर्ण, आशादायक जग
निर्माण करू. खचित निर्माण करू!'

तर मिनिदादमधला पाच वर्षांचा रामदेव सिंग म्हणतो,
'आम्ही सारे प्रेम करू एकमेकांवर
करणार नाही भांडण, मारामारी,
पेटवणार नाही युद्धाचा वणवा,
आम्ही एकमेकांचे हात हातांत घेऊ
जे काही मिळेल, ते सारे
आपापसात वाटून खाऊ!'

युद्ध, शांतता, जागतिक परिस्थिती, वर्णविद्वेष, हिंसाचार अशा गंभीर विषयांप्रमाणे

अगदी साध्या, नित्यपरिचयाच्या, घरगुती गोष्टींवरही या छोट्या पण चिंतनशील वृत्तीच्या मुलांनी आपल्या परखड प्रतिक्रिया व्यक्त केल्या आहेत. नोंदवून ठेवल्या आहेत.

कॅथराइन कॉकिंग्ज ही सात वर्षांची इंग्लिश मुलगी लिहिते :

'मी जर जगाची राणी झाले,
तर पहिली गोष्ट ही करीन,
बोर्डिंगमधले बेचव जेवण
आधी पार बदलून टाकीन.
नसतील तिथे पाणचट मऊ बटाटे
नसेल तिथे चिक्कट भात
तेच तेच घास उचलून
थकणार नाहीत आमचे हात!'

तर ॲलीन मॅक्डमार्ट या अकरा वर्षांच्या आयरिश मुलीने स्त्रीमुक्तीच्या उमाळ्याने हेलावून जाऊन लिहिले आहे :

'आईनेच का करावे सारे घरकाम?
बाबांना काम करायला झालेय् काय?
मी लावीन बाबांनाही घरकामाला नक्की
निघू देत त्यांची खरडपट्टी पक्की!
बश्या धुऊन होऊ देत त्यांचेही हुळहुळे हात
आणि दुखू देत की जरा त्यांचीही पाठ!'

काही पत्रे तर अगदी दोन-दोन, चार-चार ओळींचीच आहेत. बेलिंदा सॅस्क या मुलीने बेकारीच्या प्रश्नावर काय तोडगा शोधून काढला आहे, पाहा. ती म्हणते,

'बेकारी? तिचा कशाला एवढा बाऊ करायला हवा आहे? त्यात आहे काय मोठेसे? नवी नवी कामे शोधून काढावीत, म्हणजे झाले. मग बेकारी हटलीच, म्हणून समजावे.'

इंग्लंडमधला पीटर डेव्हलिन हा पाच वर्षांचा छोकरा लिहितो :

जगाचा सर्वांत मोठा शत्रू जर कोण असेल, तर तो म्हणजे गणित. हा भयंकर विषय तेवढा सोपा करून टाका, बुवा!'

फिस स्किनर ही इराणमधली आठ वर्षांची चिमखडी म्हणते,

'माणसे आपापसांत भांडतात का? मी सुचवते त्यावर उपाय. सर्व माणसांनी कसे स्वच्छ राहावे. नीटनेटका पोशाख करावा. एकमेकांशी हसून खेळून, गोड बोलावे, प्रेमाने वागावे. म्हणजे मग सगळेच एकमेकांना आवडू लागतील.'

अनेक माणसांना पुरेसे खायला मिळत नाही. ती अर्धपोटी राहातात. पुरेसे मासे

नसतात. या अडचणींवर इंग्लंडमधल्या क्रिस्टोफर स्टीव्हन्सन या सात वर्षांच्या मुलाने एक विलक्षणच उपाय सुचवला आहे. तो आपल्या पत्रात लिहितो :

'काय करावे? मासे पाळावेत. मग त्यांना बाळे होतील. मग त्या बाळांना पुन्हा बाळे होतील. मग काय! खायला भरपूर मासे मिळतील!'

ज्यूली वेग या बारा वर्षांच्या अमेरिकन मुलीने राजकारण आणि राजकारणी लोक यांच्यावर शेरा दिला आहे. ती लिहिते,

'हे राजकारणी लोक फार लबाड असतात. ते नुसती गोड गोड आश्वासने देतात. दिलेला शब्द पाळत मात्र नाहीत कधीच. थापा. केवळ थापा.'

तर डेव्हिड मिलबर्न या ऑस्ट्रेलियन मुलाने 'शहाण्या व समजूतदार लोकांच्या हाती हे जग सोपवावे.' अशी साधी (!) व गोड सूचना केली आहे.

गुन्हेगारी प्रवृत्तींबद्दल मुलांनी व्यक्त केलेली मतेही ध्यानात घेण्याजोगी आहेत. फिजी येथील देवकुमार सिंग हा पंधरा वर्षांचा मुलगा एक विशिष्ट भूमिका घेऊन लिहितो,

'काही झाले तरी गुन्हेगारी प्रवृत्ती आपण अजिबात नाहीशी करू शकणार नाही. कारण जगातले काही ना काही संख्येचे लोक तरी इतरांचा द्वेष करत राहाणारच!'

सायमन कर्कप नावाच्या मुलाने गुन्हेगारांना एक भयानक शिक्षा सुचवली आहे. तो म्हणतो, 'जाळपोळ, विध्वंस, खूनखराबा करणाऱ्या लोकांना चाकूने भोसकून भोसकून त्यांच्या जखमांमध्ये मीठ चोळावे!'

राजू कापडिया नावाची दहा वर्षांची भारतीय मुलगी सुचवते,

'घरांना न फुटणाऱ्या काचा बसवाव्यात. मग कुणी त्या काचांवर दगडफेक केली, तरी त्या फुटणार नाहीत. घरातल्या लोकांना जखमा होणार नाहीत. उलट, दगड मारणारांच्या डोक्यांवरच ते दगड उलटून बसतील. त्यांनाच ते जखमा करतील!'

सँड्रा लँडमन ही इंग्लिश मुलगी हुकुमशहांना धमकावणी देते,

'तुम्ही प्राणघातक बॉंब तयार करणे ताबडतोब बंद केले पाहिजे. तुम्ही जर हे केले नाही, भयंकर हत्या थांबवली नाही, तर मग मीच एक मोठा बॉंब तयार करीन अन् तुम्हां सगळ्यांना त्याच्या स्फोटाने उडवून नेस्तनाबूद करून टाकीन!'

ऑस्ट्रेलियामधली बारा वर्षांची नेसिका सिंगर ही मुलगी कविकल्पनाच लढवते. ती म्हणते,

'मला एखाद्या परीने जर जादूची कांडी दिली, तर मी युद्धाचे रूपांतर शांततेत करीन. काळ्याकुट्ट कोंदट धुराच्या जागी ताजी, निर्मळ, झुळझुळती हवा निर्माण करीन आणि माणसांच्या हृदयातल्या द्वेषभावनेच्या जागी प्रेम फुलवीन! अशी कांडी मिळायला मात्र हवी!'

अशी ही देशोदेशीच्या छोट्या मुलांनी लिहिलेली पत्रे आणि त्यांतून प्रकट झालेली त्यांची भावी जगाबद्दलची स्वप्ने. या पत्रांमधून व्यक्त होणारे लहान मुलांचे मन किती निर्व्याज, निरागस, कुतूहलपूर्ण आणि आशावादी आहे. आपणां मोठ्या माणसांना त्यांपासून काहीच शिकता येण्याजोगे नाही काय?

◆◆◆

वाट ही चालावी पंढरीची

‘ग्यानबा तुकाराम! ग्यानबा तुकाराम!
टाळी वाजवावी। गुढी उभारावी।
वाट ही चालावी। पंढरीची।
आषाढी कार्तिकी। विसरू नका मज।
सांगतसे गूज। पांडुरंग।।’

या आणि अशाच प्रकारच्या घोषणांनी आकाश दुमदुमलेले असते. नामाचा गजर होत असतो. कुंचेपताका झळकत असतात. टाळमृदंग वाजत असतात आणि वारी पंढरीची वाट चालत असते. आभाळाला काळ्याभोर ढगांचे झाकण बसलेले असते. पावसाची अखंड बुरबुर चालू असते. कित्येक वेळा तर दोन हातांवरचे दिसणेही मुश्किल होऊन बसते. पण आत कुठे तरी ते दिव्य तेज झळकत असते. युगे अठ्ठावीस भक्तासाठी तिष्ठत उभा राहिलेला विठो पालवत असतो; आणि पाऊस-पाण्यातून, काट्याखड्यांतून, चिखलातून आणि घाणीतून वारी पंढरीची वाट चालत असते. चालतच असते.

आषाढ शुद्ध एकादशीला आळंदी, देहू, पैठण, त्र्यंबकेश्वर अशा अनेक स्थानांहून पंढरपूरला पालख्या येतात. पालख्यांबरोबर चार-दोन लाख वारकऱ्यांचा समुदाय असतो. या वारीत कोण नसते? अशिक्षित, अडाणी बायाबापड्या असतात, तसे सुशिक्षित विद्वान असतात. लक्षाधीश असतात, तसे भिक्षाधीश असतात. भाविक असतात, तसे पाखंडी असतात. ज्ञानी, कर्मी, योगी, भक्त असतात, तसे हौसे, गवसे, नवसेही असतात. महाराष्ट्राच्या सर्व थरांतून लहानपणापासून थोरापर्यंत सारेजण त्या गर्दीत मिसळलेले असतात. ‘ग्यानबा तुकाराम’ म्हणून साद घालत असतात. देहभान विसरून बेहोशपणे नाचत असतात. माणसांच्या त्या अफाट खेचाखेचीत नाना तऱ्हेचे कैफही मिसळलेले असतात. निखळ भक्तीचा कैफ, उच्च रवात घोषणा करण्याचा कैफ. रोजच्या साध्या जीवनापासून वेगळे असे काही अनुभवण्याचा कैफ. स्वत:ला विसरून अनेकांतील एक होण्याचा कैफ. प्रत्येकाची धुंदी वेगळी. पण त्या धुंदीत इतर काही जाणवेनासे होते. वारी वाट चालत राहाते.

पंढरपूरला जाऊन पोहोचल्यानंतर पुढचा सारा कार्यक्रमही ठरल्यासारखा असतो आणि त्याच पद्धतीने, त्याच क्रमाने वारकरी तो पार पाडत असतात. गेल्याबरोबर कुठे तरी मुक्काम करायचा. एखाद्या धर्मशाळेत पडशी टाकायची. चंद्रभागेत स्नान करायचे. भक्तराज पुंडलीक आणि भक्तसखा पांडुरंग यांचे दर्शन घ्यावयाचे. नगरप्रदक्षिणा करावराची आणि उरलेल्या वेळात भजन-कीर्तन करीत राहावयाचे. रात्री जागर करायचा किंवा ज्ञानदेवीसारख्या ग्रंथावर होणारी प्रवचने ऐकायची. ज्याला जसे जमेल, तसे त्याने दोन दिवस, चार दिवस पंढरीत काढायचे आणि शक्य झाले, तर पौर्णिमेला गोपाळपुऱ्यात काल्याचा समारंभ उरकून आपापल्या गावी परत जायचे. गळ्यात तुळशीची माळ, कपाळी फासलेला बुक्का, तोंडात हरिनामाचा गजर आणि मनात गूढ, धूसर, काहीसा आर्त असा भक्तिभाव असा वारकरी हा सारा सोहळा न चुकता पार पाडतो. वर्षानुवर्षे पार पाडत राहातो.

स्वत: वारकरी, माळकरी किंवा भक्तिमार्गी नसलेल्या आणि पंढरीच्या वारीत देहभान विसरून मिसळण्याचा विलक्षण अनुभवही कधी न घेतलेल्या माझ्यासारख्या व्यक्तीला हा साराच प्रकार मोठा रहस्यमय वाटतो. मनात नाना विचार, नाना शंकाकुशंका दाटून येतात. गेली अनेक शतके नित्यनेमाने आषाढी एकादशीला पंढरीला लोटणाऱ्या या अपार जनसमुदायामागची प्रेरणा तरी कोणती? कसली गूढ, अनाकलनीय शक्ती त्यांना तिथे खेचून नेते? कोणते समाधान त्यांना तिथे मिळते? कोणता सांत्वनाचा हात त्यांच्या व्यथित देहमनांवरून फिरतो? आणि कसले बळ संपादन करून ही मंडळी तिथून पुन्हा आपल्या प्रपंचात माघारी वळतात? यांतल्या किती जणांना वारकरी संप्रदायाचे तत्त्वज्ञान माहीत असेल? यांतल्या कितीजणांनी ज्ञानदेव-एकनाथ-तुकारामांच्या ग्रंथांचे अध्ययन केलेले असेल? विठ्ठलाच्या मूर्तीला व्यापून राहिलेल्या विविध कल्पनाकलापांची आणि वारकरी संप्रदायामागील गूढ धर्मतत्त्वांची तरी यांतल्या किती जणांना यथार्थ जाण असेल? एरव्ही मोठ्या हौसेने आणि अत्यंत रस घेऊन रोजचे दैनंदिन जीवन जगणाऱ्या या प्रापंचिकांना चार दिवसांपुरता खरोखरीच भक्तीचा उमाळा येत असेला का? आणि असे जर नसेल, तर मग वारीचा सर्व सोहळा म्हणजे केवळ एक देखावाच असतो का? स्वत:ची आणि इतरांची ही पद्धतशीर फसवणूक ही माणसे करतात, असे तर नसेल?

पण असा विचार मनात येतो, न येतो, तोच आतून कुठून तरी एक वेगळी जाणीव उमटते. वेगळा हुंकार कानी पडतो. नामदेवापासून ते निळोबारायापर्यंत जवळजवळ सात शतके महाराष्ट्रात अखंड चालू राहिलेली भागवत संतांची उज्ज्वल परंपरा डोळ्यांसमोर उभी राहाते. 'जयाने घातली, मोक्षाची गवांदी, मेळविली मांदी,

वैष्णवांची' असा अधिकार असलेला तो ज्ञानियांचा राजा ज्ञानदेव आठवतो. 'मुंगी उडाली आकाशी। तिने गिळिले सूर्यासी' असा आत्मविकासाचा लोकविलक्षण अनुभव सांगणारी मुक्ताबाई आठवते. 'घोटवीन लाळ ब्रह्मज्ञान्यांहाती। मुक्ता आत्मस्थिती सांडवीन' असे प्रत्ययकारी बोल खणखणीतपणे ऐकवणारा देहूचा तुका वाणी आठवतो. एकेकाचे अपार दुःख, एकेकाचा यातनामय जीवनमार्ग, एकेकाची अध्यात्म्याच्या क्षेत्रातली कठीण वाटचाल आणि एकेकाला लाभलेले कैवल्य - सारे काही आठवते. स्त्रीत्वाच्या आणि दासीपणाच्या दुहेरी जाणिवेने ग्रासलेली दासी जनी डोळ्यांपुढे उभी राहाते. भक्तांच्या उष्ट्यासाठी वाटी घेऊन आलेला 'जोहार, मायबाप, जोहार' म्हणून पुकारणारा चोखामेळा दिसू लागतो. शांतिब्रह्म, प्रसन्न व आर्जवी एकनाथांचा आठव येतो. आणिकही कोण कोण संत आठवतात. कोणी मोठे, कोणी लहान. पण सर्वांना एकत्र गुंफणारे एक सूत्रही जाणवत राहाते. ते या वारकरी संप्रदायाचे सूत्र असते. पंढरी हे या संप्रदायाचे आदिपीठ असते. भगवी पताका ही त्याची खूण असते. विठ्ठल हे त्याचे दैवत असते. सर्वांभूती समता हा त्याचा धर्म असतो आणि 'हरिनाम' हा त्याचा परवलीचा शब्द असतो.

साऱ्या महाराष्ट्राला व्यापून राहिलेली, हरळीच्या मुळीसारखी चिवट आणि देहातून वाहणाऱ्या रक्ताइतकी मराठी माणसाला जवळची वाटणारी अशी ही परंपरा. मग आजही वारीला जाणारा प्रत्येक वारकरी त्या प्रदीर्घ परंपरेशीच मनाने नाते जोडून तिथे जात नसेल कशावरून? तो सामान्य असेल. क्षुद्र असेल. अडाणी असेल. प्रापंचिक सुखदुःखांत आणि वासनाविकारांत गुरफटलेला असेल. पण म्हणून काय त्याने चार दिवस या साऱ्यांपासून वेगळे होऊ नये? संतांच्या विशाल कुटुंबात सामील होऊ नये? ज्ञानदेव-तुकारामांचा वारसा सांगू नये? खचीत वारीला जाताना हाच भाव मनात घेऊन तो जात असेल. त्यामुळेच स्वतःची लहानीव तो विसरत असेल. वारकरी संप्रदायाचे चैतन्य त्याच्या बिंदुमात्र व्यक्तिमत्त्वाला विजेने भारून, तेजाळून टाकत असेल - नव्हे, तेवढ्यापुरता तोच नामदेव होत असेल. ज्ञानदेव होत असेल. तुकाराम होत असेल. आणि चोखामेळा देखील होत असेल. आज इतकी वर्षे वारकरी सतत वारीला जात राहिले आहेत. त्याचे हेच कारण असेल काय? असावे. एरव्ही शतके गेली, समाजवृक्षावरून अनेक पिढ्यांची पाने पिकून गळून पडली, राजवटी बदलल्या, भौतिक जीवनाचे रंग पालटले, तरी ही आषाढीची वारी मात्र अखंडपणे कशी चालली असती? पंढरीचे वाळवंट विठ्ठलाच्या नामघोषाने कसे दुमदुमले असते? आणि वारकऱ्यांची भगवी पताका तरी आनंदाने कशी फडफडत राहिली असती?

- आणि या सर्व भक्तांची मायमाऊली तो विठ्ठल? चर्मचक्षूंनी पाहिल्यावर पंढरीचा विठ्ठल ही एक ओबडधोबड, काळी पाषाणमूर्ती दिसेल. रूढ अर्थाने कसलेही सौंदर्य तिच्यात आहे, असे वाटत नाही. पण या विठ्ठलाकडे केवळ चर्मचक्षूंनी कुणी कधी पाहिले आहे काय? त्याच्यासमोर गेल्यानंतर आपले डोळे हे नेहमीचे डोळे राहात नाहीत. मनही नेहमीचे राहात नाही. नजर चोखंदळपणा विसरलेली असते. मन चिकित्सा मागे ठेवून आलेले असते. आता पुढ्यात दिसते, एक निरुपम सुंदर मूर्ती, जिला तुकारामांनी 'लावण्याचा ओतीव पुतळा' म्हटले आहे, जिला अनेक संतांनी नानाविध कौतुकशब्दाच्या अलंकारांनी नटवले आहे, जिच्यावर अनेकांनी अनेक मानवी भावभावनांचा आरोप केला आहे, अशी सौंदर्यखनी राजस, सुकुमार, सावळ्या अंगकान्तीची आणि विलक्षण लोभस मुखमुद्रेची. मकराकार कुंडले धारण केलेली आणि गळा वैजयंतीमाळा घातलेली. मस्तकावर तेजस्वी किरीट, कासेला लखलखीत विजेसारखा पीतांबर, भाळावर कस्तूरीचा टिळा आणि अधरांवर प्रसन्न, आश्वासक स्मित. हीच नामदेवाची कृष्णम्मा. हाच ज्ञानदेवांचा बाप रखुमादेवीवरू. जनीने मनसोक्त शिव्या घातलेला हा, मूळ मायेचा कारटा 'विठ्या' आणि हीच तुकारामाची वत्सल आणि प्रेमळ विठाईमाऊली. अठ्ठावीस युगे ही विठ्ठलमूर्ती पुंडलिकाने भिरकावलेल्या विटेवर भक्तांसाठी तिष्ठत भीमाकाठी राहिली आहे. कटीवर दोन्ही हात ठेवून 'भवसागराचा अंत येतुलाची' अशी खूण दाखवत आहे. शतकानुशतक संसारतप्त जीवांना मुक्तीचे आश्वासन देणारा हाच कैवल्याचा पुतळा पांडुरंग आणि त्याबरोबर माणसांना दुरून खुणावणारा, भुरळ घालणारा, खिजवणारा, संसारात गुंतलेल्यांचे चित्त विचित्रपणे व्यग्र करणारा आणि तरीही त्याच्या हातून अलगद निसटून पुन्हा कुठे तरी दूरस्थ राहाणारा 'कानडा विठ्ठलू कर्नाटकू' तोही हाच.

एका अतिशय गोड अभंगात ज्ञानदेवांनी म्हटले आहे :

'पांडुरंगकांती दिव्य तेज झळकती
रत्नकीळ फाकती प्रभा
अगणित लावण्य तेज पुंजाळले
न वर्णवे तेथीची शोभा
कानडा, वो, विठ्ठलू कार्नाटकु
तेणे मज लावियेला वेधु॥
खोळबुंथी घेऊनी खुणाची पालवी
आळविल्या नेदी सादु॥'

असा हा खट्याळ विठ्ठल. पाषाणाची खोळबुंथी पांघरून बसलेला. आळवले,

तरी प्रतिसाद न देणारा. पाया पडू गेल्यास पाउले लपवणारा आणि क्षेमालिंगन देऊ गेल्यास आपल्या एकलेपणाचीच प्रतीती आणून देणारा. गूढ, रहस्यमय. सतत वेध लावणारा आणि तरीही सदाच दूरस्थ राहाणारा. या विठ्ठलाने महाराष्ट्राच्या अनेक पिढ्या भारून, बेहोश करून टाकल्या. प्रपंचात माणसांना पूर्णतया गुंतू दिले नाही. सुखात आकंठ बुडालेल्या जीवांच्याही मनात एक अलौकिक आर्त सतत जागवले. ऐहिकाच्या भरजरी वस्त्रात विरक्तीचा एक सूक्ष्म धागा नकळत मिसळून दिला. महाराष्ट्रात जो जन्मला, मराठी रक्त जो अंगात घेऊन आला, त्याला हा वारसा चुकलाच नाही. त्याची इच्छा असो वा नसो, वारकऱ्यांची 'ग्यानबा तुकाराम' ही घोषणा त्याच्या कानांत आणि मनात अखंड दुमदुमत राहिली. हा आनंद आणि ही वेदना, हा परंपरेचा अभिमान आणि ही एकलेपणाची जाणीव - सारेच त्याच्या वाट्याला आले. ती पंढरी त्याच्या मनात प्रतीकरूपाने उभी राहिली आणि तो विठ्ठल जीवनातील अनेक दुःसाध्य गोष्टींच्या खुणा पटवत दुरून त्याला साद घालत राहिला, छळत राहिला.

हेच सारे पंढरीच्या वारीला जाणाऱ्या असंख्य वारकऱ्यांच्या मनांत असते काय? तीच त्यांची प्रेरणा असेल. 'ग्यानबा तुकाराम' ही घोषणाही त्यातूनच उमटत असेल. आषाढी-कार्तिकीला पडणारा मुसळधार पाऊस, होणारा चिखल, वाटेतली अपरंपार घाण, पंढरीच्या परिसरातली तुफान खेचाखेच, उद्भवणारे महामारीसारखे रोग - या साऱ्यांचा 'ग्यानबा तुकाराम' या बेहोश गर्जनेतल्या अपार, अपार्थिव आनंदाशी अर्थाअर्थी काहीही संबंध नाही. माणसाचा देह मर्त्य आहे. त्या देहाचे विकार नाशिवंत आहेत. सातशे-साडेसातशे वर्षांच्या दिव्य-भव्य परंपरेचा, त्याच्याही मागे युगे अठ्ठावीस विटेवर तिष्ठत राहिलेल्या पांडुरंगाचा, त्याच्याभोवती सतत फाकलेल्या उज्ज्वल तेजोवलयाचा आणि एक सामान्य माणसाच्या परिमित मोजक्या आयुष्याचा संबंध काय? 'देह जावो अथवा राहो। पांडुरंगी दृढ भावो...', 'तुटो हे मस्तक, फुटो हे शरीर। नामाचा गजर सोडू नये' या घोषणा एकापेक्षा अधिक अर्थांनी खऱ्या आहेत. व्यक्तिमत्त्वाचे वेगळेपण जपण्यास इथे मुळी अवसरच नाही. लहानशा बिंदूने अथांग सागरात स्वतःला विलीन करून घ्यावे, हाच मुळी इथला दंडक आहे. म्हणूनच माणसे वारीला जातात. वाटेत येणाऱ्या अडचणी, यातना सोसतात. क्वचित देहपातही पत्करतात.

- आणि वारीला न जाणारे? तेही कळत नकळत मनाने वारकरीच असतात. प्रत्येकाची पंढरी वेगळी असेल. प्रत्येकाच्या मनातला विठ्ठल वेगळा असेल; पण वारीच्या पुण्यप्रद वाटेवरून त्यांचीही पावले कधी ना कधी पडलेलीच असतात.

वाट ही चालावी पंढरीची । १७३

दुरून पंढरीच्या देवळाचा कळस झळकत असतो. हृदयात मीलनाची ओढ जागत असते आणि मुखात हरिनामाचा गजर असतो. तर मग आषाढी एकादशीला पंढरीच्या चाललेल्या वारकऱ्यांच्या स्वरात स्वर मिसळून आपणही का न म्हणावे?

टाळी वाजवावी। गुढी उभारावी
वाट ही चालावी। पंढरीची॥

तो पंढरपूर परगणा आजही आपल्या अपार ऐश्वर्यासह सुखाने नांदत आहे आणि पंढरीच्या वेशीला विठूचा मोत्यांचा पाळणा आजही झुलत आहे.

◆◆◆